## अभिप्राय

विज्ञान आणि तंत्रज्ञान या क्षेत्रातील संशोधनाचा आधार घेऊन कल्पनाशक्तीच्या आधारे उभे केलेले माणसांचे जग, मानवी व्यवहार, माणसांची नाती यांचे चित्रण गोगटे यांच्या विज्ञान कथांमध्ये दिसते.

**— सकाळ, २० डिसेंबर २००९**

शुभदा गोगटे यांच्या 'वसुदेवे नेला कृष्ण' या कथासंग्रहातून काही रंजक विज्ञानकथा वाचायला मिळतात. विज्ञानाने माणसाच्या आयुष्यात कशी प्रगती केली हे सांगतानाच त्याच्यातील माणूसपण कसं हरवलं, यावरही या कथा भाष्य करतात.

**— रत्नागिरी एक्सप्रेस, १६ नोव्हेंबर, २००९**

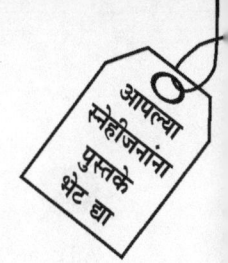

आपल्या स्नेहीजनांना पुस्तके भेट द्या

# वसुदेवे नेला कृष्ण

*विज्ञान आणि मानवी जीवन यातील संबंधाचा वेध घेणाऱ्या कथा*

शुभदा गोगटे

मेहता पब्लिशिंग हाऊस

✆ +91 020-24476924 / 24460313

Email : info@mehtapublishinghouse.com
production@mehtapublishinghouse.com
sales@mehtapublishinghouse.com

Website : www.mehtapublishinghouse.com

- *या पुस्तकातील लेखकाची मते, घटना, वर्णने ही त्या लेखकाची असून त्याच्याशी प्रकाशक सहमत असतीलच असे नाही.*

**VASUDEVE NELA KRISHNA** by SHUBHADA GOGATE

**वसुदेवे नेला कृष्ण** / कथासंग्रह

© शुभदा गोगटे

१२०२/ब, सदाशिव पेठ, लिमयेवाडी, पुणे ४११०३०.

प्रकाशक : सुनील अनिल मेहता, मेहता पब्लिशिंग हाऊस,
१९४१, सदाशिव पेठ, माडीवाले कॉलनी, पुणे – ४११०३०.

मुखपृष्ठ : फाल्गुन ग्राफिक्स

प्रकाशनकाल : ऑगस्ट, २००९ / पुनर्मुद्रण : ऑक्टोबर, २०१६

P Book ISBN 9788184980479
E Book ISBN 9789386175571
E Books available on : play.google.com/store/books
m.dailyhunt.in/Ebooks/marathi

## आभार

'वसुदेवे नेला कृष्ण' या कथासंग्रहातील कथा विविध मासिकांमध्ये, नियतकालिकांमध्ये वेळोवेळी प्रसिद्ध झालेल्या आहेत. त्या आता एकत्रित स्वरूपात पुस्तकरूपानं प्रकाशित होत आहेत. त्यासाठी प्रकाशक श्री. सुनील अनिल मेहता यांची मी आभारी आहे. पुस्तकाचं मुखपृष्ठ सजवणारे श्री. चंद्रमोहन कुलकर्णी व 'मेहता पब्लिशिंग हाऊस'चा कर्मचारी वर्ग यांचीही मी आभारी आहे.

# अनुक्रमाणिका

# पिनी

खळ्कन काच फुटल्याचा आवाज झाला, तशी हातातलं काम सोडून निर्मला स्वयंपाकघरातून बाहेर धावली. मधली खोली झाडत असलेली सरूही झाडूसकट बाहेर आली.

बैठकीच्या खोलीच्या खिडकीची काच फुटली होती आणि हिरव्या-पिवळ्या रंगाच्या काचेचे तुकडे विखरून पडले होते. आणि त्यातच लिंबाएवढा दगडही होता.

दगड कोणी मारला, कुठून आला, हे काही संशोधन करण्याची गरज नव्हती. दगड शेजारच्या घरातून आला होता आणि त्याच घरातल्या कोणातरी व्यक्तीनं मारला होता.

शेजारी तिचे मोठे दीर उमेश, जाऊ उमा आणि त्यांचा धाकटा मुलगा शेखर राहत होते. शिवाय येणारी जाणारी आणि घरातली नोकर-माणसं होती. खरं म्हणजे त्यांचे आणि निर्मलाच्या कुटुंबाचे संबंध चांगले होते; पण सहा महिन्यांपूर्वी रमेशचा अपघाती मृत्यू झाल्यापासून त्या सगळ्या कुटुंबानं निर्मलाला सतावायला सुरुवात केली. तिनं कंटाळून, वैतागून तिथून निघून जावं यासाठी हा खटाटोप चालू होता, हे निर्मला ओळखून होती. पण स्वत:चं हक्काचं प्रशस्त घर आणि चांगली सुपीक शेती सोडून ती मुळीच जाणार नव्हती.

निर्मलाच्या सासूबाई हयात असताना त्यांनी स्वत:च्या नजरेखाली जमीन जुमल्याची वाटणी केली होती. तरी हयात असताना दोन्ही भावांची कुटुंबं एकत्रच राहत होती, त्या गेल्यानंतर मात्र वेगळी राहू लागली होती.

असं असलं तरी त्यांचे संबंध चांगले होते. दिवाळी, दसऱ्यासारखे मोठे सण, घरातल्या व्यक्तींचे वाढदिवस असे प्रसंग आणि समारंभ एकत्रच साजरे केले जात.

दोन-अडीच वर्षं अशीच सुरळीत गेली आणि अचानक एके दिवशी रमेशच्या स्कुटरला अपघात होऊन त्यात तो दगावला. त्याच्या मागे बसलेल्या निर्मलाला खरचटण्यापलीकडे काही झालं नाही.

रमेश आणि निर्मलाचा एकुलता एक मुलगा निरंजन मुंबईला जेनेटिक्समध्ये डॉक्टरेट करत होता. अपघाताची बातमी कळताच तो धावून आला होता. पण आई जरा सावरली आहे, असं बघून तो पंधरा दिवसांनी परत गेला होता. त्याचा संशोधन अभ्यास शेवटच्या टप्प्यात आला होता, त्यामुळे त्याला जास्त दिवस घरी राहणं शक्य नव्हतं.

निरंजन गेला आणि उमेशच्या कुटुंबानं निर्मलाला त्रास द्यायला सुरुवात केली. त्यांच्या घरात तशी तीनच माणसं होती- उमेश, उमावहिनी आणि त्यांचा वीस वर्षांचा धाकटा मुलगा शेखर. पण शेतीच्या कामामुळे रोज घरी येणारी व जाणारी दहा-बारा गडी माणसं आणि बायका होत्या. शिवाय तुकाराम आणि त्याची चार लहान-मोठी मुलं घरामागच्या लहान खोल्यांमधे राहायची. तुकाराम उमेशचा ड्रायव्हर म्हणून काम करायचा. त्याची बायको दोन्ही घरची धुणी-भांडी करायची.

निर्मला एकटी असली तरी सरुबाई तिच्याकडे सात-आठ वर्षांपासून कामाला आणि राहायला होती. शिवाय घराची झाडलोट करायला गोविंदा सकाळी-संध्याकाळी यायचा.

रमेश गेला. त्याचे दिवस-वार करून झाले. निरंजन मुंबईला परत गेला आणि निर्मलाला त्रास देणं सुरू झालं. रोज संध्याकाळी उमेश आणि त्याचबरोबर शेखर निर्मलाच्या बैठकीत येऊन बसू लागले. आपल्याला सोबत व्हावी म्हणून ते येऊन बसतात असं आधी निर्मलाला वाटलं; पण मग हळूहळू तिच्या लक्षात येऊ लागलं, तसं काही नाहीये. आपल्या बैठकीत येऊन बसले तरी ते आपल्याशी फारच कमी बोलतात. किंबहुना, आपण मुद्दाम बैठकीत जाऊन त्यांच्याशी बोललो तरच आपलं बोलणं होतं.

असे पाच-सात दिवस गेल्यावर उमेश सकाळीही तिच्या बैठकीत येऊन बसू लागला. शेतावर जाण्याआधी गडीमाणसं तिथे येऊन त्याच्याशी बोलून सल्लामसलत करून जाऊ लागली आणि संध्याकाळी तिथेच येऊन बरोबर नेलेलं साहित्य, घमेली, पाट्या, कुदळी, पोती, आणून ठेवू लागली.

निर्मलाला हे सगळं नापसंत होतं; पण आपली नाराजी कशी दाखवावी हे कळत नव्हतं. शेवटी एके दिवशी तिनं धीर करून उमावहिनींजवळ विषय काढला. त्याबरोबर उमावहिनींनी एकदम कांगावाच केला.

"अग्गो बाई, यांचा आणि शेखरचा इतका त्रास होतोय होय तुला? उद्यापासून नाही बसणार हो तुझ्या बैठकीत. आम्हाला वाटलं, तुला एकटेपणा येऊ नये, घरात

जाग असावी म्हणून... पण म्हणतात ना ज्याचं करावं भलं, तो म्हणतो माझंच खरं'' त्या आवाज चढवून म्हणाल्या.

''त्रास नाही, वहिनी पण...''

''कळलं बरं! आणखी काही सांगायची गरज नाही.'' असं म्हणून उमावहिनी फणकाऱ्यानं उठून गेल्या.

दुसऱ्या दिवसापासून उमेश आणि शेखरची बैठक अंगणात बसू लागली. अंगणाच्या मध्यभागी खाट टाकून आणि शेजारी एक स्टूल, खुर्ची मांडून ते बसू लागले. सगळी माणसं, सामान एवढंच नव्हे तर शेतातून आणलेल्या भाज्यांचे ढिगारेही अंगणात लावले जाऊ लागले. तेही अशा बेतानं, की घराच्या दारातून बाहेर पडून दिंडी दरवाज्याशी पोहोचण्यासाठी निर्मलाला अडथळ्यांची शर्यत खेळावी लागायची.

त्याशिवाय मागच्या दाराशी सांडपाण्याचं डबकं साचू लागलं. ते पाणी तिथे कोण येऊन ओतून जायचं, ते मात्र कधीही दिसायचं नाही.

भांडी घासताना तुकारामची बायको भांडी आपटू लागली. काचेची भांडी फोडू लागली. आणि एक दिवस कामालाच येईनाशी झाली. उमेशच्या घरातला कचरा कधीतरी एकदम निर्मलाच्या बैठकीत पसरलेला दिसू लागला.

पण या सगळ्यांपेक्षा वाईट म्हणजे उमेश आणि त्याची माणसं पिनीला त्रास देऊ लागली.

पिनी ही निर्मलाची लाडकी मांजरी होती. सुंदर, सोनेरी-पिवळ्या रंगाच्या या मांजरीच्या कानांची टोकं आणि शेपटी तेवढी काळी होती. पिवळी मनी म्हणून निर्मलानं तिचं नाव 'पिनी' ठेवलं होतं. निर्मलाच्या सासूबाई असल्यापासून ती त्यांच्या घरात होती. सर्वांची लाडकी होती. एका घराची दोन घरं झाल्यावरसुद्धा दोन्ही घरांमध्ये तिचा मुक्त संचार होता. एकीकडे दूध प्यायली तर दुसरीकडे जाऊन ती बिस्किटं खात होती. दुधाचा, खव्याचा एखादा चांगला पदार्थ केला तर सासूबाई तिच्यासाठी राखून ठेवत होत्या आणि तिला बोलावून खाऊ घालत होत्या.

असं सगळं असलं तरी ती निर्मलाची मांजर होती. तिच्या आसपास वावरायची आणि रात्री तिच्या अंथरुणात तिच्या पायांजवळ मुटकुळं करून झोपायची.

निर्मलाशी शत्रुत्व केल्यावर उमेशच्या सगळ्या कुटुंबानं पिनीलाही त्रास द्यायला सुरुवात केली. ती घरात शिरली, की तिला वहिनी हातातली वस्तू फेकून मारू लागल्या. शेखर काठी घेऊन तिच्यामागे लागला. तर–

''काय करावं? शेजारच्या चोरट्या मांजरीनं आमच्या घरी अगदी उच्छाद मांडलाय. नुसत्या दुधात नव्हे, तर दिसेल त्या पदार्थात तोंड घालते आणि जिथे

जाते तिथे घाण करून ठेवते. बरं तिचा काही बंदोबस्त करावा तरी पंचाईत. दुष्ट म्हणून गावभर बोभाटा केला जाईल!''

असं उमेश आल्या-गेल्याला सांगू लागला. नेहमीनेहमी पडणाऱ्या मारामुळे पिनी जवळजवळ शेजारच्या घरात जाईनाशी झाली; पण ते घर तिच्या सवयींचं, अंगवळणी पडलेलं होतं, त्यामुळे तिला आवडणाऱ्या पदार्थाचा वास त्या घरातून दरवळला की भान न राहून ती त्या घरात घुसायची आणि एखादा रट्टा बसला, की बाहेर पळत यायची. ती अशी रट्टा खाऊन पळत आली, की प्रत्येक वेळी निर्मलाचा जीव कळवळायचा.

एकदा तर कहरच झाला. सरुबाईला बरोबर घेऊन आणि घराला कुलूप लावून निर्मला बाजारात गेली होती. जरुरीची खरेदी करून अर्ध्यापाऊण तासानं ती परत आली, तेव्हा पिनी मागच्या परसात खुरडत आणि ओरडत बसली होती. मागचे पाय कोणीतरी बांधले होते. घाबरलेली पिनी तशीच पळण्याचा प्रयत्न करत होती आणि त्या प्रयत्नात इकडून तिकडे खुरडत होती. भ्यायल्यामुळे तिनं ठिकठिकाणी घाण करून ठेवली होती.

निर्मलानं धावत जाऊन पिनीला आंजारलं-गोंजारलं. खरचटलेल्या पायांना औषध लावलं आणि दिवसभर तिला मांडीत घेऊन बसली.

असे अत्याचार त्या एवढ्याशा मुक्या प्राण्यावर होत राहिले तर एके दिवशी पिनी पटकन प्राण सोडेल, अशी भीती प्रथमच त्या दिवशी तिच्या मनात उभी राहिली.

पण काय करावं हे मात्र तिला कळत नव्हतं. पिनीचे पाय बांधल्याचं कोणीच कबूल करत नव्हतं.

मध्ये एकदा निरंजन चार दिवसांसाठी आला होता, तेव्हा तिनं आपल्या मनातली भीती बोलून दाखवली. तेव्हा तो हसत हसत म्हणाला

''अगं आई, एक पिनी गेली तर आपण दुसरी आणू!''

''दुसरं मांजर आणलं तरी ते माझ्या पिनीसारखं कसं असेल?''

''अगं, अगदी पिनीसारखंच असेल. तेच रंग, रूप आणि गुण असतील त्या मांजरीत. आपण क्लोनच करू तिचा, म्हणजे हुबेहूब पिनीच मिळेल तुला आणखी एक.''

''आणि तिचा आत्मा? तोही तू क्लोन करणार का? तिला माझा इतका लळा लागला आहे, तोही क्लोन करता येईल का? हुबेहूब तशी मांजर निर्माण करता येईल म्हणून हिला मरू द्यायची का?''

''नाही गं, तसं नाही म्हणत मी....''

आईला होणाऱ्या मनस्तापावर निरंजननं बराच विचार केला आणि शेवटी

अंगणात आणि परसात भिंत बांधायचा प्रस्ताव आईपुढे मांडला. निर्मलाही सगळ्या त्रासाला कंटाळली होती. तिनं होकार दिला आणि गावातल्या आपल्या एका मित्राला भिंतीचं काम देऊनच निरंजन परत गेला.

पुढच्या अंगणात आणि मागच्या परसात घराच्या दोन बाजू वेगळ्या करणाऱ्या भिंती उभ्या राहू लागल्या आणि उमेशचा तणतणाट सुरू झाला. रोज मोठ्या आवाजात 'उठवळ बायकांना' आणि 'नतद्रष्ट पोरट्यांना' शिव्या घातल्या जाऊ लागल्या. पण त्यापलीकडे त्यांना काही करता येईना, कारण निर्मलाच्या भिंती अंगणा-परसाच्या मध्यभागी उभ्या राहत नव्हत्या. तर थोड्या तिच्या हद्दीच्या आतच होत्या. आणि तिच्या हद्दीत बांधकाम करण्याचा तिला पूर्ण अधिकार होता.

भिंती उभ्या झाल्यावर निर्मलाला होणारा त्रास बराच कमी झाला, तरी पिनीला अधूनमधून मार बसतच होता. कारण स्वभावधर्मानुसार ती केव्हातरी घरात घुसतच होती.

आणि निर्मलाच्या घरावर अधूनमधून कोणीतरी दगडही फेकत होतं. अजूनपर्यंत फारसं नुकसान झालं नव्हतं; पण आज मात्र खिडकीचं रंगीत तावदान फुटलं होतं. संतापलेली निर्मला तावातावानं भिंत ओलांडून पलीकडे गेली. अंगणात एकच दरवाजा असल्यामुळे त्याच्या अलीकडे भिंत संपत होती. दरवाज्यातून आत आलं, की भिंतीच्या उजवीकडे निर्मलाचं घर होतं आणि डावीकडे उमेशचं. भिंत ओलांडून निर्मला पलीकडे गेली आणि घराच्या दारातच उभा असलेला शेखर तिला दिसला.

"शेखर, दगड कोणी मारला?" तिनं रागानं विचारलं.

"दगड? कसला दगड? आणि कोणी मारला तो?" अजाणतेपणाचा आव आणत शेखरनं प्रतिप्रश्न केला.

"तेच विचारते आहे मी. माझी रंगीत खिडकी दगड मारून कोणी फोडली? अजून बाहेरचं कोणी माणूस सकाळपासून आलेलं नाही आणि आमची खिडकी कशी फुटली?"

"म्हणजे? मी खिडकी फोडली असं म्हणायचं आहे का तुला?" शेखरनं एकदम आवाज चढवत विचारलं.

"दुसरं कोणी आलेलंच नाही इकडे अजून. आताशी तर..."

"काकू, उगाच वाटेल ते आरोप करू नकोस, मला काय करायचं आहे तुझी खिडकी फोडून?"

एवढ्यात उमावहिनी बाहेर आल्या आणि म्हणाल्या, "बाहेरचं कोणी तुझ्याकडे येऊन गेलं की नाही हे आम्हाला कशाला माहीत असेल? तू सांगतेस म्हणून खरं मानायचं! नाहीतर कोण येतं, कोण जातं, कोण किती वेळ बसतं,... आम्ही

कशाला बघतोय? आम्ही आपापल्या उद्योगांत असतो. आणि खिडकीचं म्हणशील, तर तुझ्या चोरट्या मांजरीनंच उडी मारली असेल आणि फुटली असेल खिडकी!''

उमावहिनींचं तिरकस बोलणं आणि पिनीवर आळ घेणं इतकं अनपेक्षित होतं, की निर्मला क्षणभर अवाक् झाली.

शेखर म्हणाला, ''मी तर त्या घाणेरड्या मांजरीला गोळीच घालणार आहे आता दिसली की. भंडावून सोडलं आहे नुसतं सगळ्यांना. आता दिसू तर दे.''

निर्मलाचं चित्त खिडकीच्या विषयातून एकदम उडालं आणि पिनीवर केंद्रित झालं. शेखरनं पिनीला खरंच गोळी घातली तर? त्याच्याकडे बंदूक होती. दोन पिस्तुलंही होती आणि दोघां बोप-लेकांकडे बंदुका बाळगायचा परवानाही होता.

''अरे, पण पिनीनं काय घोडं मारलंय तुमचं? तिला का त्रास देता तुम्ही? मला सतावता आहात तेवढं पुरे की.'' निर्मला चिडून म्हणाली.

''आम्ही सतावतो होय तुला?'' उमावहिनी फणकारल्या, ''तरी बरं, रमेशभाऊजी गेले तरी त्यांची सगळी शेतीही हेच सांभाळताहेत. एवढीसुद्धा तोशीस लागू देत नाहीत तुला. सगळं तुझं परस्पर होतं आहे आणि तरी...''

''आमचा इतका त्रास होत आहे तर जा दुसरीकडे राहायला. म्हणजे आम्हालाही त्रास नाही तुझा.'' शेखर उद्दामपणे म्हणाला.

''तुम्हाला तर तेच हवं आहे. त्यासाठीच हे सगळं चाललं आहे हे उमजून आहे मी. पण असं सुखासुखी सगळं घशात घालू देणार नाही मी तुम्हाला. माझं हक्काचं घर आणि शेत सोडून मुळीच जाणार नाही मी.'' निर्मला म्हणाली आणि गेली तशीच रागानं पाय आपटत घरी परत आली. पण घर सोडून जायचं नाही, हा निश्चय निर्मलाला त्याच दिवशी सोडून द्यावा लागला.

संध्याकाळी ती वाचत बसलेली असताना पिनी केविलवाणं ओरडत आणि लंगडत तिच्याजवळ आली. निर्मलानं तिला पटकन उचलून घेतली आणि बघितलं तर तिच्या डाव्या पायाच्या पाठीवर खोल जखम झाली होती आणि त्यातून रक्त येत होतं. कोणीतरी तिला जबरदस्त फटका मारला होता किंवा चाकू, सुरी अशा हत्याराचा वार केला होता. शेखरनं तर हे कृत्य केलं नसेल?

एखाद्या मुक्या प्राण्याचा छळ करवतो तरी कसा? आपल्याशी भांडण्यासाठी पिनीवर अत्याचार केला जातो आणि तो निमूटपणे सहन करण्याखेरीज तिच्या किंवा आपल्या हातात काही असू नये?

विचार करत बसायला वेळ नव्हता. गावात गुरांचा सरकारी दवाखाना होता. पिनीला एका बास्केटमध्ये घालून निर्मला तडक दवाखान्यात गेली. दवाखान्याची वेळ संपलेली होती; पण डॉक्टर त्याच आवारात राहत होते. त्यांनी पिनीची जखम बांधली. तिला इंजेक्शनही दिलं आणि ते म्हणाले,

"मला करता येणं शक्य तेवढं मी केलं आहे; पण किती उपयोग होईल सांगता येत नाही.''

निपचित पडलेल्या पिनीला घेऊन निर्मला घरी परतली, तेव्हा तिचं चित्त थाऱ्यावर नव्हतं. आपली लाडकी पिनी दीर-जावेच्या अत्याचारांना बळी पडणार का? त्यांचा दुष्ट बेत तडीस जाणार का?

मग ते आपल्यालाही अधिकाधिक त्रास देत राहणार का? आणि मग नाइलाजानं आपणही एक दिवस जागा सोडून जाणार?

नाही, मी मुळीच तसं होऊ देणार नाही.

निर्मलानं मनाशी निश्चय केला आणि रात्रीच्या गाडीनं सरुबाई आणि पिनीसकट तिनं मुंबई गाठली. तिथे पिनीवर नक्कीच चांगला उपचार होऊ शकणार होता.

निर्मला आणि सरुबाई पिनीसकट सामानसुमान घेऊन बाहेर पडल्याचं आणि घराला कुलूप ठोकल्याचं शेखरनं पाहिलं; पण त्या कुठं जात आहेत? का जात आहेत? याची त्यानं अवाक्षरानं चौकशी केली नाही. त्या का चालल्या आहेत, हे त्याला माहीत होतं. कुठं चालल्या आहेत ह्याचा अंदाज होता आणि चाललेल्या आहेत याचा आनंद होता.

घाईनं मुंबईला गेलेली निर्मला दसरा उलटला तरी परतली नाही, तशी उमेशला आणि कुटुंबाला हर्षवायू व्हायचाच तेवढा बाकी राहिला. असं घडावं म्हणून तर सगळा खटाटोप केला होता. पावसाळा चांगला झाला होता. धान्य, डाळी, शेंगदाणा, सगळं भरपूर पिकलं होतं. पिकत होतं. आता धान्य बाजारातही जाऊ लागलं होतं. अशा वेळी निर्मला तिथं नव्हती, त्यामुळे उत्पन्नातल्या तिच्या वाट्याचा हिशोब करण्याचं कारण नव्हतं.

असं एक आणखी वर्ष गेलं. निर्मलाचा पत्ता नव्हता. उमेशनं निरंजनच्या पत्त्यावर एक पत्र पाठवलं; पण त्याचं काही उत्तर आलं नाही.

त्या वर्षी मग शेखरनं नवी मोटारसायकल घेतली. उमेशनं गाडीला नवा रंग देऊन घेतला. तर उमावहिनींनी नवीन फॅशनचा कंगनजोड केला. निर्मलाचं घरही ताब्यात आलं तर त्यांना हवं होतं; पण ते घडण्यासाठी आणखी काही काळ वाट पाहावी लागणार होती. कारण इतक्यातच तसं केलं असतं तर गावातल्या लोकांनी आडकाठी केली असती.

असं सगळं आलबेल चालू असताना एके दिवशी सकाळी निर्मलाच्या घराचं दार उघडं असलेलं दिसलं. उमेश आश्चर्यानं बघतच राहिला. कुण्या चोरट्यानं कुलूप फोडून दार उघडलं नाही ना, अशी शंका त्याच्या मनात येत असतानाच त्याला आतून बोलण्याचे आवाज ऐकू येऊ लागले आणि त्याच्या लक्षात आलं, की निर्मलाच परतली होती आणि तिच्याबरोबर निरंजनही होता.

कपाळाला आठ्या घालून उमेश घरात परतला.

थोड्या वेळानं निरंजन काकांच्या घरी गेला. उमेश तेव्हा अंघोळीला गेला होता. 'काकू काकू' अशा हाका मारत तो थेट स्वयंपाकघरात गेला. उमावहिनी भाजी चिरत होत्या. निर्मला आणि निरंजन आल्याचं त्यांना कळलं होतंच; पण तो इतक्या लवकर आपल्या घरात; थेट स्वयंपाकघरात येईल, अशी त्यांना कल्पना नव्हती. त्यामुळे त्या जरा गडबडल्याच.

"अरे निरंजन, केव्हा आलास? आधी काही कळवलं नाहीस? निर्मला कुठे आहे?" विळीवरून उठत त्या म्हणाल्या.

त्यांच्याशी निरंजन बोलत असतानाच उमेश अंघोळ करून आला. मग तोही संभाषणात सामील झाला.

"काका, मुद्दाम मी एकटाच आलो आहे. कारण आपल्या दोन कुटुंबांमध्ये भांडण असणं मला काही बरोबर वाटत नाही..." अशी सुरुवात करून निरंजननं त्यांना जे सांगितलं, त्याचा गोषवारा थोडक्यात असा होता- तो नेहमीच मुंबईतच राहणार होता, त्यामुळे घर किंवा शेती सांभाळण्यात त्याला रस नव्हता. दर वर्षी त्याच्या वाट्याचं जे म्हणून काका देईल, ते त्याला मान्य होतं. आणि घरातल्या एका बाजूच्या दोन खोल्या निर्मलासाठी ठेवून बाकीचा भाग काकानं वापरायला हरकत नव्हती.

त्याचं बोलणं ऐकताना त्या दोघांना आनंदाच्या उकळ्या फुटत होत्या. त्यांच्या बेताप्रमाणेच सगळं घडत होतं.

"अरे पण, निर्मलाला मान्य आहे का हे तुझं म्हणणं?" उमावहिनींनी विचारलं.

"तिनंच तर सुचवलं हे. आपल्याला एकटीनं राहणं झेपणार नाही हे तिच्या लक्षात आलं. त्यातून तिची लाडकी पिनी नाहीये."

"का बरं? काय झालं पिनीला?" काळजीचा आव आणत वहिनींनी विचारलं.

"तिला जबरदस्त मार बसला होता, मोठी जखम झाली होती आणि म्हणून आई तिला मुंबईला घेऊन आली हे तर तुम्हाला माहीतच आहे. ती तिची जखम कधी नीट बरीच झाली नाही. शेवटी काल रात्री ती मेली."

"काल रात्री?"

"हो ना, तिला प्रवासाचा त्रास होऊ नये म्हणून आम्ही मुद्दाम टॅक्सी करून आलो. पण तेही तिला सहन झालं नसावं. रात्रीच केव्हातरी गेली. शेवटी गावाबाहेर एक खड्डा करून, त्यात तिला पुरून आम्ही पुढे आलो. रात्रीचे दोन वाजले आम्हाला पोहोचायला!" निरंजननं सांगितलं.

खरं म्हणजे जखमी पिनीनं मुंबईला पोहोचल्यावर चार दिवसात प्राण सोडला होता.

"अगं बाई. असं झालं तर! गेली बिचारी." वहिनी हळहळल्या.

निरंजन मग शेखरशी जाऊन बोलला. मागच्या परसात जाऊन, त्यानं तुकारामाची चौकशी केली. परसातल्या झाडांपैकी कोणती फुलली आहेत, कोणती तोडली आहेत, ते बघितलं. असा अर्धा-पाऊण तास काढून तो घरी परतला.

निर्मला त्याची वाट बघत होती. खिशातून एक रिकामी बाटली काढून तिच्या हातात देत निरंजन म्हणाला, "सगळ्या घरभर आणि बाहेर अंगणातसुद्धा शिंपडून आलो हे स्पेशल अत्तर. अगदी तुकारामाच्या घरीसुद्धा टाकलं."

"कुणाला संशय तर आला नाही ना तुझा?" तिनं विचारलं.

"छे ग. एवढीशी तर बाटली. माझ्या मुठीत मावते. कोणाला दिसलीसुद्धा नाही. मांजराच्या तीक्ष्ण घ्राणेंद्रियांना हा वास चिकनचा असल्यासारखा वाटेल; पण माणसांना तो जाणवणारसुद्धा नाही. तुला वास येतो आहे का काही?"

निर्मलानं नकारार्थी मान हलवली. तेव्हा निरंजन म्हणाला, "ऑपरेशन पिनीचा पहिला टप्पा यशस्वीपणे पार पडला आहे. आता पुढची पायरी. पण त्यासाठी रात्र पडायला हवी."

उमेशच्या कुटुंबाचा तो दिवस अगदी खुशीत पार पडला. त्यांचा हेतू सफल झाला होता. निर्मलानं शरणागती पत्करली होती. आपल्या वाढत्या वैभवाची स्वप्नं बघत उमेश, उमा आणि शेखर झोपी गेले.

रात्री केव्हातरी उमेशला जाग आली, ती कसल्यातरी आवाजानं. काय आवाज झाला हे उमेशच्या लक्षात येईना. तो कान देऊन ऐकू लागला. जरा वेळ गेला तरी परत कुठला आवाज ऐकू आला नाही. तेव्हा त्यानं तो नाद सोडून दिला. आपल्याला भासच झाला असावा, पण जाग आलीच आहे तर थोडं पाणी प्यावं, असा विचार करून तो उठून बसला आणि त्याच्यावर रोखलेले दोन डोळे त्याला दिसले.

ही गोष्ट इतकी अनपेक्षित होती, की त्याच्या अंगावर सर्रकन काटा आला.

त्यानं नीट बघितलं. नाईट-लॅम्पच्या अंधारात अंधूक उजेडात खिडकीखाली मांजर बसलेलं दिसतच होतं. दिव्याचा उजेड असा पडला होता, की त्याचे डोळे तेवढे चमकत होते.

उमेश धडपडत उठला आणि त्यानं दिवा लावला.

खिडकीखाली काही नव्हतं!

आपल्याला भास झाला का? पण ते डोळे...?

दिव्यामुळे उमावहिनींची झोप चाळवली गेली. डोळे मिटल्या-मिटल्याच त्यांनी विचारलं,

"काय झालं? दिवा का लावलात?"

"अगं, मांजर आलं होतं इथे?"

"छे! मांजर कुठे आहे आता? मेली की ती निर्मलाची लाडकी. मांजर-बिंजर काही नाही. झोपा आता."

उमेशनं दिवा मालवला आणि तो आडवा झाला. पण वहिनींची झोप चाळवली ती चाळवलीच. त्यांना परत झोप लागेना. जरा लोळून काढल्यावर त्या कंटाळल्या आणि त्यांनी शेजारच्या टीपॉयवरचं घड्याळं उचलून पाहिलं. पाच वाजायला आले होते.

त्या उठल्या. नाहीतरी आणखी अर्ध्या तासानं त्यांची उठायची वेळ होणारच होती. तोंड धुवून त्या स्वयंपाकघरात गेल्या. त्यांनी दिव्याचं बटण दाबलं आणि ओट्यावर बसलेली पिनी त्यांना दिसली.

"आई गं..." दचकून त्यांच्या तोंडून उद्गार बाहेर पडला. ही तर मेली आहे ना? मग इथं कशी आली ही? असा विचार त्यांच्या मनात येत असतानाच पिनीनं त्यांच्याकडे रोखून पाहिलं आणि ती उडी मारून मधल्या खोलीत पळून गेली.

दबकलेल्या वहिनींनी दुधाचं पातेलं काढण्यासाठी फ्रीज उघडला आणि फ्रीजच्या शेजारी कोपऱ्यात बसलेली पिनी त्यांना दिसली.

पिनी आत्ताच तर मधल्या खोलीकडे पळाली आणि इथे बसलेली कशी दिसते आहे? आपल्या पिनीचं भूत तर नाही ना हे? हेच तर मघाशी उमेशना दिसलं नसेल ना?

क्षणार्धात हे सगळे विचार वहिनींच्या मनात येऊन गेले आणि पहाटेच्या गार हवेतही त्यांना घाम फुटला.

तेवढ्यात पिनी पळून गेली.

दूध काढायचं सोडून वहिनी मटकन खाली बसल्या. त्यांचं अपराधी मन त्यांना खाऊ लागलं. आपण त्या मुक्या प्राण्याला छळल्यामुळे तर आपल्याला छळायला ती भूत होऊन आली नसेल ना?

छे, छे:! काहीतरीच काय? भूतबित काही नसतं. उगाच आपल्या मनाचे खेळ असतात झालं. स्वत:च्या मनाची समजूत घालत वहिनी उठल्या आणि त्यांनी चहाचं आधण ठेवलं.

थोड्याच वेळात उमेश उठून आला. ते दोघं इकडचं-तिकडचं बोलत चहा घेत असताना शेखरही जेवणघरात आला. त्याच्याकडे आश्चर्यानं बघत वहिनींनी विचारलं,

"काय रे आज इतक्या लौकर उठलास?"

"अगं केव्हाचा जागा आहे मी." तो म्हणाला.

"का बरं? बरं-बिरं नाही की काय?"

त्यांच्या प्रश्नांचं उत्तर न देता शेखरनं विचारलं,

"आई ती पिनी मेली आहे ना?"

त्याच्या प्रश्नासरशी हातातले कप तसेच धरून दोघंही त्याच्याकडे बघू लागले.

"हो. निरंजन म्हणाला नाही का तसं?"

"खोटं बोलला तो. कारण पिनी चांगली टुणटुणीत आहे. रात्री केव्हातरी माझ्या गादीत येऊन झोपली होती. पहाटे मला जाग आली तेव्हा लक्षात आलं. मी तिला लाथ मारली, तेव्हा ती पळून गेली."

"अरे, आमच्या खोलीतपण ती आली होती." उमेश म्हणाला आणि त्यानं पहाटेची हकिकत सांगितली. त्यावर शेखर म्हणाला,

"ती नक्कीच जिवंत असणार आणि निरंजननं तिला आपल्या घरात सोडलं असणार. आपण घाबरावं म्हणून त्यानं ती मेल्याचं सांगितलं. पण आम्ही लेचेपेचे नाही आहोत म्हणावं! पिनी मेली नसली तरी आता तिला मारून टाकू. खलासच करू." शेखर तावातावानं म्हणाला.

"मला तर काही वेगळंच वाटतं आहे. आज मला दोन पिन्या दिसल्या." वहिनी म्हणाल्या.

"दोन पिन्या!" उमेश आणि शेखर एकाच आवाजात उद्गारले.

"हो. आज पहाटे..." वहिनी हकिकत सांगू लागल्या. सांगता-सांगता त्यांचं बाहेर लक्ष गेलं आणि डोळे विस्फारून त्या बघू लागल्या. त्यांचा आविर्भाव बघून उमेश आणि शेखरनं बाहेर नजर टाकली आणि तेही चकित होऊन बघत राहिले. जेवणघरातून दोन घरांमधली भिंत दिसत होती.

दोन घरांमधल्या सात फूट उंचीच्या त्या भिंतीवर तीन पिन्या बसल्या होत्या! एकामागे एक अशा तीन मांजरी. हुबेहूब पिनीसारख्या आणि एकच पोझ घेऊन ऊन खात भिंतीवर बसल्या होत्या.

निदान त्या तिघांना तरी तशा तीन पिन्या दिसत होत्या. वहिनींना गरगरायलाच लागलं. उमेशचंही सगळं अवसान गळालं. हे काय होतं? पिनी खरंच भूत झाली की काय?

शेखरही हबकलाच होता; पण उसनं अवसान आणून तो म्हणाला, "हे सगळं निरंजनचं कारस्थान आहे. त्यानं हे मुद्दामच केलं आहे सगळं."

"अरे, पिनीची पिल्लं असतील ही." एकदम लक्षात घेऊन उमेश म्हणाला.

"पण आपल्या घरात कशाला सोडलीय त्यानं ही पीडा?" शेखर म्हणाला. तेवढ्यात स्वयंपाकघरात काहीतरी पडल्याचा आवाज झाला. वहिनी गडबडीनं उठून आत गेल्या आणि चक्रावून बघतच राहिल्या.

ओट्यावरचं दुधाचं पातेलं आडवं झालं होतं आणि हुबेहूब पिनीसारखी दिसणारी तीन मांजरं लपालपा दूध पित होती. त्यांची चाहूल लागताच ती पळून गेली.

ही सगळी पिनीची पिल्लं आहेत? कसं शक्य आहे?

पण तरीही ती पिनीची पिल्लं असावीत, या स्पष्टीकरणानं त्यांना जरा हायसं वाटलं होतं. त्यांनी जेवणघरात जाऊन पाहिलं. भिंतीवरच्या पिन्या नाहीशा झाल्या होत्या.

"आई गं, हे नक्की निरंजनचंच कारस्थान आहे. आपल्याला त्रास देण्यासाठी मुद्दाम केलंय त्यानं. पण आपण सगळ्यांना हाकलून लावू नाही तर सरळ गोळीच घालू."

"नको रे बाबा. कशाला उगाच मुक्या जनावराला मारायचं?"

वहिनी म्हणाल्या. ज्या पिनीवर आपण आधी माया केली, तिचाच पुढे छळ केला याबद्दल त्याचं मन त्यांना खात होतं.

पण पुढच्या दोन दिवसांत त्या मांजरांनी इतका धुमाकूळ घातला, की काहीही करून ही पीडा टळेल तर बरं, असं त्यांना झालं.

स्वयंपाकघर आणि कोठीघर या दोन खोल्यांमध्ये सारख्याच एक-दोन पिन्या दिसायच्या. कोणाची चाहूल लागली की पळून जायच्या आणि संधी मिळाली की परत यायच्या.

धान्यसाठवणीच्या खोलीत तर सततच तीन-चार पिन्या दिसू लागल्या. तिथे धान्याच्या पोत्यांच्या थप्प्या होत्या. काही अर्धी भरलेली पोती होती. पाट्या होत्या आणि अर्थातच उंदीर होते. तिथे तर मांजरांनी अगदी उच्छाद मांडला. खोलीची एक खिडकी पूर्ण बंद होत नव्हती. तिची निकड तोपर्यंत कधी भासली नव्हती. पण आता ती खिडकी म्हणजे मांजरासाठीच खास प्रवेशद्वार असल्यासारखं झालं.

खायला काहीतरी मिळेल या आशेनं ती सगळी मांजरं स्वयंपाकघरात, कोठीघरात आणि धान्यसाठवणीच्या खोलीत घुसत होती हे समजण्यासारखं होतं; पण इतर खोल्यांमध्येही ती सारखी वास घेत का फिरत होती, हे मात्र त्या तिघांपैकी कोणालाही उलगडत नव्हतं.

आणि मांजरं होती तरी किती? सहा? दहा? पंधरा?

सारखीच सगळीकडे मांजरं दिसत होती. ज्यात-त्यात तोंडं घालत होती. गाद्यांवर, उश्यांवर, पोत्यांवर चढून बसत होती, मध्येच एकमेकांशी कचकचून भांडत होती आणि जिकडे-तिकडे घाण करून ठेवत होती. त्यांच्यामुळे रात्री झोप मिळणं अशक्य झालं होतं. रात्री ती अंथरुणात येत होती. पांघरुणात शिरून झोपत होती. केव्हातरी मध्ये जाग येऊन शेखरनं किंवा दुसऱ्या कोणी लाथ घातली, की पळून जात होती. आणि पुन्हा थोड्या वेळानं गुपचूप येऊन अंथरुणात झोपत होती.

असे दोन दिवस गेले. तिसऱ्या दिवशी सकाळी शेखर जागा झाला, तेव्हा त्याच्या अंथरुणात तीन पिन्या मुटकुळं करून झोपल्या होत्या. पांघरुणावर मांजराची विष्ठा होती.

शेखर धडपडत उठला, ''ए ऊठ, बापाचं राज्य आहे का तुमच्या? हलकट साल्या.'' असं म्हणत त्यानं त्या मांजरांना सणसणीत धपाटे घातले. त्याचबरोबर तिन्ही मांजरी धडपडत पळून गेल्या. तो पलंगावरून खाली उतरला आणि मांजरीचं रात्रीचं कर्तृत्व त्याला दिसलं.

त्या मांजरींनी रात्री उंदीर किंवा घूस असं काहीतरी मारलं होतं आणि ते घेऊन शेखरच्या खोलीत आल्या होत्या. शेखर झोपलेला असल्यामुळे त्यांना मैदान मोकळं मिळालं होतं. तिथे बसून त्यांनी तो मारलेला प्राणी निवांतपणे खाल्ला होता. आणि त्याचे अवशेष तिथेच टाकून त्या गादीत शिरून गुडूप झोपल्या होत्या.

उंदराची किंवा घुशीची शेपटी, कातडीचे तुकडे, नखांचे तुकडे, केस असे विखरून पडलेले अवशेष बघून शेखरच्या तळपायांची आग मस्तकाला भिडली. तोंडसुद्धा न धुता तरातरा तो शेजारी गेला.

निरंजन चहा घेत वर्तमानपत्र वाचत बसला होता. त्याच्या समोर उभं राहून शेखरनं तोंडाचा पट्टा सोडला.

निरंजननं थोडा वेळ त्याचं ऐकून घेतलं आणि मग तो शांतपणे म्हणाला, ''तू काय म्हणतो आहेस? पिनीचं काय? ती मेली आणि ती इथून गेल्यावर तिला पिल्लं कधीच झाली नाहीत. तुम्ही तिला इतकं मारलं होतं, की बिचारी सारखी आजारीच होती. ही दुसरी कोणतीतरी मांजरं असतील.''

''दुसरी कोणती नाहीत. नक्की तिचीच पिल्लं आहेत. अगदी हुबेहूब तिच्यासारखी आहेत. काडीचाही फरक नाही. त्या आठ-दहा मांजरींनी नुसता हैदोस मांडला आहे. पण हे...''

''काय? आठ-दहा?'' निरंजन आश्चर्यानं ओरडला, ''इतकी पिल्लं होतात तरी का एका मांजरीला?''

''नाही होत. मला माहीत आहे. पण तूच त्या मांजरी आणल्या आहेस. काही तरी गोची केली आहेस. तू क्लोन केला असशील तिचा...''

''क्लोन? इतके? आणि क्लोन करणं ही इतकी सोपी सहज करता येणारी गोष्ट वाटली का तुला? त्यासाठी किती कष्ट... केवढा खर्च.. अर्थात, तुला काय कल्पना असणार म्हणा! जेमतेम बारावी झाला आहेस तू.''

''माझं शिक्षण काढायचं काम नाही.'' शेखर रागानं म्हणाला. ''मुकाट्यानं तुझ्या त्या सगळ्या मांजरांना घेऊन जा आमच्या घरातून, नाहीतर बघ.''

''एऽ, धमक्या कुणाला देतोस? आणि माझ्या कुठल्या मांजरी? पिनीची भुतं असतील ती. तुमचा सूड घेण्यासाठी आलेली.''

''असं काय? थांब बघूनच घेतो तुझ्याकडे.'' रागारागानं शेखर घरी परतला.

"सगळ्या मांजरांचा निकालच लावतो मी. असं म्हणून त्यानं हातात काठी घेतलेली बघून उमावहिनी म्हणाल्या, "शेखर, अरे ठार मारू नकोस हो. आपल्या घरात मांजर मरणं अशुभ असतं."

"कसलं शुभ आणि कसलं अशुभ! वेडगळ समजुती आहेत सगळ्या." मांजरांचा निकाल लावण्याचा बेत उमेशलाही पसंत होता. तोही हातात काठी घेऊन शेखरबरोबर मांजर मारण्याच्या, किंवा निदान हाकलून देण्याच्या मागे लागला.

पण हातात काठी असली तरी मांजराला रट्टा मारणं सोपं नव्हतं. मांजरं ठिकठिकाणी दिसत होती; पण काठी उगारली की पळून जात होती. पिनीसारखी ती घरच्या माणसांना सरावलेली नव्हती. दोन-तीन मांजराना रट्टे बसेपर्यंत एक ट्युबलाईट, एक संगमरवरी मूर्ती आणि दोन खिडक्यांच्या काचा फुटल्या होत्या आणि या गडबडीत एकदा पाय घसरून उमेश जोरदार आपटला होता.

असं करून मांजराचा निकाल लावता येणार नाही, हे शेखरच्या लक्षात आलं. त्यासाठी मांजराला कोंडीत पकडलं पाहिजे, असं त्यानं ठरवलं. त्यानं कोणाला न सांगता बाजारातून पेढे आणले. आणि पेढ्यांचा पुडा उपडा करून आपल्या खोलीतल्या टेबलावर ठेवला. खोलीच्या दोन्ही खिडक्या बंद केल्या आणि खोलीच्या दाराबाहेर थोड्या अंतरावर एक खुर्ची ठेवून तो डोळ्यांसमोर पुस्तक धरून बसला.

त्याच्या अपेक्षेप्रमाणे थोड्या वेळात एक पिनी पळत खोलीत जाताना त्याला डोळ्यांच्या कोपऱ्यातून दिसली. त्यानं हातातलं पुस्तक खाली ठेवलं आणि झटकन खोलीत शिरून त्यानं दार लावून घेतलं.

पुड्यातल्या पेढ्यांवर ताव मारणाऱ्या मांजरीनं आवाजासरशी चमकून मागे वळून बघितलं. आणि टेबलावरून खाली उडी मारली. शेखरनं कोपऱ्यात ठेवलेली काठी उचलली, तशी ती आधी दाराच्या आणि मग खिडकीच्या दिशेने पळाली. तिथून जायला वाट नाही, हे लक्षात येताच ती पलंगाखाली घुसली. शेखरच्या काठीचा तडाखा आधी दारावर मग खिडकीवर बसला; पण पिनीला काही लागलं नाही. त्यानं खाली वाकून पलंगाखाली काठी खुपसल्यावर ती पळत टेबलावर चढली आणि शेखर तिथे येताच परत पलंगाखाली गेली. असं तीन-चार वेळा झाल्यावर शेखर वैतागला. त्यानं पलंगावरची गादी उचलून टेबलावर ठेवली आणि पलंग उभा करून टाकला.

आता पिनीला लपायला कुठे जागा शिल्लक राहिली नाही. ती सैरावैरा धावू लागली आणि शेखरच्या काठीचे दोन फटके तिला बसले. दुसऱ्या फटक्यानी ती अगदी कळवळली आणि उभ्या केलेल्या पलंगावर चढून बसली. ती भयंकर दमली होती. आणि पिनीनं एकदम आक्रमक पवित्रा घेतला. त्याच्याकडे रोखून बघत, दात विचकून ती मोठ्यानं फिसकारू लागली. तिचे वटारलेले आणि रोखलेले डोळे, ताठरलेले केस आणि त्याच्याकडे बघून हिंस्रपणे फिस्कारणं त्याला

अगदी अनपेक्षित होतं. क्षणार्धात ती एक रानटी हिंस्त्र पशू बनली होती.

शेखर थबकला. आता त्याला तिची भीती वाटू लागली.

पण भिण्याचं काही कारण नव्हतं. कारण तो तिच्यापेक्षा कितीतरी पटीनं मोठा होता आणि शिवाय त्याच्या हातात काठी होती. उगारलेली काठी मारण्यासाठी त्यानं डोक्यावरून आणखी मागे नेली आणि तो काठी खाली आणत असतानाच पिनीनं त्याच्या अंगावर झेप घेतली.

त्याच्या गळ्याजवळ पाय रुतवून त्याच्या अंगावर लटकली आणि त्याच्या गळ्याला, हनुवटीला चावू लागली.

"ए हे – हे काय, ए – जा, एऽऽ"

शेखर ओरडू लागला. त्याच्या हातातली काठी गळून पडली. पिनीला धरून फेकून देण्याचा तो प्रयत्न करू लागला; पण तिनं नखं घट्ट रुतवली होती. तिच्या नखांनी त्याची कातडी फाटू लागली.

"आई गं,... बाबा..."

शेखरच्या हाका कानावर पडल्या, तशी उमेश आणि वहिनी दोघेही धावत आले. काहीतरी विपरीत घडतं आहे, हे त्यांना जाणवलं.

खोलीचं दार बंद होतं. "शेखर अरे काय झालं? दार उघड." असं म्हणत वहिनी दारावर थापा मारू लागल्या. उमेश धावत जाऊन काठी घेऊन आला.

"त्यानं मांजराला कोंडलंय का? मांजराला कधी कोंडून त्याच्यावर हल्ला करू नये. ते फार हिंस्त्र बनतं. अरे बाबा, दार उघड ना" रडकुंडीला येत वहिनी परत म्हणाल्या.

पिनीला ओढून काढण्याचा प्रयत्न करून शेखरनं कसंबसं दार उघडलं. त्याच्या गळ्याशी लटकलेली मांजरी बघून उमेशनं संतापानं काठी उगारली. पिनीशी चाललेल्या झटापटीत शेखरचं डोकं खाली झुकलं आणि नेमकी त्याच क्षणी उमेशची काठी खाली आली. पिनीऐवजी शेखरच्या डोक्यावर काठीचा फटका बसला आणि तो खाली कोसळला. पिनी धडपडत पळून गेली.

शेखरची शुद्ध हरपली होती. गळ्याच्या आणि छातीच्या जखमांमधून रक्त वाहत होतं. हनुवटी रक्ताळलेली होती आणि सुजायला लागली होती. उमेशनं तुकारामाला जोरजोरात हाका मारल्या आणि मग त्या दोघांनी मिळून शेखरला उचलून पलंगावर ठेवलं. थोड्याच वेळात डॉक्टर आले आणि शेखरला त्यांच्या रुग्णालयात दाखल करण्याचं ठरलं.

शेजारच्या घरात चाललेली गडबड निर्मला आणि निरंजनच्या कानांवर थोडीथोडी पडत होती. बेशुद्ध शेखरला गाडीत ठेवल्याचं आणि घेऊन गेल्याचं दिसलं आणि मग तुकारामला गाठून निरंजननं सगळी हकिकत काढून घेतली.

"आई, आता आपण मुंबईला जायला हरकत नाही. काका-काकूला चांगली अद्दल घडली आहे. आता या प्रयोगाच्या या टप्प्याची सगळी माहिती नीट लिहून काढून मला माझ्या गाईडना दाखवायची आहे. माझा क्लोनिंगचा प्रयोग यशस्वी झाला हे तर पिनीचे आठ क्लोन जन्माला आले, तेव्हाच मला कळलं होतं. पण तिच्या जनुकांमध्ये मी जे बदल केले होते, तेही यशस्वी झाले आहेत. ह्या मांजरी अधिक आक्रमक झाल्या आहेत. आता हे सगळं शास्त्रीय भाषेत लिहून काढायला हवं." घरात येत तो म्हणाला.

"आज रात्रीच निघू या की मग." निर्मला म्हणाली आणि तिनं सरूला हाक मारली. सगळं आवरून घर बंद करायला हवं होतं. मुद्दाम तयार करून घेतलेल्या, हवा खेळती राहील अशा ज्या दोन लाकडी पेट्यांमधून त्यांनी पिनीचे आठ क्लोन आणले होते, त्यांना परत नेण्याची मात्र आता गरज नव्हती.

शेखरच्या बरोबर गेलेल्या उमावहिनी रात्री परतल्या. उमेश त्याच्या सोबतीला रुग्णालयातच झोपणार होता. शेखर तासभरातच शुद्धीवर आला होता. नीट बोलत होता. पण डोक्यावर मार बसल्यामुळे अठ्ठेचाळीस तास रुग्णालयात निरीक्षणासाठी त्याला ठेवायला सांगितलं होतं आणि जखमा भरून यायला काही दिवस लागणार होते.

त्या शेखरबरोबर गेल्या, तेव्हा त्यांचा स्वयंपाक झाला होता आणि भांडी टेबलावर ठेवून त्या जेवणाची तयारी करत असतानाच शेखरच्या हाका त्यांच्या कानांवर पडल्या होत्या. त्या परतल्या, तेव्हा त्या अन्नावर मांजरींनी उड्या मारून अन्न सांडलेलं चिवडलेलं दिसत होतं. स्वयंपाकघरात दुधाचं पातेलं पालथं झालेलं होतं आणि दूध सगळीकडे पसरलेलं होतं.

त्या स्वयंपाकघरातून बाहेर आल्या आणि बैठकीत सुन्नपणे बसून राहिल्या. वेगवेगळ्या पिन्या त्यांच्या घरात इकडून, तिकडून पळताना त्यांना अधूनमधून दिसत होत्या आणि त्या हताशपणे बघत होत्या. पिनीला त्यांनी जो त्रास दिला होता, त्याचा पुरेपूर वचपा जणू त्या काढीत होत्या!

(विज्ञानयुग - दीपावली १९९८)

## तर्काचं बोट धरून....

शनिवारची संध्याकाळ होती. अनुयाबरोबर रमत-गमत, विंडोशॉपिंग करत 'कुबेर' मार्गावरून चाललेल्या तन्मयच्या हाताला हिसका बसल्यामुळे तो एकदम थांबला, आणि त्यानं वळून पाहिलं. त्याच्या हातातला हात तसाच ठेवून अनुया एका दुकानाच्या मोठ्या प्रदर्शनी काचेसमोर उभी होती आणि टक लावून काहीतरी बघत होती.

"काय गं, काय बघतेस एवढं?" पाऊलभर मागे येत त्यानं विचारलं.

"अरे, ते बघ, तो माणूस बघ."

तिनं दाखवलेल्या दिशेनं बघत तन्मय म्हणाला, "यंत्रमानव आहे तो. म्हणजे यंत्रमानवाची नुसती प्रतिकृती आहे ती. आतली सगळी यंत्रणा त्यात अजून बसवलेलीही नसेल."

मग दुकानाचं नाव वाचत आणि आतल्या भागावर नजर टाकत तो म्हणाला,

"हरप्रकारची कामं करू शकणारे यंत्रमानव विकणारं दुकान आहे हे. शिवाय गिऱ्हाइकाच्या गरजेप्रमाणे विशिष्ट काम करू शकणारे यंत्रमानव तयार करवून देण्याचंही काम करतात ते. आपली काही खास मॉडेल्स त्यांनी या दर्शनी भागात मांडलेली असणार."

"हो रे. ते कळलं मला. मी तुला दाखवतेय ते समोरचं पुरुषाचं मॉडेल. बघितल्यासारखं नाही वाटत ते?"

"हं... आता तू म्हणते आहेस तर वाटतंय खरं कुठेतरी पाहिल्यासारखं."

"कुठेतरी काय! आपल्या शेजारीच पाहिला आहे आपण असा माणूस. आपल्या शेजारच्या बंगल्यात पंधरा दिवसांपूर्वी आलेल्या नवीन बिऱ्हाडातला एक जण अगदी असाच नाही का दिसत? म्हणजे चेहरामोहरा वेगळा आहे; पण एकंदर शरीराची ठेवण, उंची, अंगावरचे कपडे... अगदी याचा भाऊ शोभेल असा आहे तो. नाही का?"

"नवीन बिऱ्हाडातला माणूस म्हणजे तो रोहित काळे म्हणतेस का? तेवढा एकच तर पुरुष आहे त्यांच्यात. चार दिवसांपूर्वी संध्याकाळी लाँड्रीत जाताना वाटेत तो भेटला होता. स्वत:हून मुद्दाम ओळख करून घेतली त्यानं. घरी आल्यावर तुला सांगणार होतो, पण विसरूनच गेलो." तन्मय म्हणाला.

"तो या मॉडेलसारखा दिसतो की नाही अगदी? दोघं अगदी भाऊ-भाऊ शोभतील."

"आहे खरं बरंचसं साम्य. आता तो भेटला की त्याला सांगितलं पाहिजे, की बाबा रे, तू अगदी यंत्रमानवासारखा म्हणजे एका यंत्रासारखा दिसतोस."

असं म्हणून तन्मय मोठ्यानं हसला आणि पुढे चालू लागला. अनुयाही त्याच्याबरोबर पावलं टाकू लागली. पण... तिच्या डोक्यातले विचार मात्र धावू लागले.

रोहित यंत्रमानवासारखा दिसतो... की तो यंत्रमानवच आहे?

पंधरा दिवसांपूर्वी शेजारच्या बंगल्यात नवीन बिऱ्हाड आल्यापासून ती बघत होती आणि दुरून दिसणाऱ्या त्याच्या एकंदर वावरण्यामुळे बुचकळ्यात पडत होती.

त्यांच्या आणि शेजारच्या बंगल्यात साधारण दोनशे फुटांचं अंतर होतं. दोन्ही बंगल्यांचं मुख्य दार पूर्वेकडे होतं. शेजारच्या बिऱ्हाडाचं सामान घेऊन आलेल्या ट्रकच्या आवाजानं अनुया बाहेरच्या व्हरांड्यात गेली होती आणि ट्रकमधलं सामान उतरवून, ते आत नेण्याचं काम संपेपर्यंत तिथेच उभी राहिली होती. ट्रकपाठोपाठ एक सेकंडहँड असावीशी वाटणारी किंवा निदान पंधरा-वीस वर्षं वापरल्यासारखी दिसणारी गाडी येऊन बंगल्यासमोर थांबली होती. त्यातून आधी रोहित उतरला होता. त्याच्यापाठोपाठ एक तरुणी उतरली होती. आणि तिनं आतल्या पिशव्या वगैरे सामान काढायला सुरुवात केली होती. रोहितनं गाडीच्या पाठीमागच्या डिकीत मिटवून ठेवलेली एक व्हीलचेअर काढली होती. ती उघडली होती आणि मग मागच्या सीटवरून एका वयस्क स्त्रीला अलगद उचलून, हलकेच बाहेर काढून खुर्चीत बसवलं होतं. ती खुर्ची ढकलत तो बंगल्यात घेऊन गेला होता. गाडीतून काढलेल्या पिशव्या घेऊन ती तरुणीही आत गेली होती. थोड्याच वेळात रोहित बाहेर आला होता आणि ट्रकमधून सामान उतरवणाऱ्या दोघा माणसांना मदत करू लागला होता. सगळं सामान आत नेईपर्यंत तो त्यांच्या बरोबरीनं काम करत होता. पण ती तरुणी मात्र कुठल्याही सामानाला हात लावायला आली नव्हती. फक्त मध्ये एकदा बाहेर येऊन तिनं रोहितला काहीतरी सांगितलं होतं आणि ती आत गेली होती. हातातलं सामान खाली ठेवून रोहितनं त्याच्या गाडीतून एक लहानसं खोकं बाहेर काढलं होतं आणि रोहित ते आत घेऊन गेला होता. लगेच बाहेर येऊन त्यानं परत कामाला सुरुवात केली होती.

"बायकोचा बराच रुबाब दिसतोय एकंदरीत." अनुयाच्या मनात आलं होतं.

नंतरच्या पंधरा दिवसांतही रोहितच घरात आणि घराबाहेर काम करताना

दिसायचा. अनुयाचं आणि शेजारच्या बंगल्याचं स्वयंपाकघर समोरासमोर होतं; पण दोन बंगल्यांमध्ये बरंच अंतर असल्यामुळे आणि दोघांच्याही खिडक्यांना पडदे असल्यामुळे स्पष्ट काही दिसलं नाही, तरी सकाळी आणि संध्याकाळी म्हणजे स्वयंपाक करण्याच्या वेळी स्वयंपाकघरात रोहितच वावरत असल्याचं अनुयाच्या लक्षात आलं होतं. उन्हं कमी झाली की रोज तो चालत बाहेर जातो आणि येताना पुष्कळदा त्याच्या हातात सामानाच्या पिशव्या असतात, हेही तिच्या लक्षात आलं होतं. खरं तर त्याचा सगळा दिनक्रम तिला साधारणपणे माहीत झाला होता.

सकाळी साडेसहाच्या सुमारास शेजारच्या घराचा दरवाजा उघडल्याचा आवाज झाला, की अनुया बाहेर नजर टाकायची आणि तिला रोहित त्याच्या बागेत दिसायचा. थोड्या वेळानं तो आत जायचा आणि साडेआठच्या सुमारास गच्चीत यायचा. त्यानंतर अर्धा तास तो गच्चीतच असायचा. सकाळच्या कोवळ्या उन्हात तो अर्धा तास घालवायचा. कधी काही वाचत बसायचा. कधी एखादी छोटी-मोठी दुरुस्ती करायचा, तर कधी नुसताच उभा असायचा. असा अर्धा तास गेला, की घरात जायचा. उन्हाळ्याला सुरुवात झाल्यामुळे रोज उन्हाचा ताण वाढत होता, तरी त्याचा हा क्रम कधी चुकला नव्हता.

दुपारी साडेचार-पाचच्या सुमारास तो बाहेर जायचा आणि तास-दीडतासानं परत यायचा. त्यानंतर अधूनमधून कधीतरी बागकाम करताना दिसायचा. ते झालं की तो स्वयंपाकघरात वावरत असल्याचं दुरून लक्षात यायचं.

त्याचा हा सर्वसाधारण दिनक्रम अनुयाला माहीत झाला होता. त्याची बायको मात्र फारशी कधी दिसायची नाही. व्हीलचेअरमधून त्या वयस्क बाईला– ती बहुधा त्याची किंवा तिची आई असावी– तो कधी कधी व्हरांड्यात संध्याकाळच्या वेळी आणून बसवायचा. आपणही तिथेच बसायचा आणि अर्ध्या-पाऊण तासानं तिला परत आत घेऊन जायचा.

एकंदरीत, तो पुरुष असूनही घरातलं सगळं काम करतो, त्याची बायको फारसं काही न करता आराम करते, हे तिला माहीत झालं होतं आणि नवल वाटत होतं.

आणखी एक महत्त्वाची गोष्ट तिच्या लक्षात आली होती. तो कधीही कामाला बाहेर जाताना दिसत नव्हता. त्याचा काही नोकरी-व्यवसाय असल्याचं दिसत नव्हतं. आणि याही गोष्टीचं तिला आश्चर्य वाटत होतं.

दुकानाच्या काचेमागे यंत्रमानवाचं मॉडेल दिसलं आणि तिला एकदम कोडं सुटल्यासारखं वाटलं.

रोहित हा यंत्रमानव असला पाहिजे. घरातली विविध कामं करण्यासाठी निर्माण केलेला आणि आपण जिला त्याची बायको समजतो, ती त्याची मालकीण असली

पाहिजे. तिची आई अपंग असल्यामुळे तिनं मदतीसाठी यंत्रमानव विकत आणलेला असावा.

म्हणजे ती बरीच श्रीमंत आहे का?

तसं वाटत तर नाही. बंगला तिनं विकत घेतला आहे, की भाड्यानं घेतला आहे? तिची गाडी तर जुनीच आहे.

काही असो. पण घरात यंत्रमानव असल्यामुळे तिला किती सुखाचं आहे!

त्या दिवशी रात्री झोपेपर्यंत अनुयाच्या डोक्यात रोहितचे विचार घोळत होते. पुढचे चार-पाच दिवस तिनं रोहितच्या हालचालींवर शक्य तेवढं बारीक लक्ष ठेवलं आणि तो यंत्रमानव असल्याबद्दल तिची खात्री पटली. त्याच्या सगळ्या हालचाली थोड्या कडक; पण ताकदवान व्यक्तीसारख्या होत्या.

त्याचबरोबर तिच्या मनात एका नव्या विचारानं जन्म घेतला. आपल्या मदतीसाठी असा एखादा यंत्रमानव असता तर!

यंत्रमानवाच्या किमती प्रचंड असतात, विशेषत: नर्सिंग किंवा घरकाम करू शकणारे यंत्रमानव फार महाग असतात, कारण विविध प्रकारच्या आणि कमी-जास्त बळ वापरून करायच्या हालचाली करण्याची त्यांच्यात क्षमता असावी लागते, हे तिला माहीत होतं. पण त्याचबरोबर तिला असंही वाटत होतं, की साधारण आपल्याच सारखी परिस्थिती असलेल्या आपल्या शेजारणीला जर यंत्रमानव घेणं परवडतं, तर आपल्याला का परवडू नये? तिनं आपल्या मनातले विचार आणि पंधरा-वीस दिवसांच्या निरीक्षणाविषयी तन्मयला सांगितलं, तेव्हा तो हसायलाच लागला.

"अरे, हसतोस काय नुसता? माझं म्हणणं अगदी तर्कसंगत आहे. मी म्हणते ते बरोबर आहे. असं नाही वाटत तुला?

"बरोबर? तुझा तर्क म्हणजे 'सुतावरून स्वर्गाला जाणं' या म्हणीचं उत्तम उदाहरण आहे.''

"म्हण तू तसं. पण मला तर नक्की वाटतं की तो यंत्रमानव आहे. रोज न चुकता अर्धा तास उन्हात उभा राहतो. आता या उन्हाळ्याच्या दिवसांत....

"मग? उन्हात उभा राहिला तर? त्यानं काय सिद्ध होतं?''

"अगदी अलीकडेच नाही का वर्तमानपत्रात बातमी आलेली, की नवीन प्रकारच्या यंत्रमानवात जे सौरऊर्जाघटक असतात, सोलर सेल्स असतात. त्यांचं कार्य चांगलं चालण्यासाठी रोज फक्त अर्धा तास ते उन्हात ठेवले तरी पुरतं.''

"अच्छा, असं म्हणते आहेस! पण मग तो रोहित रोज उन्हात उभा राहून स्वत:चं डोकं उघडून त्यातले सेल बाहेर काढून उन्हात ठेवतो का?''

"अरे, तसं कशाला करायला हवं? कदाचित त्याच्या डोक्यात किंवा जिथे कुठे ते सेल्स बसवलेले असतील, तिथे एखादी पारदर्शक खिडकी असेल आणि त्यातून

ऊन आत शिरून त्या सेल्सवर पडत असेल.''

''बराच विचार केला आहेस की तू या विषयाचा. पण तुझं म्हणणं खरं मानलं तरी त्याचा आपल्याशी काय संबंध? आपल्याला काही यंत्रमानव परवडणार नाही.''

''ते माहीत आहे मला. पण आपण नुसती चौकशी तर करू या. कदाचित अलीकडे त्यांच्या किमती कमी झालेल्या असतील.''

तन्मयला तिची ही सूचना मुळीच पसंत नव्हती. पण अखेरीस तिच्या हट्टाखातर पुढच्या रविवारी ते दोघं त्या भव्य दुकानात गेले.

तिथल्या विक्रेत्यानं हसतमुखानं त्यांचं स्वागत केलं आणि त्यांना काय हवं ह्याची चौकशीसुद्धा न करता, दुकानातले विविध प्रकारचे यंत्रमानव दाखवायला सुरुवात केली. विविध प्रकारचे, विविध आकारांचे आणि विविध कामं करू शकणारे यंत्रमानव तिथे होते. बेडकाच्या आकारापासून ते माणसाच्या आकारापर्यंत सर्व प्रकार तिथे होते. स्त्री-पुरुष आणि पाच-सहा वर्षांचा मुलगा, असं एक कुटुंबच दुकानाच्या दर्शनी भागात होतं. त्यातच रोहितसारखा दिसणारा तो यंत्रमानव होता.

सर्व घरकाम करू शकणाऱ्या यंत्रमानवाची किंमत तन्मयनं विचारल्यावर, विक्रेत्यानं जो आकडा सांगितला, तो ऐकून अनुयाला भोवळ यायचीच तेवढी बाकी राहिली. तो विक्रेता पुढे म्हणाला,

''यंत्रिमा - यंत्रमानवासाठी आता हा शब्द वापरात येऊ लागला आहे - फार महाग आहेत असं आधी वाटलं तरी वर्षानुवर्षं, अगदी जन्मभर यंत्रिमा जे काम करतो त्या सगळ्या कामाचा हिशोब केला तर जितके पैसे द्यावे लागतील, त्याच्या एक शतांशदेखील त्याची किंमत नसते. त्यामुळे हल्ली पुष्कळ लोक यंत्रिमा खरेदी करू लागले आहेत. आपल्या गावातसुद्धा आम्ही आतापर्यंत अकरा यंत्रिमा विकले आहेत...''

आपल्या गावात इतके श्रीमंत लोक आहेत! अनुयाच्या मनात आलं.

''यंत्रिमाचं बाह्यरूप कसं असावं ते आम्ही गिऱ्हाइकाच्या मर्जीवर सोपवतो. म्हणजे स्त्री, पुरुष, मूल अगदी माकडसुद्धा. म्हणजे एखाद्याला आपल्या घरात माकड काम करत आहे असं बघायला आवडत असलं तर आम्ही माकडाच्या आकाराचा यंत्रिमा बनवतो.''

विक्रेत्याचं सगळं बोलणं ऐकून आणि विशेषत: यंत्रमानवाची किंमत ऐकून तन्मय आणि अनुया अवाक् झाले होते. ते गप्प बसलेले पाहून विक्रेताच पुढे म्हणाला,

''आमचं एखादं मॉडेल प्रत्यक्ष काम करताना बघायचं असलं तर त्याचीही व्यवस्था आम्ही करतो. तुमच्या जवळच्या भागातल्या घरात दिलेला यंत्रिमा दाखवण्यासाठी आम्ही तुम्हाला प्रत्यक्ष त्या घरी घेऊन जातो. म्हणजे स्वत: बघून, खात्री करून घेता येते. तुम्ही कुठल्या भागात राहता?''

तन्मयनं त्यांच्या भागाचं नाव सांगितल्यावर तो उद्गारला,

"अरे, तिथे आमचं एक गिऱ्हाईक नुकतंच राहायला गेलं आहे. झाले असतील दोन-तीन आठवडे. काळे नाव आहे त्यांचं. हवं तर त्यांच्या घरी आम्ही तुम्हाला..."

"सध्या नको. आमचं अजून नक्की ठरायचं आहे. ठरलं की तुम्हाला कळवतो." असं म्हणून तन्मय आणि अनुया दुकानातून बाहेर पडू लागले, तरी विक्रेत्यानं त्यांची पाठ सोडली नाही. तो म्हणाला,

"एकट्याला यंत्रिमा घेणं शक्य नसलं तर गटानं विकत घेतात हल्ली लोक. मुंबईच्या कितीतरी सोसायट्यांनी अशी खरेदी केली आहे. आणि पाळी-पाळीनं वापर करतात ते त्याचा. शिवाय हप्त्यांचीही सोय...

"आमचं ठरलं की कळवतो" असं म्हणून तन्मय आणि अनुया घाईघाईनं बाहेर पडले.

घरी जाईपर्यंत त्या दोघांचं एकमत झालेलं होतं. यंत्रमानव आपल्याला परवडणार नाही.

पण अनुयाच्या डोक्यातून मात्र तो विषय जाईना. रोहित खरंच यंत्रमानव आहे! आपला तर्क अगदी बरोबर आहे, या विचारानं ती सुखावली होती आणि त्याचबरोबर तिला वाटू लागलं होतं, की घरातलं सगळं काम करणारा असा एखादा यंत्रिमा आपल्याकडे असला तर किती सुखाचं होईल. हल्ली कामाला कोणीही माणूस मिळत नाही. वेगवेगळी कामं करणारी वेगवेगळी यंत्रं असली तरी आपल्यालाच चालवावी लागतात. त्यांची साफसफाई आणि देखभालही करावी लागते. शिवाय यंत्रानं न होणारी कितीतरी कामं हातांनी करावी लागतात. त्याऐवजी एखादा यंत्रमानव असला तर...

आपली काही सोसायटी नाही. पण आपल्या शेजारच्याच घरात एक यंत्रिमा आहे. तो आपण एखादे दिवशी वापरायला आणला तर? वाटलं तर आपण त्याचं भाडं देऊ. पण आपली शेजारीण त्याला कबूल होईल का?

खडा टाकून पाहायला काय हरकत आहे?

मनातला हा विचार पक्का झाला, तशी अनुयानं रोजचं आपलं काम घाईनं उरकलं आणि मग खडा टाकायला ती शेजारच्या बंगल्यात गेली!

तिनं बेल वाजवल्यावर तरुण मालकिणीनं दार उघडलं. जवळून पाहिल्यावर तरुणी खूपच सुंदर आहे, असं तिच्या लक्षात आलं आणि आपण निदान केस तरी नीट वळवून यायला पाहिजे होतं, असं वाटून गेलं.

"या!" ती तरुणी हसतमुखानं म्हणाली.

"मी अनुया. शेजारच्या बंगल्यात राहते. तुमची ओळख करून घ्यावी म्हणून आले. आता आपण शेजारी आहोत, तेव्हा..."

"या नं, या. आत या. बसा."

अनुया कोचावर बसल्यावर तीही बसली आणि म्हणाली,

"मी माया."

"बरं झालं तुम्ही इथे राहायला आलात ते. कितीतरी दिवस रिकामाच होता हा बंगला..." अनुयानं सुरुवात केली आणि मग, नवीन ओळख झालेल्या दोन व्यक्तींचं व्हावं तसं त्यांचं चाचपडत बोलणं सुरू झालं. त्यातून तिला कळलं, की काळे मंडळी पूर्वी गावातल्या गजबजलेल्या भागात राहत होती. तिथली गर्दी आणि सारखा आवाज यांना कंटाळून ते या शांत भागात राहायला आले होते. मायाला माहेरचं कोणी नव्हतं आणि रोहित घरातच काम करत असे. बाहेर ऑफिसला वगैरे जात नसे.

प्राथमिक बोलणं असं चांगलं चालू होतं. पण आपल्याला हवा तो विषय कसा काढावा, हे अनुयाला कळतं नव्हतं. शेवटी तिनं थेट सरळच विचारायचं ठरवलं,

"तुमच्याकडे एक यंत्रिमा आहे ना घरकाम करणारा?"

"हो, आमच्याकडे यंत्रिमा आहे."

"मला तो वापरायला मिळेल का एखाद्या दिवसासाठी? त्याचं काही भाडं किंवा आकार असला तर देईन मी तो."

माया काही क्षण स्तब्ध राहिली आणि मग म्हणाली,

"याचं उत्तर मला शोधावं लागेल. कृपा करून थांबा."

ही असं काय बोलतेय, असं अनुयाला वाटत असतानाच माया म्हणाली.

"उत्तर माझ्याजवळ नाही. मी विचारते," आणि तिनं आवाज चढवून हाक मारली, "रोहित..."

काही क्षणातच रोहित आतून बाहेर आला आणि म्हणाला.

"काय झालं? का ओरडलीस?"

"यांना यंत्रिमा वापरायला हवा आहे."

"यंत्रिमा वापरायला? म्हणजे?"

"म्हणजे एखाद्या दिवशी तू आमच्याकडचं काम करण्यासाठी मला तात्पुरता भाड्यानं हवा आहेस. अर्थात, मायाताई तुमच्या सोयीनं हं, तुम्ही एखाद्या दिवशी हा यंत्रिमा भाड्यानं किंवा उधारीनं... म्हणजे मी आपलं सहज म्हणते आहे... जमण्यासारखं असलं..." बोलता-बोलता अनुया थांबली. आपलं काही चुकतंय की काय, असं तिला वाटू लागलं. कारण विस्मयचकित होऊन रोहित डोळे विस्फारून तिच्याकडे बघत होता. माया मात्र निर्विकार होती.

"अं... रोज मी या रोहितचं काम चाललेलं बघते. रोज तो अर्धा तास उन्हात असतो... शिवाय तुमच्याकडे एक यंत्रिमा विकल्याचं त्या दुकानदारानं..."

"हां... मग बरोबर आहे तुमचं." रोहित म्हणाला. तो आपल्याला हसत तर नाही ना, अशी शंका अनुयाला आली.

"म्हणजे एकंदरीत तुम्हाला माझं काम, म्हणजे या यंत्रिमाचं काम पसंत पडलं तर. आभारी आहे. तुमचं काम करायला माझी तर काही हरकत नाही बुवा. बोला काय काम करायचं आहे तुमचं?"

"काय काम म्हणजे?... म्हणजे तसं..." अनुया आता चांगलीच गोंधळली होती.

"कुठलंही काम करायची तयारी आहे माझी. अगदी खासगी, वैयक्तिक असंसुद्धा. हां... मात्र बेकायदेशीर असं मात्र मी काही करणार नाही हं. काय आहे की आम्हा यंत्रिमांच्या नैतिकतेत ते बसत नाही ना!"

आणि एवढं बोलून खो खो हसू लागला.

अनुया कावरीबावरी झाली आणि उठून उभी राहत म्हणाली, "मायाताई, मी निघते."

"बसा. बसा, मॅडम." हसणं थांबवत रोहित म्हणाला, "तुमचा थोडा गैरसमज झाला आहे. तो मी दूर करतो."

"गैरसमज?"

"हो. आमच्याकडे यंत्रिमा आहे, पण तो यंत्रिमा मी नव्हे. यंत्रिमा आहे ती ही माया. स्त्रीवेशातली यंत्रिमा.

अनुया आश्चर्यानं मायाकडे बघू लागली. इतकी सुंदर, गोड बोलणारी स्त्री म्हणजे एक यंत्रिमा?

"माया, दोन कोलांट्या मार."

रोहितच्या या अचानक आज्ञेमुळे अनुया चकित होत असतानाच मायाच्या दोन कोलांट्या उड्या मारून झाल्या आणि ती खरोखरच यंत्रिमा असल्याची अनुयाची खात्री पटली. कोलांट्या मारताना तिच्या पायांचा गुडघ्यापर्यंतचा भाग उघडा झाला होता आणि तो स्टीलचा बनवला असल्याचं दिसलं होतं.

अनुया पार खजील झाली. ती रोहितला यंत्र समजली होती आणि त्याला कामासाठी घेऊन जायला आली होती.

"सॉरी... मी, मला..."

"नाही, ठीक आहे. पण मला एक सांगा, की मी यंत्रमानव आहे असा तुमचा समज कसा झाला?"

"त्या दिवशी तुम्ही सामान घेऊन आलात..." अनुयानं सुरुवात केली आणि मग हळूहळू सगळं सांगून टाकलं.

तिची हकिकत ऐकताना रोहितच्या चेहऱ्यावर परत हसू फुटलं होतं. ते दाबत तो म्हणाला,

"तुमचं निरीक्षण अगदी अचूक आहे. पण त्यातून तुम्ही काढलेला अर्थ मात्र चुकीचा आहे. माझ्या दैनंदिन कार्यक्रमाचं कारण मी तुम्हाला सांगतो. मी एक

लेखक आहे. माझ्या अभ्यासिकेत बसून लिहिणं हे माझं रोजचं काम. दिवसभर खोलीत बसावं लागत असल्यामुळे तब्येत चांगली राहावी म्हणून मी नेमानं रोज संध्याकाळी फिरायला जातो आणि सकाळी अर्धा तास तरी कोवळ्या उन्हात घालवतो. उन्हाळा व्हायला लागला की मी उन्हात बसणं बंद करतो.''

''पण ही माया तर कधीच उन्हात दिसत नाही. मग तिच्या डोक्यातले सेल्स...''

''तिच्यासाठी मी सेल्सचे दोन संच घेतले आहेत. रोज एक सेट तिच्यात घालतो आणि दुसरा एका खिडकीत ठेवतो. त्या खिडकीत सकाळी एक-दीड तास चांगलं ऊन येतं. पण ती खिडकी तुमच्या घरातून दिसणारी नाही.''

''माझ्या आईला सुमारे दोन वर्षांपूर्वी पक्षाघाताचा मोठा झटका आला. तेव्हापासून तिला फक्त मानेची आणि एका हाताची थोडी हालचाल करता येते. त्यामुळे तिचं सगळं दुसऱ्या कोणीतरी करावं लागतं. जेवणसुद्धा तिला दुसऱ्यानं भरवावं लागतं. तिची चोवीस तास सेवा करण्यासाठी म्हणून मी या मायाला आणली. तिला सर्व प्रकारचं नर्सिंग उत्तम येतं. घरकामही ती करू शकते. स्वयंपाकाचं म्हणाल तर आईसाठी पथ्याचे; पण तिला आवडणारे पदार्थ करून तिला जेवायला घालायला मला आवडतं. माझ्या कामानिमित्त मला केव्हा-केव्हा बाहेरगावी जावं लागतं, तेव्हा मात्र सगळंच काम माया करते. शिवाय तिला पाहुण्यांचं आगत-स्वागतही चांगलं येतं.''

सगळं ऐकून काय बोलावं, ते अनुयाला कळेना. शेवटी ती उठत म्हणाली,

''मला अगदी लाजल्यासारखं झालं आहे. मी काहीच्या काहीच समजले होते. परत एकदा मी तुमची क्षमा मागते...''

''छे, छे!, यात क्षमा मागण्यासारखं काही नाही. यंत्रमानवांचा वापर जसजसा वाढणार आहे, तसेतसे असे घोटाळेही वाढणार आहेत. खरं म्हटलं तर यंत्र आणि माणूस यातला भेद कमीच होत चालला आहे. तेव्हा तुम्ही मुळीच वाईट वाटून घेऊ नका आणि तुम्ही दोघंही एकदा चहाला या आमच्याकडे. तन्मयशी ओळख झाली आहे माझी.''

''हो... येऊ ना... बरं आहे. निघते मी.'' कसंबसं असं म्हणून अनुया घराच्या दिशेनं चालू लागली, तेव्हा तिच्या मनात एकाच विचार घोळत होता.

आपण केलेला हा घोटाळा कळल्यावर तन्मय काय म्हणेल?

(विज्ञानयुग - दीपावली १९९७)

# फ्रेंड इन नीड

मनगटावर बांधलेल्या छोट्या चौकोनी पेटीसारख्या संगणकात 'टिंग्' असा आवाज झाला, तशी पंचमनं त्याच्या यानाचा वेग कमी केला. कोणाची मेल आली आहे हे त्याला बघायचं होतं. पण ते करताना हवाई वाहतुकीच्या कुठल्याही नियमाचा भंग होऊन चालणार नव्हतं. हवाई पोलीस अतिशय कडक होते. लेसर किरणांनी आकाशात ठिकठिकाणी दिसणाऱ्या सिग्नल्सचं काटेकोर पालन करूनच कोणालाही आपलं यान शहरावरच्या आकाशात चालवता येत होतं. मग ते मानवी चालकानं चालवलेलं असो की पूर्णपणे यांत्रिक असो. दोन प्रवाशांसाठी असो, चार प्रवाशांसाठी असो की एखादी मोठी बस असो. वाहतुकीचा एखादा जरी नियम मोडला, तरी त्या गुन्ह्याला क्षमा नव्हती. वाहन जप्त व्हायचं आणि चालकाचा परवाना दहा वर्षांसाठी रद्द व्हायचा.

पंचमनं वेग कमी करून आजूबाजूला काळजीपूर्वक पाहिलं आणि मगच संगणकाकडे नजर टाकली.

मेल मधुराची होती.

तिनं काय लिहिलं असेल, याचा विचार करीतच तो घरी पोहोचला आणि कपडेसुद्धा न बदलता त्यानं घरच्या मोठ्या संगणकावर तिची मेल उतरवून घेतली आणि तो वाचू लागला.

तशा गेल्या तीन महिन्यांमध्ये तिनं त्याला बऱ्याच मेल्स पाठवल्या होत्या. कधी भेटीची वेळ बघण्यासाठी, कधी वेळ बदलण्यासाठी तर कधी उगाच, त्याची आठवण झाली अन् तो फोनवर भेटला नाही म्हणून.

पण आजची मेल मोठी होती आणि त्याला अनपेक्षित अशी होती.

तिनं लिहिलं होतं.

"प्रिय पंचम,

माझी ही मेल बघून तुला आश्चर्याचा धक्का बसेल. मी तुला हे कसं सांगावं हेच खरं म्हणजे मला कळत नाहीये. आपल्या भेटीत प्रत्यक्षच तुला हे सांगायचा मी एक-दोनदा प्रयत्न केला पण...

हे बघ, पंचम, राजा, आपण लग्न करून शकत नाही, म्हणजे आपण एकमेकांशी लग्न करू शकत नाही. तू दुसऱ्या कोणाही मुलीशी लग्न करून सुखी हो. पण तुझं-माझं लग्न होऊ शकत नाही. कारण माझं... मी लग्न करू शकत नाही. स्पष्टच सांगायचं तर एका पुरुषाशी संबंध ठेवायला आणि कुटुंबाची जबाबदारी घ्यायला मी शारीरिक आणि मानसिकदृष्ट्या असमर्थ आहे.

मी हे काय म्हणते आहे, का म्हणते आहे असं तुला वाटेल. आत्ताच तर आठ दिवसांपूर्वी गुरुवारी आपण विवाहबद्ध व्हायचं ठरवलं. गेले आठ दिवस त्याच आनंदात, लग्नाचे बेत करण्यात आणि खरेदी करण्यात आपण घालवले आहेत. पण खरं म्हणजे गेले आठ दिवस माझं मन मला खातं आहे. तुला सगळं सांगून टाकलं पाहिजे असं मी रोज स्वतःशी घोकते आहे. शेवटी आज धीर केला आहे. तुला सगळं खरं-खरं ते सांगणार आहे.

मी बँकेत काम करणारी एक साधीसुधी कारकून मुलगी नाही. 'तेजस' इंडस्ट्रीच्या मालकांची, जी.डी. तेजपालांची मी एकुलती एक मुलगी आहे. गर्भश्रीमंत आहे. वडिलांची अतिशय लाडकी आहे. दुर्दैवानं माझी आई लहानपणीच वारली. पण बाबांनी मला कधीच काही कमी पडू दिलं नाही. अगदी मायाही भरपूर दिली. त्यांच्या उद्योगांच्या प्रचंड व्यापातही त्यांच्याकडे माझ्यासाठी भरपूर वेळ असायचा. जगातल्या अतिशय थोड्या अशा भाग्यवंतांपैकी मी एक आहे, असं मला वाटायचं.

या माझ्या भाग्याला कोणाची दृष्ट लागली कोणास ठाऊक, पण दीड वर्षापूर्वी एका विमान अपघातानं माझं आयुष्य पूर्णपणे बदलून गेलं. आमच्या खासगी, छोट्या विमानानं मी दिल्लीहून परत येत असताना इंजिनात अचानक काहीतरी बिघाड झाला आणि विमान दरीत कोसळलं. विमानातले चारही कर्मचारी ठार झाले; पण मी मात्र वाचले. मेले असते तर बरं झालं असतं, अशा स्थितीत वाचले. शरीरातली अनेक हाडं मोडली होती. दोन ठिकाणचं मांस पूर्णपणे जळून गेलं होतं. एक कान फाटला होता, डोक्यावरचे केस जळाले होते. आणखीही काय काय झालं होतं. ते सगळं सांगायचं म्हटलं तर एक निबंधच लिहावा लागेल.

पण तरीही मी जिवंत होते. बेशुद्ध होते; पण जिवंत होते. आणि जी.

डी. तेजपालांची मुलगी होते.

जगभरातले तज्ज्ञ डॉक्टर आणि वैद्यकीय सेवा बाबांनी माझ्यासाठी उपलब्ध केल्या आणि मोडलेल्या, फाटलेल्या, जळलेल्या शरीराची दुरुस्ती सुरू झाली. या बाविसाव्या शतकात जे शक्य आहे ते ते सगळं माझ्यासाठी केलं गेलं आणि एक सर्वसाधारण मानवी स्त्री या स्वरूपात मी परत उभी राहिले.

पण मी सर्वसाधारण मानवी स्त्री नाहीये. माझ्या शरीरात धातू, प्लॅस्टिक, नायलॉन, पॉलिमर इत्यादींचे अनेक लहान-मोठे भाग बसवलेले आहेत. माझं यकृत आणि मूत्रपिंड बदललेलं आहे. हृदयाच्या जागी एक प्लॅस्टिकचा पंप बसवलेला आहे. आणि असंख्य ठिकाणी शरीर शिवलेलं आहे. या सगळ्यांच्या आधारानं माझं शरीर चालू राहतं; पण त्याच्यावर सतत लक्ष ठेवावं लागतं. त्यासाठी एक डॉक्टर आणि एक नर्स आमच्या घरीच राहतात. रोज घरी गेल्यावर झोपण्यापूर्वी माझे दोन्ही पाय, डावा हात आणि डावा कान मला काढून ठेवावे लागतात. ते कृत्रिम बसवलेले आहेत. माझं शरीर म्हणजे एक चालता-बोलता वैद्यकीय चमत्कार आहे.

अपघातात माझ्या शरीराची तर मोडतोड झालीच; पण मनही मोडून पडलं. माझ्यावर जगभरचे तज्ज्ञ उपचार करत असताना मला मात्र त्यात काडीचाही रस वाटायचा नाही. केवळ बाबांच्या समाधानासाठी मी सगळं करून घेत होते. मी परत चालू-बोलू लागल्यावरसुद्धा मला कशातही रस वाटत नव्हता. सगळं निरर्थक वाटत होतं. माझी मन:स्थिती बाबांना कळत होती, जाणवत होती. मला कशात तरी गुंतवायला हवं म्हणजे मला जगण्यात रस वाटेल, अशा विचारांनी त्यांनी मला बँकेत नोकरी मिळवून दिली. त्यांनी एक फोन केला आणि मी बँकेत कारकून बनले.

तरीही माझं औदासीन्य कमी झालेलं नव्हतं. नाइलाजानं बाबांसाठी म्हणून मी कामावर जात राहिले आणि अचानक त्या दिवशी तुझी भेट झाली. सुपर मार्केटमध्ये मी उगाचच फिरत होते. अनावश्यक अशा चार-पाच वस्तू घेतल्या होत्या. आत्महत्या करण्यासाठी कोणत्या गोष्टीचा कसा उपयोग करता येईल, याचा विचार डोक्यात घोळत होता. अचानक आपली टक्कर झाली. माझ्या हातातल्या वस्तू खाली पडल्या. तुझ्याही वस्तू पडल्या. त्या गोळा करण्याच्या गडबडीत परत आपली दोघांची डोकी आपटली आणि आपण दोघंही हसू लागलो. मला वाटतं, अपघातानंतर मी प्रथमच अशी हसत होते. मग तू "सॉरी" म्हणालास, मी "सॉरी" म्हणाले, तू कॉफी घेण्याचं सुचवलंस आणि मी लगेच "हो" म्हटलं. तेव्हापासून मग आपली

मैत्री वाढतच गेली. तुझा हसरा, आनंदी चेहरा रोज दिसल्यावाचून मला चैन पडेनासं झालं. तुझं बोलणं ऐकण्यासाठी कान आतुर होऊ लागले.

पण खरं सांगते, मैत्रीच्या पलीकडे जाण्याचा विचार तरीही माझ्या मनात कधी आला नव्हता.

त्या दिवशी बागेत आपल्याला अनुया भेटली. तशी ती आपल्याला पुष्कळदा भेटली होतीच. त्यामुळे ती आता तुझीही मैत्रीण आहे. आपल्याला पाहून तिनं आपली थोडीशी चेष्टा केली आणि मग विचारलं,

"काय, लग्न कधी करताय आता? पार्टीची वाट बघतेय मी."

मी तुझ्याकडे पाहिलं. तिच्या विचारण्यानं तुझा चेहरा आनंदानं फुललेला दिसला आणि नकळतच मी बोलून गेले.

"करू. करू. आणि पार्टीही देऊ."

"करणार आहात ना लग्न? मग उशीर कशाला? हल्ली काही नोटीस-बिटीस द्यावी लागत नाही महिनाभर आधी. करून टाका येत्या रविवारी. बरी सुट्टी असते सगळ्यांना."

"अगं, हो, हो. घाई काय आहे इतकी? सगळा बेत तर आधी नीट ठरवू दे."

मी असं म्हणाले आणि मग लौकरच आपण तिचा निरोप घेऊन निघालो. तेव्हापासून रोज भेटल्यावर आपण याच एका विषयावर बोलतो आहे."

अनुयाबरोबर घडलेला प्रसंग पंचमला आठवला. तिनं केलेली चेष्टामस्करी आठवली. लग्नाच्या उल्लेखानं मधुराच्या चेहऱ्यावर झळकलेल्या हास्यानं तिला तो विषय आवडल्याचं त्याच्या लक्षात आलं होतं आणि म्हणून त्यानंही चेहरा हसरा, आनंदी केला होता.

तिला आनंदी ठेवणं हेच तर त्याचं काम होतं.

पण त्यामुळे तिचा गैरसमज झाला होता. तिच्याशी लग्न करण्याची त्याची इच्छा आहे. असं ती समजली होती आणि तिनं "लग्नं करू" असं म्हटलं होतं!

अर्थात, तो तिच्याशी लग्न करूच शकत नव्हता. तिच्याशीच काय, तो कोणाशीच लग्न करू शकत नव्हता. म्हणून त्यानंही तिला एक मेल लिहिली होती, पण ती अजून पाठवली नव्हती. तेवढ्यात तिचीच मेल आली होती.

तो पुढे वाचू लागला.

"शेवटी आज धीर करून मी तुला मेल टाकते आहे. मी लग्न करणं शक्यच नाही. त्याचं शारीरिक कारण तर मी तुला लिहिलंच आहे, पण त्यापेक्षाही मोठं असलेलं कारणही तुला सांगून टाकते. मला सहवास-सुखाची इच्छा होत नाही.

आपण कितीतरी वेळा हातात हात घालून फिरतो; पण त्या स्पर्शानंसुद्धा मला रोमांचित वगैरे झाल्यासारखं काही वाटत नाही. उलट, हात घामट झाला म्हणून काढून घ्यावासा वाटतो.

तुझाच नव्हे तर कोणताच स्पर्श मला हवासा वाटत नाही. कधी-कधी बाबा मायेनं माझ्या डोक्यावर, खांद्यावर थोपटतात. पूर्वी अशा वेळी माझं मन समाधानानं, आनंदानं भरून यायचं. तसं काही आता होत नाही. उलट, काही वेळा त्याची कटकटच वाटते. अपघातानं माझ्या शरीर-मनाची मोडतोड झाली, तशी संवेदनांचीही झाली आहे की काय कुणास ठाऊक! की माझ्या शरीरात बसवलेल्या अनेकविध कृत्रिम भागांमुळे असं होतं आहे? कशामुळं ते माहीत नाही, पण सुखकर अशा शरीर संवेदना मला नाहीतच.

मी लग्न करणार नाही, करू शकणार नाही, हा विचार माझा मला स्पष्ट होण्यासाठी मात्र मला गेल्या आठ दिवसांचा खूप उपयोग झाला. लग्न करायचं नसलं तरी कितीतरी गोष्टी मला करायच्या आहेत. खूप प्रवास करायचा आहे. दर दोन वर्षांनी मंगळावर जाणाऱ्या सफरीत सामील व्हायचं आहे. अंटार्क्टिक हॉट हाऊसला भेट द्यायची आहे. पेंटिंग शिकण्याची इच्छा पूर्ण करायची आहे. असं कितीतरी मला करायचं आहे. पण ते एकटीनं. कोणाच्या सहवासात नाही. एकटीच्या बळावर आणि एकटीसाठी.

हे सगळं फार स्वार्थीपणाचं वाटतं का? पण माझा नाइलाज आहे. माझ्या नकारामुळे तू दुखावला जाशील, रागावशील. पण मी तरी काय करू? तुला अंधारात ठेवून दोघांचंही आयुष्य दु:खी झालं असतं. त्यापेक्षा तू रागावलास तरी हरकत नाही म्हणून सगळं तुला सांगितलं. आणि शेवटी, क्षमस्व.

मधुरा

मेल वाचून संपल्यावर तो जरा वेळ स्वस्थ बसला. मधुरानं सगळं स्पष्ट आणि सविस्तर लिहिलं होतं; पण ते कितपत बरोबर होतं?

तिच्या अपघाताची, तिला झालेल्या जखमांची, मोडलेल्या हाडांची आणि तिला परत शक्य तेवढं पूर्वस्थितीत आणण्यासाठी डॉक्टरांनी केलेल्या शर्थीच्या प्रयत्नांची माहिती, त्याला तिची भेट होण्यापूर्वीपासूनच होती. तिच्या सुखकारक संवेदना नष्ट झाल्या आहेत असं ती जे म्हणत होती, ते कितपत बरोबर होतं?

त्यानं मेलमधल्या त्या भागावरून परत नजर फिरवली. "आपण कितीतरी वेळ हातात हात घालून फिरतो; पण त्या स्पर्शानंसुद्धा मला रोमांचित झाल्यासारखं वगैरे काही वाटत नाही..."

आत्ता आपले बॉस इथे असते तर हे वाचून त्यांना नक्की हसू फुटलं असतं, पंचमच्या मनात विचार आला.

त्याच्या स्पर्शानं मधुरा रोमांचित होत नव्हती. यात काहीच विशेष नव्हतं. तीच काय, कोणीही व्यक्ती त्याच्या स्पर्शानं रोमांचित होणं शक्य नव्हतं. त्यासाठी सजीव मानवी स्पर्श आवश्यक असतो.

वडिलांनी डोक्यावरून, पाठीवरून मायेनं हात फिरवलेला तिला फारसं आवडत नाही असंही तिनं लिहिलं होतं. त्याचं काय?... पण मोठं झाल्यावर कोणत्याही प्रौढ, प्रगल्भ व्यक्तीला असंच वाटणार नाही का? कसंही असलं तरी ती काही मोठी समस्या नव्हती. त्याच्यापुढची समस्या तर मुळीच नव्हती.

मेलमध्ये तिनं पुढे लिहिलं होतं, की तिला खूप गोष्टी करायच्या आहेत. म्हणजे जगण्याची इच्छा आणि उमेद तिला होती. तिचं औदासीन्य संपलं होतं.

त्याचं काम संपलं होतं.

त्यानं मधुराला लिहिलेली मेल काढली. खरं म्हणजे तिच्याशी लग्न करणं कसं अशक्य आहे हे सांगण्यासाठी त्यानं नुसतं एक वाक्य लिहिलं असतं तरी पुरलं असतं. "मी यंत्रमानव आहे." या तीन शब्दांनी सगळा खुलासा झाला असता; पण त्या तीन शब्दांनी तिचं भावविश्व हादरलं असतं. तिचा सगळा आनंद, उत्साह नाहीसा झाला असता आणि ती परत उदासीनतेच्या गर्तेकडे ढकलली गेली असती.

तसं होऊ नये म्हणून त्यानं एक मोठी, लांबलचक मेल तिला लिहिली होती. अनेक खोट्या विधानांनी भरलेली.

त्याला ती खूप आवडते-साफ खोटं, कारण आवड-निवड म्हणजे काय ते त्याला कळत नाही.

तो तिच्यावर फार प्रेम करतो- साफ खोटं. तो प्रेम वगैरे काही करू शकत नाही. तो यंत्रमानव आहे.

फक्त अविवाहितांनाच नोकरीवर ठेवायचं असं त्यांच्या कंपनीचं धोरण आहे– साफ खोटं.

अशा अनेक खोट्या विधानांनी भरलेली तिची समजूत काढणारी मेल तिला पाठवण्यापूर्वीच तिची मेल आली होती. त्यामुळे त्याचं काम आपोआप झालं होतं.

आता त्याच्या बॉसला सगळा अहवाल पाठवायला हवा होता. त्यानं माईक हातात घेतला, पण परत ठेवून दिला आणि की बोर्ड पुढे ओढला. लेखी रिपोर्ट असलेला बरा पडला असता. पुढे कधी संदर्भासाठी लागला तर मिळाला असता.

मेल लिहून झाल्यावर त्यानं मधुराची मेल त्याला ॲटॅच केली आणि 'रोबोपॉझिटिव्ह अनलिमिटेड'च्या डायरेक्टर डॉ. मित्रांना पाठवून दिली. आणि मग

तो सामान आवरायला लागला. दुसऱ्या कामगिरीवर जाण्यासाठी तयार राहायला हवं होतं.

मधुराच्या वडिलांनी- तेजपालांनी फोन खाली ठेवला आणि चेकबुक पुढे ओढलं. डॉ. मित्रांनी फोनवर सांगितलेला बिलाचा मोठा आकडा ऐकूनसुद्धा त्यांच्या कपाळाला आठी पडली नव्हती. कारण काम अगदी त्यांच्या मनासारखं झालं होतं. त्यांची लाडकी मधुरा परत माणसात आली होती. अनेक विषयांत रस घेऊ लागली होती. समरसून जगू लागली होती. रोबो पॉझिटिव्हचे डायरेक्टर आणि त्यांचा मित्र असलेल्या डॉ. मित्रांनी दिलेला सल्ला योग्य ठरला होता. ते म्हणाले होते,

"तुमच्या मुलीची तुम्हाला फार काळजी वाटते आहे. ती जिवाचं काही बरंवाईट करेल अशी भीती वाटते आहे आणि म्हणून तिच्यावर लक्ष ठेवायला तुम्हाला कोणीतरी हवं आहे. पण मला विचाराल तर, तिच्यावर लक्ष ठेवण्यापेक्षा तिला आयुष्यात रस वाटायला लागेल असं काहीतरी करायला हवं आहे."

"हो. पण काय करायचं तेच कळेनासं झालं आहे."

"तिच्यासाठी एक चांगला, हुशार यंत्रमानव.."

"यंत्रमानव! यंत्रमानव कसा चालेल? त्याला ना भाव भावना, ना सुख-दुःख..."

"हां, म्हणूनच यंत्रमानव हवा. त्याला स्वतःच्या भावभावना नसल्यामुळे तो दुसऱ्याच्या भावना सांभाळू शकेल. त्याला वाईट बोलण्याचा राग येणार नाही की स्तुतीनं तो फुलून जाणार नाही. आणि समोरच्या माणसाकडून त्याच्या काही अपेक्षा असणार नाहीत. अडचणीत तोच खरा मदतीला येऊ शकतो. "अ फ्रेंड इन नीड इज अ फ्रेंड इन्डीड" आमच्या कंपनीकडे असे अतिशय प्रगत यंत्रमानव आहेत, की जे मानवी नाहीत हे ओळखणंही शक्य नाही. तुमच्या मुलीला अशा एखाद्या साथीदाराची गरज आहे. तुम्ही म्हणत असाल तर उद्याच आमच्या सर्वांत उत्तम यंत्रमानवाला पाठवून देतो.

दिवसभर विचार करून त्यांनी मित्रांना होकार कळवला होता. आणि पंचम आपल्या कामावर रुजू झाला होता. त्यानं सुपरमार्केटमध्ये मधुराच्या हातातल्या वस्तू खाली पाडल्या होत्या आणि तिचा हरवलेला सूर तिला परत सापडून दिला होता!

(विज्ञानयुग - दीपावली २००१)

◆

# जमीन मालकाचं आकाश?

"तात्या, अहो तात्या."

रजई पांघरून आणि टेबलफॅन फुल स्पीडमध्ये चालू करून, गुडूप झोपलेल्या हरीशच्या कानांवर ही हाक पडली, तेव्हा आधी त्याला वाटलं की आपल्याला भास होतोय. कूस बदलून आणि रजई नीट गुंडाळून घेऊन त्यानं घोरण्याची परत जय्यत तयारी केली, तोच परत त्याला मारलेल्या हाका ऐकू आल्या.

"अहो हरीतात्या, दार उघडा. तात्या, अहो तात्या" हरीश वैतागला,

"कोण आत्ता दुपारच्या वेळेला कडमडलंय? भरपेट जेवून आणि चांगली ताणून देण्याचं सोडून माझ्या नावानं कोण बोंबा मारतंय?"

त्या बोंबांकडे दुर्लक्ष करावं का? जाईल आपोआप थोड्या वेळानं निघून. आपण दारच उघडलं नाही म्हणजे आलेल्या व्यक्तीला परत जाणं भागच आहे.

पण मनातला हा विचार त्याला प्रत्यक्षात आणता आला नाही. कारण दाराशी आलेल्या माणसानं हाकांबरोबर आता दारही ठोकायला सुरुवात केली.

नाइलाजानं हरीश चडफडत उठला आणि त्यानं पुढचं दार उघडलं.

दारात भीमराव पाटील उभे होते. त्यांचं त्याच्याकडे काय काम असावं, ते त्याला कळेना.

भीमरावांची आणि त्याची अगदी जुजबी ओळख होती; पण त्यांना 'या' म्हणणं भाग होतं.

"या, या पाटील." स्वत:ची नाराजी लपवत आणि हसल्यासारखं करत तो म्हणाला,

"आज कसं काय येणं केलंत?"

"काय तात्या! आम्हाला अगदी पत्त्या लागू दिला नाहीत हां."

"कसला पत्त्या? काय झालं? काय म्हणताय तुम्ही?"

"नाही, पन मी म्हणतो की इत्तं मोठं काम तुम्ही केलंत कसं इकुत्या लौकर? आन तेही कोणाला नं कळता?"

"कसलं काम? काय केलं मी?" बावचळलेल्या हरीशनं पुन्हा विचारलं.

"वा राव! माळरानावर एवढी बिल्डिंग उठवलीत आन म्हणता, का, काय क्येलं? पण मी म्हणतो की एवढ्या लौकर हे काम झालंच कसं? आन ते पन कोनाला कळू न देता?"

"अहो पाटील, कसली बिल्डिंग? तुम्ही काय म्हणताय तेच मला कळत नाहीये."

"हे बरं आहे. येड घेऊन पेडगावाला जावं. तुमची बिल्डिंग आन तुम्हाला माहीत नाई?"

हरीशला काही उलगडा होईना. पण दडगावचे पाटील ऐन दुपारचे त्याच्याकडे आले होते, म्हणजे तसंच काहीतरी खास कारण असलं पाहिजे. चौकशी करायला हवी होती. तो म्हणाला.

"पाटील, अहो आधी बसा तर खरं. चहा-बिहा घ्या आणि मग बघू तुम्ही काय म्हणताय ते... पण मला खरं म्हणजे काही लक्षात नाही आलेलं, तुम्ही काय म्हणालात ते."

"अहो, खळग्यातल्या तुमच्या नव्या बिल्डिंगविषयी म्हनतोय मी."

"खळग्यातल्या बिल्डिंगविषयी? खळग्यात कुठे बिल्डिंग आहे? नुसतं बरड पठार तर आहे तिथे. चार मोठी झाडंसुद्धा नाहीत. नुसत्या बोरी-बाभळी आहेत. त्यासुद्धा पठाराच्या एका टोकाला. बाकी सगळी खडकाळ, नापीक जमीन आहे. बरं तीही, गावापासून इतकी लांब आहे की महिन्या-महिन्यात कोणी तिकडे फिरकत नाही आणि तिथे बिल्डिंग कशाला बांधीन मी?"

"आता! मी प्रत्यक्ष डोळ्यांनी बघून आलोय ते!"

हरीशच्या डोक्यात विचारांची चक्रं सुरू झाली. दडगावपासून सुमारे मैलभर अंतरावरच्या टेकडीवर त्याची अठरा-वीस एकर जमीन होती. टेकडीच्या माथ्यावर मोठा खड्डा असल्यासारखा होता आणि त्या खड्ड्यातली जमीन त्याची होती. जमीन सपाट पठारासारखी असली तरी उपजाऊ नव्हती. ती खड्ड्यात असल्यामुळं 'खळग्यातली जमीन' म्हणूनच ती ओळखली जाई. त्याच्या माहितीप्रमाणे निदान चार-पाच पिढ्या तरी ती जमीन त्यांच्या घराण्यात होती. आत्ताच्या पिढीत तो घराण्याचा एकुलता एक वारस असल्यामुळे ती त्याच्याकडे आली होती. तीच नव्हे, तर दडगावच्या शिवारातील बरीच मोठी जमीन त्याच्या मालकीची होती. त्यांपैकी गावाजवळची सुपीक जमीन होती, ती त्यानं दोघा गावकऱ्यांना कसायला दिली होती आणि ते

देतील तेवढ्या उत्पन्नावर तो समाधान मानत होता. नाही म्हटलं तरी त्याला वर्षाला तीस-पस्तीस हजार सुटत होते. शिवाय घरचं धान्यधुन्य, तूर, शेंगदाणे असंही मिळत होतं. त्याच्या शेतांमध्ये ते दोघं काय पिकं घेत होते, किती उतारा पडत होता, किती नुकसान होत होतं, या सगळ्यांची तो काडीचीही चौकशी करत नव्हता. मात्र दर वर्षी एकदा तो दडगावला येऊन पंधरा-वीस दिवसांचा मुक्काम ठोकत होता. स्वत:ची सगळी जमीन एकदा डोळ्यांखालून घालत होता. शेतांमधल्या विहिरींमध्ये डुंबत होता. ओळखीच्या गावकऱ्यांकडे जाऊन पुख्खा झोडत होता आणि त्याचे शेतकरी आणून देतील ते धान्य, फळं, भाजीपाला असं सगळं घेऊन जबलपूरला परत जात होता.

दडगाव हे अगदीच लहान खेडं होतं. ते जेमतेम पन्नास उंबरठ्यांचं गांव होतं आणि हमरस्त्यापासून बरंच आत होतं. पूर्वी गावाजवळ मोठी दरड होती आणि गाव त्या दरडीच्या कुशीत वसलेलं होतं. म्हणून त्याचं नाव 'दरडगाव' होतं. तिथे बऱ्यापैकी वस्ती होती. पुढे केव्हातरी गावाजवळची दरड कोसळली आणि तिच्या खाली चेंगरून चाळीस-बेचाळीस माणसं मरण पावली. त्या अपघातानंतर दरडगावची कळाच गेली. हळूहळू वस्तीही कमी झाली आणि दरडगावचं 'दडगाव' झालं. गावातल्या निम्म्या-अधिक घरांमध्ये पुरुष नोकरीसाठी मोठ्या शहरांमध्ये गेलेले होते. ते अधूनमधून घरी येऊन जात. हरीशही असाच वर्षातून एकदा येत असे.

दडगावात हरीशचे कोणी नातेवाईक आता शिल्लक नव्हते; पण जुना वाडा मात्र होता. तो आला की तासाभरात सगळीकडे बातमी पसरे. मग कोणी भेटायला म्हणून, कोणी त्याला जेवायला बोलवायला म्हणून येऊ लागे. शहरातल्या गप्पा ऐकणं हा मुख्य उद्देश असे; पण त्याबरोबर त्याच्याविषयी आपुलकीही असे. तो तिथे राहत असे तोपर्यंत त्याचा वाडा साफ करणं, जेवण बनवणं, कपडे धुणं वगैरे कामं बिनबोभाट पार पाडली जात. त्याची जमीन करणारे शेतकरी त्याला सगळीकडे हिंडवून आणत. 'मालक', 'मालक', 'मालक' म्हणत त्याची बडदास्त ठेवीत. त्या सगळ्या गोष्टींनी तो सुखावत असे. आपल्या जमीन-जुमल्याची व्यवस्था बघण्यासाठी वर्षातून एकदा तरी गावी जाणं आपलं कर्तव्य आहे, असं तो सगळ्या मित्रपरिवारात सांगत असला तरी दडगावचं पंधरा-वीस दिवसांचं वास्तव्य त्याला फार आवडायचं. बायकोची कटकट, मुलांची जबाबदारी, नोकरीची बांधीलकी या सगळ्यांतून त्याची थोड्या दिवसांसाठी सुटका व्हायची. जेवणं, भटकणं आणि निवांत झोपा काढणं एवढाच त्याचा त्या दिवसांत कार्यक्रम असायचा. त्याचं ते वार्षिक 'व्हेकेशन' असायचं.

या खेपेलाही तो असाच आला होता. नेहमीप्रमाणेच आराम करून परत जायचं, एवढाच त्याचा विचार होता; पण या वेळी एक अनपेक्षित गोष्ट घडली होती. खळग्यातल्या त्याच्या जमिनीला गिऱ्हाईक आलं होतं आणि रोख पैसे देऊन

व्यवहार पुरा करून गेलं होतं. त्या जागेत गिऱ्हाईक येणं ही गोष्ट अनपेक्षित तर होतीच पण त्यानं जमिनीला देऊ केलेली किंमत तर अगदीच अनपेक्षित अशी होती. इतका भाव येत असलेला पाहून मागचा-पुढचा विचार न करता, हरीशनं जमीन विकून टाकली होती आणि मिळालेली रक्कम दोन दिवसांपूर्वीच तो तालुक्याच्या बँकेतल्या त्याच्या खात्यावर टाकून आला होता. जागेचा व्यवहार होऊन जेमतेम चार दिवस झाले होते आणि आज पाटील म्हणत होते, की त्या जागेवर मोठी बिल्डिंग उभी राहिली आहे. कसं शक्य होतं?

पण त्यांच्या म्हणण्याकडे दुर्लक्ष करून चालणार नव्हतं. दडगावसारख्या लहानशा गावाचे असले, तरी ते पाटील होते.

''पाटील, अहो मी कशाला तिथे बिल्डिंग बांधायला जाऊ? काय उपयोग आहे त्याचा? आणि नुकताच चार दिवसांपूर्वी मी खळग्यात जाऊन आलो. तिथे काहीसुद्धा नव्हतं. चार दिवसांत एकदम बिल्डिंग कशी उभी राहील?''

"मंग, म्या काय खोटं सांगतोय होय?"

''तुम्ही कशाला खोटं सांगाल? पण मी नुकताच तिथे जाऊन आलोय...''

"तसं कशाला? आपुन प्रत्यक्षच जाऊन बघू या. उगाच हातच्या कांकणाला आरसा कशाला?''

ऐन दुपारी तंगड्या तोडत एवढ्या लांब जायचं हरीशच्या अगदी जिवावर आलं.

''आपण असं करू या. जरा उन्हं कलली की जाऊ या.'' तो म्हणाला.

पण आता पाटील धीर धरायला तयार नव्हते. हरीशच्या मागे लागून त्यांनी त्याला घराबाहेर काढला आणि मग दोघं घाम पुसत टेकडीच्या दिशेनं चालू लागले. टेकडीशी पोहोचून वर चढायला त्यांना अर्ध्या तासापेक्षा जास्त वेळ लागला. टेकडीचा माथा जवळ आला आणि खळग्यात खरोखरच काहीतरी बांधकाम असावसं वाटू लागलं. त्याचा वरचा भाग दिसू लागला. आश्चर्यानं हरीश झपाझपा चढू लागला. ते दोघं वर पोहोचले आणि हरीश अवाक् होऊन बघतच राहिला आणि मग म्हणाला,

''ही... ही इमारत इथे कशी आली? इथे तर काही नव्हतं?''

''म्हणजे? तुम्हाला माहीत नाई? तुमच्या जागंत बांधल्याली आहे अन् तुम्हाला म्हाईत नाही?''

''मला खरोखरच माहीत नाही आणि चार दिवसांपूर्वी इथे काही नव्हतं.''

''मंग काय जादूटोना झाला का काय?''

हरीशला काय बोलावं ते कळेना, पण मग ती जागा विकल्याचं त्याला एकदम आठवलं आणि तो म्हणाला.

"पाटील, अहो ही जागा आता माझी नाही. मी ती विकून टाकली आहे."

"आँ!" आता आश्चर्य करण्याची पाळी पाटलांची होती.

"चार दिवसांपूर्वी त्या गिऱ्हाइकाला घेऊनच मी इकडे आलो होतो."

"मंग त्यानं उभारली का काय ही एवढी बिल्डिंग चार दिवसांत?"

खरंच. त्यानं बांधली असेल का? पण फक्त चार दिवसात? बांधकामशास्त्रात इतकी प्रगती झाली आहे?

तेवढ्यात पाटील म्हणाले,

"त्यानं बांधली असली तरी परवानगी घ्याया हवी का नको?"

"परवानगी?"

"हां. गरामपंचायतीची परवानगी नको का?

"पण, आपल्या गावात ग्रामपंचायत कुठे आहे?

"नसंना. पण पाटलाला कळवाया तरी हवं का नको?" आन गुरुप गरामपंचाइतीची परवानगी काढाया नको?"

हरीशनं मान डोलावली. बांधकाम करायचं तर कोणाचीतरी परवानगी घ्यायला हवी हे त्याला पटत होतं; पण इथे तर कोणाला काही पत्ता न लागता एवढी मोठी इमारत चार दिवसांत उभी झाली होती.

"परवानगी न घेता बांधकाम केलं म्हून ऑक्शन घेतली पायजेल." पाटील म्हणाले.

"ॲक्शन? कुणावर ॲक्शन घेणार तुम्ही?"

"कुनावर म्हंजे? या बिल्डिंगच्या मालकावर. तुमच्याजवळ त्येचा पत्त्या असेलच की."

"त्याचा पत्ता दक्षिण आफ्रिकेतला आहे. तिथे जाऊन तुम्ही कशी ॲक्शन घेणार? पण ही एवढी इमारत इथे आहे. त्याअर्थी इथे कोणीतरी असलं पाहिजे." हरीश म्हणाला. "आपण कोणी सापडतं का बघू या."

त्या दोघांनी मिळून त्या इमारतीला गोल फेरी मारली; पण दार काही कुठे दिसलं नाही. मग तेव्हा त्यांच्या लक्षात आलं, की त्या भिंती कुठल्यातरी धातूच्या असाव्यात. जरा वेळ ठोकूनसुद्धा काही होत नाहीसं वाटत असतानाच त्यांच्या मागे खाडकन् दार उघडल्याचा आवाज झाला. त्यांनी आश्चर्यानं मागं वळून पाहिलं, तेव्हा भिंतीचाच एक भाग दारासारखा उघडलेला त्यांना दिसला. त्या दारात हरीशकडून जमीन विकत घेणारा, जमिनीचा नवीन मालक उभा होता.

त्याला बघून हरीशनं ओळखीचं स्मित केलं; पण त्याच्या चेहऱ्यावरची रेषासुद्धा हलली नाही. हरीश म्हणाला.

"नमस्ते आकाशसाहेब. आमचे पाटील आले आहेत तुम्हाला भेटायला."

मग पाटलांकडे वळून तो म्हणाला,

"पाटील, हे पी. आकाश. यांनीच जमीन घेतली आहे.

"रामराम.'' पाटील म्हणाले.

पण पी. आकाश काही बोलला नाही. तेव्हा हरीशच पुढे म्हणाला,

"तुम्ही ग्रामपंचायतीची परवानगी काढायला हवी होती असं पाटील म्हणताहेत.''

आता प्रकाशनं तोंड उघडलं.

"कसली परवानगी?''

"ह्येच की. बांधकाम करण्याची.'' पाटील म्हणाले.

"कसलं बांधकाम? आकाशनं विचारलं. त्याचा प्रत्येक शब्द मोजून-मापून टाकल्यासारखा आणि सावकाश उच्चारलेला असतो, हे हरीशला पुन्हा एकदा जाणवलं.

"वा राव! एवढं मोठं बांधकाम तुम्ही केलंत आन म्हनता का कसलं बांधकाम!'' इमारतीच्या दिशेनं हात उडवत पाटील म्हणाले.

"मी एकासुद्धा विटेचं बांधकाम केलेलं नाही. हे बांधकाम नाही.''

"आँ! हे बांधकाम नाही?'' हरीशनं आश्चर्यानं विचारलं.

"नाही.''

"मग हे... ही एवढी इमारत इथे आणलीत तरी कशी? इथपर्यंत तर रस्तासुद्धा नाही. शिवाय ही वाहू शकणारे ट्रक्स वगैरे कुठून मिळविले तुम्ही? आपल्याकडे तर...''

"आन त्यासाठी पंचाइतीची परवानगीबी घेतली नाई.''

"कसली परवानगी?'' माझ्या जागेत माझी वस्तू आणून ठेवायला परवानगी काय करायची?

"नाही. पन... इक्ती मोठी...''

"वस्तू मोठी असू नये असा काही कायदा तर नाही नां?''

"पण आकाशसाहेब, तुम्ही ही एवढी मोठी वास्तू इथे आणलीत, तर वाटेत तुम्हाला काही अडचण, अडथळा आला नाही? कुणी अडवलं नाही?'' हरीशनं विचारलं.

"त्याच्याशी तुम्हाला काही कर्तव्य नाही.'' असं म्हणून आकाशनं आत जाऊन दार थाडकन लावून घेतलं.

हरीश आणि पाटील दोघंही बघतच राहिले. पुढे काय करावं हे त्यांना कळेना. आकाश नीट बोलायलासुद्धा तयार नव्हता आणि राखाडी रंगाची, ती धातूची इमारतही मुक्यासारखी उभी होती.

शेवटी ते दोघं परत निघाले. चालता-चालता त्यांची याच विषयावर चर्चा सुरू

होती. ग्रामपंचायतीची किंवा दुसऱ्या कोणाचीतरी परवानगी घ्यायलाच पाहिजे होती, असं पाटलांचं म्हणणं होतं. परवानगी घेण्याविषयी माहिती नव्हती; पण कुठेतरी, काहीतरी चुकतं आहे, असं मात्र त्याला वाटत होतं.

ज्या आकाशानं त्याला आता ओळखसुद्धा दाखवली नव्हती, त्यानंच चार दिवसांपूर्वी त्याची जमीन विकत घेताना आपल्या मोकळ्या बोलण्यानं आणि उमद्या वागण्यानं हरीशवर छाप पाडली होती. तो दक्षिण आफ्रिकेत राहणारा असला तरी भारताचा नागरिक होता आणि वैश्विक अवकाश-संशोधन संस्थेत काम करत होता. अवकाश-संशोधनाचा एक भाग म्हणून त्यांच्या संस्थेला या भागात एक केंद्र उभारायचं होतं. त्यादृष्टीनं प्राथमिक पाहणी झाली होती आणि हरीशची टेकडीवरची जागा त्यांना योग्य वाटत होती. म्हणून ती विकत घेण्यासाठी तो हरीशचा पत्ता काढून त्याच्याकडे आला होता.

ती जागा इतक्या चांगल्या किमतीला विकली जाईल, असं हरीशला स्वप्नातही वाटलं नव्हतं; त्यामुळे त्यानं अगदी आनंदानं विक्रीचा व्यवहार पुरा केला होता. आकाशबरोबर खळग्यात येऊन आपल्या जागेच्या चतु:सीमा त्याला समजावून दिल्या होत्या.

तोच आकाश आता त्याला ओळखही देत नव्हता!

काहीतरी चुकत होतं.

दुसऱ्या दिवशी पाटलांबरोबर तोही तासगावात गेला. ग्रुप-ग्रामपंचायतीचं ऑफिस तिथे होतं; पण अध्यक्ष मात्र तिथे नव्हते. ते कोणा नातेवाइकाच्या लग्नासाठी नागपूरला गेले होते. दोन-तीन दिवसांनी परत येणार होते. हरीश आणि पाटील गेले, तसे हात हालवत परत आले.

दोन दिवस तसेच गेले. हरीशला चैन पडेना. शेवटी तिसऱ्या दिवशी सकाळीच तो खळग्याकडे गेला. तो तिथे पोहोचला आणि त्याच्यावर परत एकदा चकित होण्याची पाळी आली.

आधीच्या षट्कोनी इमारतीच्या वर आता आणखी बांधकाम झालेलं दिसत होतं. या बांधकामाचा आकार खालच्या इमारतीपेक्षा बराच मोठा होता; पण उंची मात्र जेमतेम दहा-बारा फूट असावी असं वाटत होतं. खालच्या षट्कोनी इमारतीवर टेकून मोठी गच्ची असावी आणि तिचा तो कठडा असावा, असं ते दृश्य दिसत होतं.

त्या इमारतीतून आज आवाजही येत होते - अनेक यंत्रं चालल्यासारखे, मध्येच काही खटके दाबल्यासारखे, मध्येच काही दरवाजे किंवा झडपांची उघड-मीट केल्यासारखे. पण इमारतीबाहेर मात्र कोणी दिसत नव्हतं.

काही वेळ हरीश नुसताच बघत राहिला. मग त्यानं त्या इमारतीभोवती एक

फेरी मारली. त्या इमारतीला अनेक पाय आहेत आणि ते जमिनीत रुतल्यासारखे दिसताहेत, हे त्याच्या लक्षात आलं. म्हणजे ती इमारत खरोखरच दुसरीकडून आणून तिथे नुसती उभी केली असावी असं दिसत होतं.

पण ती तिथपर्यंत आणली कशी होती? तिथपर्यंत तर रस्ता नव्हताच. पण दडगावपर्यंतचा रस्तासुद्धा अगदी लहान आणि कच्चा होता. शिवाय एवढी मोठी इमारत वाहून आणायला केवढे मोठे ट्रक किंवा ट्रेलर लागतील! आणि त्यांच्यासाठी केवढे मोठे रस्ते आणि हे सगळं असलं तरीसुद्धा ती इमारत तुकड्यातुकड्यांनी आणून, जागेवर पोहोचल्यावर जोडावी लागली असणार.

कोणालाही पत्ता न लागता अवघ्या चार दिवसांत हे करणं कसं शक्य आहे?

असं तर नसेल, की जमिनीचा व्यवहार करण्यापूर्वीच इमारतीचे तुकडे वाहून आणणारी वाहनं जागेच्या जवळ पोहोचलेली होती आणि मग नुसत्या उभारणीचं काम करण्यात आलं?

तसं असलं, तरी या जागेजवळ यायला आपण नेहमी येतो, ती एक पाऊलवाट तेवढी आहे. दुसरा धड रस्तासुद्धा नाही. मग हे धूड इथपर्यंत पोचलं तरी कसं?

हरीशला काही सुचेना. त्यानं परत त्या इमारतीभोवती चक्कर मारली आणि मग तिच्या भिंतीवर ठोकायला सुरुवात केली; पण त्याची कोणीही दाखल घेतली नाही. शेवटी कंटाळून तो थांबला.

आपण ही जागा कोणाला विकली आहे? आकाश खरोखरच एखाद्या अवकाश संशोधन संस्थेत काम करतो की तो एखाद्या अतिसुधारित परराष्ट्राचा हस्तक आहे? आणि नकळतच आपण त्याला साहाय्यभूत झालो?

काय करावं ते न कळून शेवटी हरीश घरी परतला. जेवणखाण झाल्यावर तो भीमराव पाटलांकडे गेला आणि त्यांना घेऊन तासगावला गेला. खरं म्हणजे पाटलांचा उत्साह आता मावळला होता. पण खळग्यातल्या बांधकामावर आणखी मोठं बांधकाम दोन दिवसांत झालं आहे, हे कळल्यावर ते हरीशबरोबर निघाले.

ग्रामपंचायतीचे अध्यक्ष अजून परतले नव्हते; पण आता ते परतण्याची वाट न बघता काहीतरी करायला हवं होतं.

"आपुन आसं करू या. कंप्लेट करू या पोलिसात."

पाटील म्हणाले आणि मग ते दोघं पोलीस चौकीत गेले.

तासगावच्या एकुलत्या एका पोलीस चौकीत एकुलता एक हवालदार होता आणि तो टेबलावर डोकं टेकून झोपला होता. त्याला हलवून उठवल्यावर त्यानं जांभया देत फौजदार चौकीत नसल्याची मोलाची माहिती दिली आणि परत निद्राधीन होण्यासाठी समोरची माणसं जाण्याची वाट बघू लागला. तेव्हा पाटलांनी त्याला

जरा दमात घेतलं आणि कंप्लेंट लिहून घ्यायला लावली. मग तिथल्याच बाकावर बसून दोघं फौजदारांची वाट बघू लागले.

जवळजवळ तासाभरानं देशमुख फौजदार आले. दडगावच्या पाटलांना त्यांनी ओळखलं आणि रामराम केला. पाटील तिथे कशासाठी आले आहेत, ते कळल्यावर त्यांनी कंप्लेंट बघितली आणि दुसऱ्या दिवशी येण्याचं आश्वासन देऊन त्यांची बोळवण केली. पाटलांच्या तक्रारीचं गांभीर्य त्यांना कळल्यासारखं काही दिसलं नाही. हतोत्साह होऊन पाटील आणि हरीश दडगावला परतले.

दुसऱ्या दिवशी हरीशला पहाटेच जाग आली आणि खळग्यातल्या जागेच्या विचारांनी त्याच्या मनात गर्दी केली. त्याला झोप लागेना. शेवटी तो उठला आणि चूळ भरून खळग्याकडे चालू लागला. दुरूनच त्याच्या लक्षात आलं, की काल आपण बघितलेल्या इमारतीवर आज आणखी काहीतरी उभारलेलं आहे आणि ते आता लांबूनही दिसतं आहे.

तो तिथे पोहोचला तेव्हा त्याला दिसलं, की गच्चीसारख्या वाटणाऱ्या भागावर ठिकठिकाणी उंच मनोरे उभारले आहेत आणि त्या मनोऱ्यांच्याही वर उभारलेल्या काठ्या किंवा धातूच्या कांबीवर चकचकीत तारांनी विणलेल्या चौकोनी चटयांसारखं काहीतरी बसवलेलं आहे. असे सहा मनोरे सहा कोपऱ्यांमध्ये उभारलेले दिसत होते. त्या सर्वांवरच्या चटया सावकाश स्वतःभोवती फिरत होत्या. त्या इमारतींत अनेक यंत्र चालत असल्यासारखा आवाजही येत होता.

हरीश बघत असतानाच इमारतीच्या बाजूनं टेकडी चढून तीन व्यक्ती वर आल्या. थोडीशी थोराड असलेली बारा-तेरा वर्षांची मुलं असावीत, तसा त्यांचा आकार होता. संपूर्ण शरीर आणि चेहराही कपड्यांनी झाकलेला होता. हातांमध्ये मोठ्या पिशव्यांसारखं काहीतरी होतं आणि त्यात बरंच जड असं काहीतरी सामान असावसं वाटत होतं. ते तिघं इमारतीपाशी पोहोचताच भिंतीतला एक तुकडा दरवाज्यासारखा उघडला. तिघंही आत गेले आणि दार परत बंद झालं.

तेवढ्यात आकाशातून 'ऊंऽऽ' असा आवाज येऊ लागला. हरीशनं वर पाहिलं, तर विमानासारखं काहीतरी इमारतीच्या वर तरंगत असलेलं त्याला दिसलं. एखाद्या लांबट चपट्या गोळीसारखं ते दिसत होतं. जरा वेळ वरच्यावर तरंगून, मग ते अलगद सरळ खाली इमारतीच्या गच्चीवर उतरलं. हरीश ज्याला गच्चीचा कठडा समजला होता, तो कठडा नसावा. वरच्या बाजूला सपाट पृष्ठभागच असावा. कारण ती चपटी गोळी खाली उतरली तरी त्याला स्पष्ट दिसत होती. खाली उतरताच 'ऊंऽऽ' आवाज बंद झाला आणि त्या गोळीची एक बाजू मगरीच्या तोंडासारखी उघडली. त्यातून भराभर पाच-सहा लहान मुलांसारख्या वाटणाऱ्या; पण कपड्यांनी झाकलेल्या आकृत्या बाहेर पडल्या आणि दोन-चार पावलं टाकून एकदम दिसेनाशा

झाल्या. म्हणजे तिथे जमिनीत एखादी झडप असावी आणि त्या झडपेतून त्या आकृत्या खाली उतरल्या असाव्यात असं हरीशला वाटलं. तेवढ्यात चार व्यक्ती आणि त्यांच्याबरोबर आकाश त्या गच्चीवर दिसू लागला. त्या चार व्यक्ती त्या गोळीच्या उघडलेल्या तोंडातून आत गेल्याबरोबर ते तोंड बंद झालं. 'ऊंऽऽ' आवाज परत सुरू झाला आणि मग बंदुकीतून गोळी सुटावी तसं ते वाहन सट्कन आकाशात उडालं. सरळच्या-सरळ वर ते जात राहिलं. त्याचा आकार लहान-लहान होऊ लागला आणि मग ते दिसेनासं झालं. दिङ्मूढ झालेला हरीश बघत राहिला.

आणखी पाचच मिनिटांनी ते किंवा त्यासारखंच दुसरं, लांबट, चपटं वाहन त्या गच्चीवर उतरलं. परत एकदा माणसांची देवाण-घेवाण झाली. या वेळी बरंच काही सामानही त्यात चढवलं गेलं. ऊंऽऽ आवाज करत ते उडालं आणि मग आकाश खाली गेला. तो खाली गेल्यावर मनोऱ्यांवरच्या चटया गोल फिरायच्या थांबल्या, सगळे आवाज बंद झाले आणि ती इमारत परत एकदा मुकी झाली.

एव्हाना उजाडू लागलं होतं. हरीश धडपडत खाली उतरला आणि जवळ जवळ पळतच घरी परतला. त्यानं बघितलं ते सगळं विस्मयजनक आणि भीतिकारक होतं. आकाश हा नक्कीच कुठल्यातरी परकीय सत्तेचा किंवा परग्रहावरचा हस्तक होता. तो परग्रहस्थ असण्याची शक्यताच जास्त होती, कारण कुठल्याही प्रकारे आगीचा लोळ न उठता किंवा मोठासा आवाजही न करता, विमान सरळच्या-सरळ आकाशात उडवणं, एवढी मोठी इमारत अलगद टेकडीवर आणून ठेवणं, तेही कसलाही आवाज न करता या गोष्टी अतिमानवी वाटत होत्या. त्याच्या माहितीप्रमाणे असं तंत्रज्ञान कुठल्याच देशाकडे नव्हतं. त्यामुळे आकाश हा दिसायला मानवासारखा असला, तरी तो या जगातला नसावा, असं त्याला वाटत होतं.

पण मग आकाश आणि त्याच्याबरोबरची छोटी माणसं इथं कशाला आली होती? संशोधन करण्यासाठी? तळ उभारण्यासाठी की आणखी कशासाठी?

ती कोणीही असली आणि कुठूनही आलेली असली तरी आपण काहीही चौकशी न करता आकाशला जमीन विकल्यामुळे, इथे पाय रोवायला त्यांना कायदेशीर जागा झाली, हा विचार मनात आला आणि हरीश भयंकर बेचैन झाला.

त्या दिवशी मग पाटलांना घेऊन, तो एकदम जिल्हा पोलीस मुख्यालयात गेला. सुदैवानं डी. आय. जी. माने मुख्यालयात हजर होते; पण त्यांच्यामागे इतकी कामं होती, की त्यांची भेट व्हायला संध्याकाळ झाली. त्यांनी हरीशची सगळी हकिकत ऐकून घेतली. आणि एक-दोन दिवसांत दडगावला भेट देण्याचं आश्वासन देऊन त्या दोघांना वाटेला लावलं.

डी.आय.जी मान्यांना खरं म्हणजे कुठल्यातरी बारीकशा गावाला भेट देण्याइतकी फुरसत मुळीच नव्हती. पण हरीशची हकिकत इतकी विलक्षण होती की दोन

दिवसांनी ते एक इन्स्पेक्टर आणि दोन हवालदारांसह दडगावात हजर झाले. पाटील आणि हरीशला जीपमध्ये घेऊन त्यांनी जीप तशीच टेकडीकडे घ्यायला सांगितली.

खुद्द डी.आय.जी.साहेब गावात आल्यामुळे दडगावात एकदम खळबळ माजली आणि आठ-दहा रिकामटेकडे लोकही जीपमागून टेकडीकडे चालू लागले. खळग्यात मोठी बिल्डिंग झाल्याचं काही जणांनी पाटलांच्या तोंडून ऐकलंही होतं.

जीप टेकडीवर पोहोचली आणि मानेही चकित होऊन बघत राहिले. हरीशकडून त्यांनी सगळी हकिकत परत एकदा ऐकली. क्षणभर विचार केला आणि मग बरोबरच्या दोघा हवालदारांना खिडकीसारख्या दिसणाऱ्या भागावर गोळ्या झाडायला सांगितलं. दोन्ही हवालदारांनी दोन खिडक्यांवर सटासट गोळ्या झाडल्या; पण त्याचा काही उपयोग झाला नाही. खिडक्यांवर साधा ओरखडासुद्धा उठला नाही.

मग त्या सर्वांनी हातात एक-एक दगड घेतला आणि त्या इमारतीच्या भिंतीवर वेगवेगळ्या ठिकाणी ठोकायला सुरुवात केली. त्याचा मात्र योग्य तो परिणाम झाला. भिंतीचा एक तुकडा उघडून आकाश बाहेर आला. त्यानं विचारलं,

"हे काय चाललं आहे?"

सगळे जण क्षणभर त्याच्याकडे बघत उभे राहिले. मग माने म्हणाले,

"ही बिल्डिंग तुम्ही कोणाच्या परवानगीनं उभारलीत?"

"ही बिल्डिंग नाही. मी एका विटेचंही..."

"हो. ते मी ऐकलं आहे." त्याचं बोलणं तोडत माने म्हणाले." पण हे एवढं धूड इथपर्यंत वाहून आणायला तुम्ही आर. टी. ओ. ची परवानगी काढलीच असेल. शिवाय ठिकठिकाणच्या जकात नाक्यांवरून पुढे जाताना तुम्हाला त्यांची कागदपत्रं पूर्ण करून त्यांची परवानगीही घ्यावी लागली असेल. या सगळ्या परवानग्यांचे कागद मला बघायचे आहेत."

"मी रस्त्यानं वाहतूक करत ही इमारत इथे आणलेली नाही."

"मग कशी आणलीत?"

"ते तुम्हाला सांगण्याची मला गरज वाटत नाही. मात्र एकच सांगतो. मी या जमिनीचा मालक आहे आणि माझ्या जमिनीत माझ्या मालकीच्या वस्तू ठेवण्याचा मला पूर्ण अधिकार आहे."

"पण ही एवढी मोठी धातूची इमारत आणि तिच्यावरचे हे उंच मनोरे - यांना कोणाची परवानगी नको?" हरीश न राहवून म्हणाला.

"आपली वस्तू किती उंचीची असावी असा काही नियम तर नाही ना? असा काही कायदा का आहे?"

"तुम्ही ही एवढी मोठी इमारत इथे कशी आणली, ते विचारण्याचा मला पूर्ण अधिकार आहे. मी या भागाचा डी. आय. जी. आहे आणि तुमची सगळी अंडीपिल्ली बाहेर काढण्याचा मला अधिकार आहे.'' माने जरबेनं म्हणाले.

आकाश क्षणभर गप्प बसला. मग म्हणाला,

"ही वस्तू मी आकाशमार्गे आणली.''

"आकाशमार्गे?'' चकित झालेले माने उद्गारले. पण ते असे सहजी हार मानणारे नव्हते. त्यांनी विचारलं,

"त्यासाठी तुम्ही सिव्हिल एव्हिएशन डिपार्टमेंटची परवानगी काढलीच असेल. ती मला...''

"मला परवानगीची गरज वाटली नाही.'' त्यांचं बोलणं तोडत आकाश म्हणाला, "मी माझ्या जागेवर माझ्या आकाशातून ही इमारत इथे आणली आहे.''

"तुमच्या आकाशातून? म्हणजे काय? आणि आकाशात कुठेही प्रवास करायचा असला तरी सिव्हिल एव्हिएशनची परवानगी लागते.''

"पण मी आकाशात प्रवास केलाच नाहीये. मी फक्त माझ्या जागेच्या वर असलेल्या आभाळाच्या तुकड्यातून खाली उतरून आलो आहे आणि माझ्या जागेवरच्या हवेसाठी, तेवढ्या आकाशासाठी तर मला कुणाची परवानगी घ्यायला नको ना?''

मानेच नव्हे, तर सगळेच जरा बुचकळ्यात पडले. तो म्हणत होता, ते बरोबर वाटत नव्हतं; पण नेमकं काय चुकतं आहे हेही लक्षात येत नव्हतं. मग तोच पुढे म्हणाला,

"आज अनेक देशांमध्ये दीड-दीडशे मजल्यांच्या इमारती उभ्या आहेत. अमुक एक फुटांच्या वर तुम्हाला काही बांधकाम करता येणार नाही, असे नियम प्रत्येक गावात त्या त्या गावाची गरज म्हणून केलेले असतात. त्यामुळे एखाद्या गावात पाच मजल्यांपेक्षा उंच इमारत असू शकत नाही, तर एखाद्या मोठ्या शहरात दीडशे मजल्यांची इमारत असते. म्हणजे किती उंचीपर्यंत तुमची मालकी असते. याला काही नियम नाही. म्हणजेच तुमच्या जागेवरचं सगळं आकाश तुमचंच असतं.''

"असं कसं शक्य आहे? उंचावरचं आकाश सरकारी मालकीचं असतं.'' माने जोरात म्हणाले.

"किती उंचावरचं?''

माने गोंधळले. असा काही नियम असल्याचं त्यांना खरं म्हणजे माहीत नव्हतं. पण काही झालं तरी ते डी.आय.जी. होते. ते त्याला असं सोडणार नव्हते. ते म्हणाले,

"तुम्ही आकाशातून ही एवढी मोठी इमारत सरळच्या-सरळ खाली उतरवलीत यावर माझा विश्वास नाही."

"त्याला माझा इलाज नाही." आकाश म्हणाला." मी शपथेवर सांगतो की ही माझी इमारत, माझी वास्तू, मी माझ्याच आभाळातून माझ्याच जागेवर आणली आहे, तुमच्या कुठल्याही नियमाचा भंग केलेला नाही."

"माझा नाही विश्वास बसत." माने पुन्हा म्हणाले. "मला तुमच्या या इमारतीची तपासणी करायची आहे."

"तुमच्याकडे त्यासाठी वॉरंट आहे?"

माने एकदम गप्प झाले. तो असं काही विचारील, याची त्यांना कल्पना नव्हती आणि इतक्या लोकांसमोर दंडेली करून वॉरंटशिवाय झडती घ्यावी, असं त्यांना वाटेना.

आकाश प्रथमच थोडंसं आणि खवचट हसला आणि त्यानं विचारलं, "तुम्हाला प्रात्यक्षिक बघायचं आहे?"

"कसलं प्रात्यक्षिक?"

"आकाशातून सरळ वर-खाली प्रवास कसा करता येतो त्याचं?"

तो नक्की काय करून दाखवणार आहे, याचा अंदाज कोणाला येईना. त्या संभ्रमातच मान्यांनी मान हलवली.

त्याबरोबर आकाश झटकन आत गेला आणि त्यानं दार लावून घेतलं. क्षणार्धात अनेक यंत्रं सुरू झाल्यासारखा आवाज येऊ लागला. त्याबरोबर सहा कोपऱ्यांवरचे सहा मनोरे खाली-खाली सरकू लागले आणि मग दिसेनासे झाले. वरची गच्ची आक्रसून लहान-लहान होऊन लागली आणि थोड्याच वेळात तीही आत ओढली जाऊन दिसेनाशी झाली.

मग ऊंऽऽ असा आवाज सुरू झाला. आता ही अख्खी इमारत उडणार की काय, असं हरीशला वाटत असतानाच एक मोठं, लांबट, चपट्या आकाराचं यान त्या इमारतीतून वर उडालं आणि सरळ वर चढत बघता-बघता दिसेनासं झालं.

"अरे... अरे... तो पळाला." माने असं म्हणत असता इमारतीच्या भिंती कोसळू लागल्या. त्या कोसळणाऱ्या तुकड्यांचा भुगा होऊ लागला आणि थोड्याच वेळात इमारतीची आकृती दाखवणाऱ्या काळ्या भुग्याचे ढीग तिथे तयार झाले.

माने, त्यांच्याबरोबरची माणसं, पाटील, हरीश, गावकरी, सगळे जण स्तिमित होऊन बघत राहिले.

घडलेल्या सगळ्या घटनेची अधिकृत नोंद मान्यांनी केली, ती एवढीच की, दडगावातल्या अनधिकृत बांधकामाची तक्रार आल्यावरून ते चौकशीसाठी गेले असता त्यांना ते बांधकाम पडल्याचं आणि गुन्हेगार पळून गेल्याचं आढळलं. पण

हरीशच्या डोक्यातून मात्र आकाश आणि त्याची इमारत किंवा त्याचं आकाश यांचा विचार अजूनही जात नाही आणि मधूनमधून त्याच्या मनात शंकेची पाल चुकचुकते.

ती जागा आजही आकाशच्या मालकीची आहे आणि त्याच्या म्हणण्याप्रमाणे जागेवरचं आकाशही त्याच्या मालकीचं आहे. त्या जागी तो आपल्या यानासकट परत कधी आला तर?

आणि आपल्याला पत्ताही न लागता, त्यानं इथं काही अनर्थ माजवला तर?

तसा हेतू नसता तर जमिनीचा एक तुकडा आणि त्याच्यावरचं आकाश यांच्यावर कायदेशीर मालकी प्रस्थापित करण्याचा प्रयत्न त्यानं कशाला केला असता?

(विज्ञानयुग - दीपावली १९९४)

◆

# प्रज्ञेचा शोध

त्या प्रशस्त दिवाणखान्यात अनेक मुलांच्या घोळक्यात उभा असलेला नील विस्फारित नजरेनं भिंतीवरच्या आकृत्या आणि अक्षरं बघत होता. चारही बाजूंना काही काही लिहिलेल्या पाट्या लावल्या होत्या. एका बाजूच्या भिंतीवर काही भौमितीय आकृती काढून त्यांच्याखालीही काहीतरी लिहिलेलं होतं.

खोलीत असलेली मुलं त्या पाट्यांवरचं एक एक अक्षर लावून वाचण्याचा प्रयत्न करत होती. सगळीच मुलं पाच वर्षांची होती आणि त्यांच्या शिक्षणाचा पहिला हप्ता आज त्यांना मिळणार होता, म्हणून तिथे गोळा झाली होती.

बाविसाव्या शतकाच्या मध्यावर शिक्षणाची, ते मिळवण्याची पद्धत आमूलाग्र बदलली होती. मुळाक्षरांपासून सुरुवात करून हळूहळू शब्द, वाक्य अशा रीतीनं नील प्रयत्न करीत होता.

नील अवघा पाच वर्षांचा होता. त्या मोठ्या भाषा शिकून, मग त्या भाषेत विविध विषयांचा अभ्यास करून ज्ञान मिळवण्याची जुनाट पद्धत मागे पडून, इलेक्ट्रॉनिक यंत्रांच्या साहाय्यानं तयार ज्ञान मेंदूच्या स्मृतिकोशात भरण्याची अभिनव पद्धत रूढ झाली होती. कुठलेही शारीरिक किंवा मानसिक परिश्रम न करता ज्ञान मिळवता येऊ लागलं होतं.

अशा ज्ञानार्जनासाठी वयानुसार टप्पे ठरवले गेले होते. ठरावीक वयाला ठरावीक ज्ञानाचा भरणा मुलाच्या मेंदूत केला जाई. त्यांपैकी किती ज्ञान स्मृतीमध्ये कायम राहतं आणि किती विस्मरतं हे ज्याच्या त्याच्या मेंदूच्या कार्यक्षमतेवर अवलंबून असे. या पद्धतीमुळे शिक्षणाचं काम फार सोपं आणि जलद होत होतं. अठरा-वीस वर्षांचं वय होईपर्यंत व्यक्ती हव्या त्या विषयात प्राविण्य मिळवून उद्योगधंदा करू लागत होती.

मूल पाच वर्षांचं झालं, की ज्ञानभरणाचा पहिला हप्ता त्याला देण्यात येत असे. त्यासाठी मेंदू तरतरीत राहावा म्हणून त्याला आधी काहीही शिकवू नये, लेखन वाचन यापासून त्याला कटाक्षानं दूर ठेवावं, असं सर्व पालकांना बजावून सांगण्यात येत असे. शिवाय आधी काहीतरी चुकीचं शिकलेलं असलं तर स्मृतीमधून ते घालवणं फार कठीण होत असे. म्हणून मुलांना घरी काहीही शिकण्यावर बंदी होती.

पण तरीही नीलला बरीचशी अक्षरओळख झाली होती.

यात त्याच्या आई-वडिलांचा काही दोष नव्हता. त्यांनी त्याला कधीच काही शिकवलं नव्हतं. त्याला भरपूर खेळ आणि खाऊ आणून दिला, की आपलं कर्तव्य संपलं असं समजून ते आपापल्या उद्योगात मग्न राहत होते. नाहीतरी पहिली पाच वर्षं मुलानं खेळावं यासाठीच असतात!

नील शिकला होता तो शेजारच्या कोसुयोकडून. कोसुयो त्याच्यापेक्षा सहा महिन्यांनी मोठा होता. त्याला सहा महिन्यांपूर्वीच पहिला ज्ञानहप्ता मिळाला होता. आपल्याला किती 'येतं' हे दाखवण्यासाठी, त्यानं नीलला अक्षरं लिहून दाखवली होती. काही आकडे, सोप्या बेरजा-वजाबाक्या वगैरे करून दाखवलं होतं. त्याचं बघून बघून बरीचशी अक्षरं आणि आकडे नील एका झटक्यात शिकला होता. आपल्याला आणखी शिकवावं म्हणून तो कोसुयोच्या मागे लागला होता. तेव्हा भीत भीत कोसुयोनं त्याला आणखी थोडं शिकवलं होतं, कारण असं काही शिकवायचं नसतं, हे त्यालाही माहीत होतं.

आपली मुलं काय करताहेत हे दोघांच्या माता-पित्यांच्या लक्षात येण्यापूर्वीच नीलची मुळाक्षरं शिकून झाली होती.

त्यानंतर मग जमतील तेवढी अक्षरं दिसतील, तिथे वाचण्याचा त्याला छंदच लागला होता. रोज सकाळी त्याचे आई-बाबा टीव्ही वरचं वृत्तपत्र वाचत असत, तेव्हा तिथे बसून तोही ते वाचण्याचा प्रयत्न करू लागला. बातम्या वाचताना त्याचे वडील बहुतेक वेळा मथळे मोठ्यानं वाचत. शिवाय वाचलेल्या बातम्यांवर दोघांची चर्चा होत असे. त्यामुळे नीलला बरंच वाचता येऊ लागलं होतं.

अर्थात्, हा सगळा गुपचूप कारभार होता!

'वैश्विक ज्ञानमंडळा'च्या त्या इमारतीत इतर मुलांबरोबर ज्ञानभरणासाठी उभा असलेला नील भिंतीवरच्या पाट्या वाचण्याचा प्रयत्न करीत होता. पण जोडाक्षरं नेमकी त्याला अडत होती. त्या पाट्यांवर 'वैश्विक' हा शब्द अनेक वेळा आला होता आणि त्यातल्या 'श्वि' या अक्षरात नील परत परत अडखळत होता. बाकीची मुलं हसत-खिदळत होती, बोलत होती. हातातल्या खेळण्यांशी खेळत होती. घाबरून कोणी-कोणी गप्प उभीही होती.

त्या कोणाहीकडे नीलचं लक्ष नव्हतं. न कळणारी अक्षरं काय असावीत, हे समजून घेण्याच्या प्रयत्नात त्याचं चित्त एकाग्र झालं होतं आणि त्याच्या नकळत तो पाट्यांवरची अक्षरं स्वत:शी पुटपुटत होता.

त्या खोलीच्या चार कोपऱ्यांत बसवलेल्या कॅमेऱ्यांमधून खोलीतल्या मुलांची सगळी हालचाल टिपली जात होती. नीलचं इतरांपासून वेगळं उभं राहणं, परत-परत पाट्यांकडे बघून स्वत:शी पुटपुटणं या गोष्टी कॅमेऱ्यांच्या नजरेनं अचूक टिपल्या.

थोड्याच वेळात आतल्या बाजूचा दरवाजा उघडला गेला आणि वैश्विक ज्ञानमंडळाच्या एका अधिकाऱ्यानं खोलीत प्रवेश केला. तो सरळ नीलपाशी गेला आणि नीलचा हात धरून म्हणाला,

"चल माझ्याबरोबर."

त्या माणसानं हात धरताच नील एकदम दचकला. पण काही बोलण्यापूर्वीच तो माणूस त्याला घेऊन दारातून आत गेला.

आतली खोली लहान होती. खोलीत एका मोठ्या टेबलाभोवती तीन पुरुष आणि एक स्त्री असे चौघं जण बसले होते. नीलला घेऊन येणाऱ्या माणसानं टेबलासमोरची एक खुर्ची ओढून, नीलला उचलून त्यात बसवलं आणि तोही त्या चौघांच्यात जाऊन बसला.

टेबलापलीकडे आत पाच मोठी माणसं होती आणि त्यांचे दहा डोळे नीलवर रोखले गेले होते.

नील घाबरून गेला.

"हं, नाव काय तुझं?" जाड भिंगाचा चष्मा लावलेल्या आणि मध्ये बसलेल्या वयस्क, टकल्या माणसानं विचारलं.

नीलच्या तोंडून काहीच शब्द फुटला नाही. तेव्हा त्यानं परत विचारलं,

"काय रे, तुझं नाव काय? बोलता येतं ना तुला?" नीलनं नुसतीच मान हलवली.

"घाबरू नकोस." त्या पाच जणांतली स्त्री म्हणाली. "आम्ही तुला काही करणार नाही आहोत. तुझं नाव तेवढं सांग आम्हाला."

नीलनं भीतभीत आपलं नाव सांगितलं.

"वाचता येतं ना तुला?" चष्मेवाल्या वयस्क माणसानं विचारलं आणि आपल्याला इथे का आणण्यात आलं आहे, हे नीलला एकदम कळलं.

तो गुपचूप वाचायला शिकला आहे, हे ह्या लोकांना कळलं होतं!

आता ते त्याला नक्कीच रागावणार होते!

नील गप्प बसलेला बघून तो माणूस म्हणाला, "तुला वाचता येतं हे आम्ही बघितलं आहे. तेव्हा खरं सांग, तुला वाचता येतं ना?"

"सगळं नाही नीट वाचता येत.'' नील अडखळत उत्तरला.

"अस्सं. पण म्हणजे तुला थोडं-थोडं वाचता येतं.''

असं म्हणत त्या माणसानं नीलपुढे एक पुस्तक टाकलं आणि तो म्हणाला, "वाच बरं यातलं. तुला किती वाचता येतं ते तरी बघू.''

पुस्तकाच्या मुखपृष्ठावर सुंदर, रंगीबेरंगी चित्र होतं. नीलनं पुस्तक उघडलं आणि तो वाचू लागला,

"एक गाव होतं. गावात एक लोहार राहत होता...''

नील वाचू लागला आणि वाचता-वाचता गोष्टीत रंगून गेला. पुस्तकात मधून मधून रंगीत चित्रं होती आणि त्याला अडेल असं एकही अक्षर नव्हतं. टेबलापाठीमागच्या माणसांना विसरून तो वाचत राहिला.

गोष्ट वाचून संपल्यावर, काही क्षण तो त्या गोष्टीच्या विचारातच बुडून गेला.

"आता ते वाच.'' असं म्हणून त्याच्यासमोर दुसरं पुस्तक टाकल्यावर तो दचकून भानावर आला. त्यानं ते पुस्तक उघडलं आणि तो वाचू लागला. पण या पुस्तकातले काही शब्द, काही अक्षरं त्याला अडू लागली. वाचताना तो मध्ये-मध्ये अडखळू लागला. त्यानं अशी तीन पानं वाचल्यावर, समोरच्या माणसानं त्याच्यासमोरचं पुस्तक उचलून घेतलं आणि त्याला विचारलं,

"तुला वाचायला कोणी शिकवलं? तुझ्या आई-बाबांनी?''

नीलनं नकारार्थी मान हलवली, तशी त्याच्यावर प्रश्नांचा भडिमार सुरू झाला.

"तुला वाचता येतं हे तुझ्या आईवडिलांना माहिती आहे का?''

"त्यांना कळल्याशिवाय तू कसा शिकलास?''

"कोसुयो कोण?''

"तू कधीपासून वाचायला शिकतो आहेस?''

"लिहिता येतं का?''

"गुपचूप शिकण्याची तुला भीती नाही का वाटली?''

"तुला खेळायला आवडतं का?''

"तुला लिहा-वाचायला आवडतं का?''

प्रश्नांच्या त्या सरबत्तीनं गांगरून गेलेला नील त्याला जमतील, तशी उत्तरं देत होता. शेवटी तो अगदी रडण्याच्या बेताला आला, तेव्हा कुठे प्रश्नांचा मारा थांबला.

थोडा वेळ कोणीच काही बोललं नाही. मग त्यांच्यातली ती स्त्री म्हणाली,

"हे बघ नील, तू स्वत:हून वाचायला शिकलास यामुळे दोन चुका झाल्या आहेत. एक तर तुझ्या मेंदूत कदाचित् काही चुकीची माहिती गोळा झाली असेल आणि तुला पहिला ज्ञानहप्ता देण्यापूर्वी ती माहिती पुसून काढण्यासाठी वेळेचा आणि पैशाचा अपव्यय होणार आहे. दुसरं म्हणजे, ज्ञानहप्ता मिळण्यापूर्वी मुलानं

काही स्वत:हून शिकू नये हा वैश्विक ज्ञानमंडळाचा नियम मोडला गेला आहे... कळतं आहे ना तुला मी काय म्हणते आहे ते?''

नीलनं अर्धवट मान हलवली.

मोठ्या माणसांनी घालून दिलेला नियम आपण मोडतो आहे, हे त्याला वाचायला शिकताना माहीत होतं. पण त्याचं स्वरूप इतकं गंभीर असेल आणि त्याला इतकं धारेवर धरलं जाईल, हे त्याला माहीत नव्हतं.

''तू अजून लहान आहेस आणि वैश्विक मंडळाचा नियम मोडण्याची ही तुझी पहिलीच वेळ आहे म्हणून आम्ही तुझ्या या गुन्ह्याकडे दुर्लक्ष करणार आहोत.''

तो चष्माधारी मनुष्य म्हणाला.

''पण यापुढे मात्र ही चूक तू पुन्हा करता कामा नये. ज्ञानमंडळानं ठरवून दिल्याप्रमाणेच टप्प्याटप्प्यानं तुझ्या मेंदूत ज्ञानभरणा केला जाईल. त्याखेरीज आगाऊपणानं स्वत:हून अधिक किंवा वेगळं शिकण्याचा प्रयत्न करू नकोस. तू असा प्रयत्न करतो आहेस असं आमच्या लक्षात आलं तर तुला शिक्षा दिली जाईल.''

''घेऊन जा याला.'' असं त्या चष्मेवाल्यानं सांगताच नीलला बाहेरून आत घेऊन येणारा इसम उठला आणि त्यानं नीलचा हात धरून बाहेर नेलं.

बाहेर पडताच नीलला हायसं वाटलं. सुटल्यासारखं झालं. आतल्या खोलीतली मोठी माणसं काय बोलली, ते सगळं त्याला नीटसं कळलं नव्हतं, पण आपणहून शिकण्याचा प्रयत्न करणं म्हणजे गुन्हा आहे एवढं मात्र त्याला कळलं होतं!

त्यानंतर त्याला ज्ञानभरण कक्षात नेण्यात आलं. एका गुबगुबीत आरामखुर्चीत बसवून त्याच्या डोक्याला ठिकठिकाणी इलेक्ट्रोड्स जोडण्यात आले. त्यानंतर त्याला पुढचं काही कळलंच नाही. त्याचे डोळे गपकन मिटले आणि तो गाढ झोपी गेला.

तो जागा झाला, तेव्हा पांढऱ्या कपड्यातला तंत्रज्ञ त्याच्या डोक्याचे इलेक्ट्रोड्स काढत होता. तो नीलकडे बघून छान हसला आणि म्हणाला,

''उठा बच्चमजी, आता तुम्ही एकदम विद्वान झालात.''

नील उठला आणि उठता-उठताच त्याच्या लक्षात आलं, की समोरच्या ज्ञानभरण यंत्रावर लिहिलेलं सगळं आपल्याला वाचता येत आहे आणि समजतं आहे!

त्याची आई ज्ञानमंडळाच्या इमारतीबाहेर त्याची वाट बघत थांबली होती. तिच्याबरोबर घरी जाताना त्याला वाटेतल्या दुकानांवरच्या सगळ्या पाट्या भराभर वाचता आल्या.

गणित, शास्त्र, भाषा अशा मूलभूत विषयांचं प्राथमिक ज्ञान ग्रहण करून आल्यानंतरचे काही दिवस नीलनं झपाटल्यासारखे काढले. कितीतरी गोष्टी त्याला आपोआप येऊ लागल्या होत्या. कळू लागल्या होत्या!

काही दिवस असे गेले आणि त्या ठरावीक मर्यादेतल्या ज्ञानाचा त्याला कंटाळा येऊ लागला. आणखी पुढे काहीतरी शिकावं, ऐकावं, बघावं अशी ओढ त्याला लागली.

पण ते कसं जमणार?

वैश्विक ज्ञानमंडळानं त्याच्या आई-वडिलांना आणि कोसुयोला बोलावून घेऊन त्यांनाही समज दिल्यामुळे, त्याला अधिक काही शिकवायला, समजावून द्यायला ते तयार नव्हते.

पण इच्छा असते तिथे मार्ग सापडतोच.

कोसुयोचा नाद सोडून तो दुसऱ्या मुलांच्यात मिसळू लागला. त्यांची पुस्तकं चोरून वाचू लागला. त्यांच्या कॅसेट्स चोरून बघू लागला.

पण त्याची ही चोरी फार दिवस लपून राहिली नाही. ज्ञानग्रहणाच्या दुसऱ्या टप्प्यात तो पोहोचला तेव्हा त्याचा हा आगाऊपणा उघड झाला!

आणि त्याला त्याची शिक्षाही मिळाली. त्याचा ज्ञानहप्ता सहा महिन्यांनी पुढे ढकलण्यात आला.

पुढचं शिक्षण मिळण्याची उत्सुकतेनं वाट बघणाऱ्या नीलला ही शिक्षा फार मोठी वाटली. त्यापेक्षा त्याला चार दिवस उपाशी राहायला सांगितलं असतं तरी चाललं असतं.

सहा महिने लांबलेला ज्ञानहप्ता त्याला मिळाला आणि वैश्विक ज्ञानमंडळ, वैश्विक सरकार, विश्वशल्य या गोष्टींची माहिती त्याला मिळाली.

जगातल्या सर्व राष्ट्रांनी मिळून एकविसाव्या शतकाच्या अखेरीस विश्वराज्य स्थापन केलं होतं. देश, देशाभिमान, धर्माभिमान या गोष्टी जुन्या आणि संकुचित ठरल्या होत्या. नवीन विश्वराज्याचा कारभार बहुराष्ट्रीय सदस्य असलेलं मंडळ करत होतं. जगभर सर्वांना समान कायदा आणि समान शिक्षण सक्तीचं करण्यात आलं होतं. आर्थिक विषमता पुष्कळ प्रमाणात कमी झाली होती. लोकसंख्या आटोक्यात आली होती आणि तिच्या वाढीवर कडक नियंत्रण ठेवण्यात येत होतं. गुन्हेगारी कमी झाली होती. सुबत्ता वाढली होती. सामान्य माणसाचं जीवन पुष्कळसं सुखकर झालं होतं.

पण हे घडून येण्यासाठी आणि सुरळीत चालू राहण्यासाठी कडक अनुशासनाची गरज होती. मनमानी करून चालण्यासारखं नव्हतं. विश्वराज्याचा विराट गाडा सुरळीत चालू राहण्यासाठी त्याच्या प्रत्येक चाकानं ठरवून दिलेल्या गतीनं आणि ठरलेल्या मार्गानंच फिरायला हवं होतं. एखाद्याच चाकानं जास्त वेगानं पळून चालण्यासारखं नव्हतं. आणि म्हणूनच प्रत्येकानं ठरावीक ज्ञानग्रहण करून, ठरवून दिलेली विद्या किंवा कला आत्मसात करून, राज्यकारभार सुरळीत चालू राहण्यासाठी आवश्यक ते काम बिनातक्रार करीत राहणं आवश्यक होतं.

प्रत्येकानं ठरावीक ज्ञान ठरावीक टप्प्यातच का घेतलं पाहिजे ते नीलला बरंचसं कळलं.

पण कळलं तरी ते वळलं मात्र नाही!

ज्ञानमंडळानं आखून दिलेल्या मर्यादेबाहेर त्याची बुद्धी धावत राहिली. ठरावीक काळानं मिळणारा ज्ञानाचा मोजकाच घोट तिला पुरत नव्हता.

नील जसजसा मोठा होत गेला, तसतशी या बंधनाबद्दल त्याला चीड येऊ लागली. आपल्या बुद्धीची झेप मोठी आहे, हे त्याला कळू लागलं आणि तिला कृत्रिमरीत्या बंधनात ठेवू पाहणाऱ्या ज्ञानमंडळाबद्दल त्याला तिरस्कार वाटू लागला. आणि हळूहळू हा तिरस्कार त्याच्या बोलण्या-वागण्यात प्रतिबिंबित होऊ लागला.

नील एक नाठाळ आणि तापट विद्यार्थी म्हणून प्रसिद्ध झाला.

त्याला सर्व विषयांमध्ये गती होती. मेंदूत भरण्यात येणाऱ्या ज्ञानाचा जवळजवळ नव्वद टक्के भाग त्याच्या स्मृतीत राहत असे आणि त्याच्यापुढचा विचार तो करू शकत असे.

पण त्याला आवड होती, ती मात्र प्राण्यांची. प्राणी पाळणं, त्यांचं निरीक्षण करणं, त्यांना काही शिकवणं, त्यांच्यावर औषधोपचार करणं या गोष्टीमध्ये तो तास न् तास रमत असे. आपण प्राण्यांवर उपचार करणारा डॉक्टर व्हायचं, असं त्यानं मनोमन ठरवलं होतं.

पण शिक्षण मंडळाचा विचार काही वेगळाच होता. विश्वराज्याला तेव्हा रसायनतज्ज्ञांची गरज निर्माण झालेली होती. आंतरिक-रसायन हा एक नवीनच विषय पुढे आला होता आणि त्यात झपाट्यानं प्रगती करण्यासाठी हुशार तज्ज्ञांची आवश्यकता होती.

नीलच्या इच्छेविरुद्ध, त्याच्या मेंदूत रसायनशास्त्राचं अत्याधुनिक ज्ञान भरण्यात आलं आणि त्याला रसायनशास्त्रज्ञ बनवण्यात आलं.

नील संतापानं पेटून उठला. त्या भरात तो ज्ञानमंडळाच्या अधिकाऱ्यांना अद्वातद्वा बोलला आणि रसायनशास्त्रज्ञ म्हणून आपण कधीच काम करणार नाही, असं त्यानं जाहीर केलं.

त्याचा परिणाम म्हणून दुर्गम भागातल्या एका रसायनशाळेत त्याची नेमणूक करण्यात आली आणि सरकारी शिपायांच्या बंदोबस्तात त्याची तिकडे पाठवणी केली गेली.

मनातल्या मनात चरफडत नील कामावर रुजू झाला.

पहिले काही दिवस त्यानं अत्यंत निराश मन:स्थितीत घालवले. पण मग हळूहळू त्याला आजूबाजूच्या परिसराची जाणीव होऊ लागली आणि त्याच्या लक्षात आलं, की कारखान्याच्या आवाराबाहेरचा परिसर सुंदर आहे. निसर्गरम्य आहे.

भोवतालच्या टेकड्यांवर घनदाट झाडी आहे आणि त्या टेकड्यांमध्ये अनेक जातींचे पक्षी, प्राणी वसती करून आहेत.

नील आसपासच्या टेकड्यांमध्ये भटकू लागला. निरीक्षणं करू लागला आणि एखादा जखमी प्राणी, पक्षी आढळल्यास त्याला उचलून घरी आणू लागला. अगदी आवश्यक तेवढाच वेळ नाइलाजानं कारखान्यात काढून, उरलेला वेळ तो रानात काढू लागला.

हळूहळू त्याच्याजवळ दोन कुत्री, एक माकड, एक लांडग्याचं पिल्लू, दोन कासवं आणि दोन ससे इतके प्राणी गोळा झाले. त्यांच्यासाठी त्यानं छान पिंजरे तयार केले. दोन छोट्या-छोट्या खोल्या बांधल्या आणि हळूहळू तो कारखान्यात बुट्ट्या मारू लागला.

त्याची ही वागणूक अर्थातच वर कळवली गेली आणि तडकाफडकी त्याची बदली करण्यात आली!

बदलीच्या आदेशानं नीलवर जणू वीज कोसळली. मोठ्या प्रयत्नानं त्यानं स्वत:चं असं एक जग निर्माण केलं होतं. जवळजवळ दीड वर्ष त्या परिसरात घालवून तो आता तिथे रमला होता. त्यानं अनेक मुके मित्र जोडले होते. आता एकाएकी त्या सर्वांना वाऱ्यावर सोडून निघून जायचं?

त्याचं मन बंड करून उठलं. लहानपणापासून त्याच्या आयुष्यावर सतत कोणी ना कोणी सत्ता गाजवली होती. आधी ज्ञानमंडळानं आणि मग सरकारनं त्याच्या इच्छा-आकांक्षांवर पाणी फिरवलं होतं. आता परत एकदा तसंच घडणार होतं.

पण आता तो तसं होऊ देणार नव्हता. कितीही क्लेश भोगावे लागले तरीतो सरकारला शरण जाणार नव्हता. त्याच्या संपूर्ण आयुष्यावर सत्ता गाजवण्याचा सरकारचा अधिकार त्याला मान्य नव्हता.

नीलनं एक दिवसभर तयारी केली आणि अगदी आवश्यक ते सामान घेऊन आपल्या प्राणिमित्रांसह तो रात्रीच्या अंधारात नाहीसा झाला!

आसपासच्या टेकड्यांची त्याला बरीच माहिती झालेली होती. त्यातल्या एका टेकडीत झाडांमागे लपलेल्या गुहेत त्यानं आश्रय घेतला.

त्याच्या प्राणिमात्रांना रानात राहणं सवयीचं राहिलेलं नव्हतं, पण थोड्या प्रयत्नांनी ते तिथे रूळले असते आणि काही दिवसांनी कदाचित त्याला सोडून आपल्या स्वाभाविक सोबत्यांमध्ये मिसळले असते.

नीलला स्वत:ची मुळीच काळजी नव्हती. निसर्गाच्या सान्निध्यात राहून प्राणिजीवनाचा अभ्यास करीत आपला काळ आनंदात जाईल, त्याची त्याला खात्री होती. क्रूर श्वापदांपासून संरक्षणासाठी आवश्यक तेवढी आयुधं त्यानं बरोबर आणली होती.

टेकड्यांमध्ये वावरणाऱ्या कुठल्याच प्राण्याची त्याला भीती वाटत नव्हती. त्याला भीती वाटत होती, ती सरकारी सैनिकांची. तो पळून गेला आहे, हे लक्षात आल्यावर त्याला पकडण्यासाठी सैनिक पाठवले जातील, यात त्याला शंका नव्हती. पण आसपासच्या जंगली प्रदेशाची त्याच्याइतकी माहिती त्यांच्यापैकी कुणालाही असणार नाही आणि म्हणून आपण लपून राहू शकू, अशी आशा त्याला वाटत होती.

ही त्याची आशा तिसऱ्याच दिवशी फोल ठरली. तिसऱ्या दिवशी दुपारी त्याच्या लपण्याच्या जागेभोवती माणसांचे आवाज ऐकू येऊ लागले, तेव्हा तो गुहेत अगदी मागच्या कोपऱ्यात भिंतीला चिकटून, किंचितही हालचाल न करता उभा राहिला. त्या कोपऱ्यात अगदी काळोख होता आणि त्यामुळे कदाचित सैनिकांच्या नजरेतून तो सुटण्याची शक्यता होती.

पण त्याच्या मित्रांनीच त्याचा घात केला. गुहेच्या जवळच वावरणारे नीलचे दोन्ही कुत्रे जोरजोरात भुंकू लागले!

नीलनं हताश होऊन कपाळावर हात मारून घेतला आणि तो गुहेबाहेर येऊन मुकाट्यानं सैनिकांच्या स्वाधीन झाला.

नीलची रवानगी सुधारगृहात करण्यात आली.

सुधारगृह म्हणजे तुरुंगच होता. एका लहानशा खोलीत त्याला बंद करण्यात आलं आणि रोज सकाळी सूर्योदयापासून सूर्यास्तापर्यंत खडी फोडण्याचं काम त्याला देण्यात येऊ लागलं.

खरं म्हणजे खडी फोडण्याचं काम यंत्रांनी अतिशय जलद होत होतं. पाहिजे त्या आकाराच्या खडीचे ढीग अल्पावधीत तयार करणारी अनेक प्रकारची यंत्रं बाजारात होती. पण खडी फोडणं हे काम अजूनही शिक्षा म्हणून देण्यात येत होतं - अट्टल गुन्हेगाराला. कारण ते अतिशय कष्टाचं आणि अतिशय कंटाळवाणं होतं.

त्या सुधारगृहात त्याच्यासारखे आणखी पाच जण होते. ते सुधारगृहाच्या मोठ्या आवारात ठिकठिकाणी बसून खडी फोडताना दिसायचे. त्यांच्यापैकी एक जण नीलच्या जवळ आठ-दहा फुटांवरच बसलेला असायचा. तो नीलच्या आधीपासून तिथे होता. नील पहिल्या दिवशी खडी फोडायला बसला, तेव्हा तो नीलकडे बघून तोंडभर हसला आणि म्हणाला,

"ये, ये मित्रा. मूर्खांच्या साम्राज्यात मूर्ख शिरोमणी तुझं स्वागत करतो आहे."

"ए गप्प" नीलबरोबरचा पहारेकरी करवादला.

"जी सरकार" असं कुचेष्टेनं म्हणून त्या माणसानं पहारेकऱ्याला सलाम ठोकला. त्याबरोबर हातातल्या दंडुक्यानं त्या माणसाच्या पाठीत रट्टा हाणून पहारेकरी परतला.

पाठीत रट्टा बसताच ओरडण्याऐवजी तो माणूस मोठ्यानं हसला. आणि मग जरा वेळानं तो काहीतरी गुणगुणू लागला.

त्याच्या या वागण्याचं नीलला नवल वाटलं, तरी तो काही बोलला नाही. कारण तो स्वत:च्याच दु:खात चूर होता. दु:ख, संताप आणि अपमान, त्याच्या मनात नुसतं खदखदत होतं.

सुधारगृहाचं आवार खूप मोठं होतं. त्याच्याभोवती तारेचं कुंपण होतं आणि त्या तारांमधून वीज खेळवलेली होती. तशी सूचना देणारे फलक ठिकठिकाणी लावलेले होते. आवारात किंवा आवाराबाहेरही दृष्टी पोहोचेपर्यंत सगळं उजाड, रखरखीत माळरान होतं. गवताचं एखादं हिरवं पातंसुद्धा कुठे दिसत नव्हतं. मग एखादा सजीव प्राणी दिसणं दूरच. आवारात ठिकठिकाणी पडलेले दगडांचे आणि खडीचे ढीग तेवढे होते.

पहिले तीन-चार दिवस अत्यंत निराश मन:स्थितीत काढल्यावर नीलला हळूहळू आजूबाजूच्या परिसराचं भान झालं. सुधारगृहाचं आवार आणि त्याच्या पलीकडे सगळा रखरखाट असला तरी त्यांच्या राहत्या कोठड्यांच्या मागील बाजूस थोडी हिरवळ आणि काही लहान-मोठी झुडपं होती. नीलच्या कोठडीच्या खिडकीतून ती दिसायची.

सूर्यास्ताला खडी फोडण्याचं काम थांबवलं जायचं आणि त्यांना आपापल्या कोठडीत बंद केलं जायचं. रात्रीचं जेवणही कैद्यांना कोठडीत आणून दिलं जायचं. दुसऱ्या दिवशीच्या सूर्योदयापर्यंत ते कोठडीबंद असायचे.

कोठडीत परतल्यापासून ते पार काळोख पडेपर्यंत नील खिडकीशी उभा राहून बाहेर दिसणाऱ्या हिरवेपणाकडे पाहत राही. त्याचं चित्त थोडं शांत होई. तीन-चार दिवस गेले आणि नीलच्या लक्षात आलं, की खिडकीच्या उजवीकडे असलेल्या एका झुडपात पोमीण पक्ष्याची दोन-तीन घरटी आहेत आणि काळोख पडायला लागला, की ते पक्षी घरट्यात परत येतात. थोडा वेळ त्यांचा 'क्री-क्री' असा आवाज ऐकू येत राहतो आणि मग ते गप्प होतात.

पोमीण पक्षी, त्याची निर्मिती म्हणजे अनुवंशशास्त्राच्या प्रगतीतला एक महत्त्वाचा टप्पा होता. अनेक जीन्स-संकराच्या प्रयोगानंतर पोमीण हा एक नवीनच पक्षी निर्माण झाला होता. आणि आजूबाजूच्या पर्यावरणाशी टक्कर देत आणि जमवून घेत टिकून राहिला होता. पहिल्या पोमीण पक्ष्याची निर्मिती झाल्याला वीस वर्षं उलटून गेली होती आणि त्या काळात त्याची प्रजा खूप वाढली होती.

चिमणीच्या आकाराचा पोमीण पक्षी करड्या रंगाच्या अंगावर लाल पंख आणि बाकदार हिरवी चोच असलेला होता. त्याचा आवाज मात्र अगदी कर्कश 'क्री-क्री' असा होता. माणसांची वर्दळ नसलेल्या गावाबाहेरच्या झुडपांमध्ये त्याची वस्ती असे.

पोमीण पक्ष्यांचा वावर समोरच्या झुडपात असल्याचं लक्षात आल्यावर, नीलचं नैराश्य एकदम कमी झालं. रोज अंधार पडेपर्यंत तो त्या पक्ष्यांचं निरीक्षण करत खिडकीत उभा राहू लागला. स्वत:च्या जेवणातले दोन घास वगळून तो ते खिडकीत ठेवू लागला. त्या अन्नाच्या आशेनं पक्षी खिडकीत व कदाचित कोठडीत येतील अशी आशा त्याला वाटत होती.

त्याच्या जवळ बसून खडी फोडणाऱ्या माणसाशी हळूहळू त्याची ओळख झाली. तो एक कवी होता आणि स्वत:च्या कवित्वाचा त्याला प्रचंड अभिमान होता. त्यानं नीलला स्वत:ची ओळखसुद्धा 'कवी' या नावानंच करून दिली. त्याच्या म्हणण्याप्रमाणे त्याला दुसरं काही नाव नव्हतंच! काम करताना तो सतत काही ना काही गुणगुणत असे. त्याच्या डोक्यात एखादा काव्यविषय घोळत असला, की त्याचं कामात किंवा नीलच्या बोलण्याकडेही लक्ष नसे. एकदा कविता पूर्ण झाली, की मोकळेपणानं हसून मोठ्ठा आळस देत असे आणि मग आपली कविता नीलला ऐकवत असे. मग दिवसभर तो त्या कवितेच्या आणि तिला चाल लावून ती गाण्याच्या धुंदीत असे. हातातलं काम सोडून तो कविता म्हणत बसून राही. काम अपुरं राहिलं म्हणून संध्याकाळी त्याला मार बसत असे. असं असलं तरी त्याचं काव्य काही थांबत नसे.

कवीचा सहवास आणि संध्याकाळी पक्षीनिरीक्षण यामुळे नीलचं सुधारगृहातलं आयुष्य थोडं सुसह्य होऊ लागलं. त्यानं खिडकीत ठेवलेले घास खाण्यासाठी पोमीण पक्षी खिडकीजवळ येऊ लागले आणि नीलला त्यांचं नीटपणे निरीक्षण करता येऊ लागलं. हळूहळू त्याची निरीक्षणं तो कवीला सांगू लागला. कवीनं कविता ऐकवायची आणि नीलनं पक्ष्याविषयी बोलायचं, असा क्रम जणू ठरून गेला.

असे दिवसांमागून दिवस जात होते. आपलं सगळं आयुष्य असंच जायचं का? असा प्रश्न नीलच्या मनात अधूनमधून उभा राहत असे आणि निराशेनं तो ग्रासून जात असे. पण अशा वेळी कवी त्याला धीर देत असे.

एके दिवशी संध्याकाळी दोघं जण कोठडीकडे परतत असताना कवीनं एकदम त्याचा हात धरून त्याला थांबवलं आणि तो म्हणाला,

"नील, ऐक. अगदी ताजी-ताजी कविता आहे. आज दुपारी प्रथम सुचली आणि एव्हाना पूर्णही झाली आहे."

आणि अतिशय उत्तेजित स्वरात तो नीलला त्याची कविता ऐकवू लागला–

ते दोघं थबकलेले बघून एक रक्षक धावत आला.

"ए चला, सरळ पुढे बघून कोठडीत शिरायचं."

पण त्याचं बोलणं कवीच्या कानात शिरलंच नाही. तो तसाच त्याचं काव्य गात राहिला.

रक्षकानं हातातला दंडुका रपकन कवीच्या पाठीत हाणला.

रक्षक चांगला दणकट अंगकाठीचा होता आणि त्यानं जरा जोरातच रट्टा हाणला होता. त्यामुळे आणि अगदी अनपेक्षित पाठीत जोराचा रट्टा बसल्यामुळे कवी ,एकदम कोलमडला आणि खाली पडला.

त्याबरोबर त्याला आधार देऊन उठवण्यासाठी नील नकळतच खाली वाकला; पण त्या रक्षकानं त्याला बाजूला ढकललं आणि पडलेल्या कवीवर दंडुक्याचे आणखी दोन-तीन वार केले.

खाली पडलेल्या आपल्या असहाय मित्रावरचा हा निर्दयी हल्ला बघून नीलच्या डोक्यात सणक उठली. मागचा-पुढचा काही विचार न करता, त्यानं रक्षकाच्या कमरेत एक दणदणीत लाथ घातली. ह्या अनपेक्षित हल्ल्यानं रक्षक धडपडला, तशी नीलनं त्याच्या हातातला दंडुका हिसकावून घेतला आणि त्याच्याच पाठीत रपारप हाणला. तो रक्षक खाली पडला. ते बघून नीलनं त्याला आणखी एक सणसणीत लाथ घातली आणि हात देऊन कवीला उठवलं. नेहमी हसतमुख, प्रसन्न असणाऱ्या कवीचा चेहरा वेदनांनी कळवळला होता.

"कवी, किती मारलं तुला विनाकरण!... काय रे हे आपलं आयुष्य? असेच दिवस काढत राहायचे का आपण?" नील म्हणाला.

कवी काही बोलला नाही. नीलकडे बघत तो तसाच स्तब्ध उभा राहिला. नील पुढे म्हणाला,

"असं किती दिवस चालायचं? आणि हे क्लेश आपण का भोगायचे? असा काय गुन्हा केला आहे आपण?"

"यातून सुटण्याचा एक मार्ग आहे." कवी हलकेच म्हणाला.

"मार्ग आहे? कुठला मार्ग आहे? सांग तरी."

"पळून जायचं."

"पळून जायचं? पण कसं?"

"कुंपणावरून उड्या टाकून."

"पण कुंपणाच्या तारांमध्ये तर विजेचा प्रवाह खेळतो आहे."

"त्या तारांमध्ये खरंच वीजप्रवाह आहे का, याविषयी मला शंका आहे. तशा सूचना देणाऱ्या पाट्या ठिकठिकाणी लावलेल्या असल्या तरी कुंपणाजवळ वावरताना इथले रक्षक काही विशेष दक्षतेनं फिरतात, दुरून चालतात असं दिसत नाही. तारांमध्ये वीज असती तर ते निश्चितपणे अंतर राखून वावरले असते. दुसरं म्हणजे इथे आपण सहाच कैदी असताना इतक्या पाट्या कशाला लावल्या आहेत? कुंपणात वीज खेळवली आहे असं खोटंच आपल्या मनावर बिंबवण्यासाठी तर नाही ना?"

"म्हणजे... तिथे वीज नाहीच आहे असं तुला म्हणायचं आहे?"

"हो. मला मनापासून तसं वाटतं."

"चल तर मग. दुसऱ्या रक्षकांनी येऊन आपल्याला पकडण्याआधीच आपण बाहेर पडू." नील म्हणाला. आणि ते दोघं कुंपणाच्या दिशेनं पळू लागले.

कुंपणात वीज खरंच नसेल? आणि असली तर? पळता-पळता नील विचार करत होता. समजा तारांमध्ये वीजप्रवाह असला तर विजेच्या धक्क्यानं आपण मरू. एवढंच ना? नाहीतरी या सुधारगृहात असं खितपत पडण्यापेक्षा मरण आलेलं काय वाईट? नाहीतरी मरण कधीतरी यायचंच आहे!

पण ते दोघं कुंपणापाशी पोहोचण्यापूर्वीच सुधारगृहाच्या इमारतीतून रक्षकांनी भरलेली गाडी वेगानं बाहेर आली आणि तिनं त्या दोघांना गाठलं. गाडीतून पटापट उड्या टाकून रक्षकांनी त्यांना घेरलं आणि उचलून गाडीत टाकलं. गाडी आली तशी परत वळली; पण सुधारगृहाच्या इमारतीसमोर न थांबता बाहेर पडून रस्त्याला लागली.

हे आपल्याला आता कुठे नेत आहेत? आता पुढे आणखी काय वाढून ठेवलं आहे?

"आम्हाला कुठे नेता आहात?" नीलनं विचारलं. रक्षकांपैकी कोणीच काहीच बोललं नाही. पण कवी मात्र म्हणाला, "अरे, आता आपल्याला उच्च सुधारगृहात नेणार बघ. आपल्या हुशारीमुळे आपली नक्की वरच्या वर्गात बदली झाली असणार."

असं म्हणून कवी मोठ्यानं हसला. नील मात्र ताणलेल्या मन:स्थितीत गप्प बसून राहिला.

थोड्या वेळानं गाडी एका गावात शिरली आणि रस्त्यावरच्या रहदारीतून वाट काढत एका डौलदार पांढऱ्या इमारतीसमोर उभी राहिली. आपल्याला इथे का आणलं असेल, असा विचार नीलच्या मनात येतो न येतो, तोच त्या दोघांना उतरवून इमारतीच्या प्रवेशद्वारातून आत नेण्यात आलं. आत गेल्यावर मात्र दोघांना वेगवेगळ्या बाजूंना नेण्यात आलं.

नीलला घेऊन दोन रक्षक एका बंद दरवाज्यापाशी आले. एकानं दरवाज्यावर टकटक केलं आणि दरवाजा उघडून नीलला आत जाण्याची खूण केली. नीलनं आता प्रवेश करताच, त्या रक्षकानं दरवाजा बाहेरून बंद करून घेतला.

बंद दरवाज्याकडे पाठ करून उभ्या असलेल्या नीलला दिसलं, की खोली चांगली प्रशस्त आणि सजवलेली आहे. खोलीत समोरच्या भिंतीशी एक मोठं टेबल होतं आणि या टेबलामागे एक वयस्क माणूस बसला होता. नीलला बघून तो उठला. लगबगीनं पुढे येऊन त्यानं नीलचे दोन्ही हात हातांत घेतले आणि ते हलवत तो म्हणाला,

"ये मित्रा, विश्व प्रज्ञामंडळात मी तुझं स्वागत करतो.

नील जरा बावरला. तो माणूस कोण होता आणि तो काय म्हणत होता?

"म्हणजे? तुम्ही काय म्हणताय?" त्यानं विचारलं.

"मी विश्व-प्रज्ञा मंडळाचा अधिकारी आहे. आणि आमच्या मंडळाचे सभासद म्हणून तुझी आणि तुझ्या कवी मित्राची निवड आज पक्की करण्यात आली आहे. तुझं स्वागत करून तुला प्राथमिक माहिती देण्याचं काम माझ्याकडे आलं आहे."

"कसलं प्रज्ञा-मंडळ? तुम्ही काय म्हणताय ते मला काही कळत नाहीये."

तो गृहस्थ हसला आणि म्हणाला,

"बरोबर आहे. म्हणून तुला सगळी माहिती देण्याचं काम माझ्याकडे आलं आहे. पण त्याआधी आपण काहीतरी खायला मागवू या. मला माहिती आहे की सुधारणागृहातल्या सकाळच्या जेवणानंतर तुझ्या पोटात काहीही गेलेलं नाही. दिवसभर खडी फोडण्याचे श्रम, त्यानंतर रक्षकाशी मारामारी आणि मग कुंपणावरून पळून जाण्याचा प्रयत्न, यामुळे तुला चांगलीच भूक लागली असणार."

असं म्हणून त्या अधिकाऱ्यानं नीलला बाजूच्या आरामशीर कोचावर बसवलं आणि रक्षकाला बोलावून खाण्यापिण्याचं साहित्य आणायला सांगितलं.

नील आता चांगलाच गोंधळला होता. हे काय चाललं होतं, ते त्याला कळत नव्हतं. आपल्याला आता काहीतरी मोठी शिक्षा होणार असं त्याला वाटलं होतं आणि हे तर काहीतरी वेगळंच घडत होतं!

"तुला तुझ्या ज्ञानग्रहणाचा पहिला टप्पा आठवतो?" प्रज्ञामंडळाच्या अधिकाऱ्यानं त्याला विचारलं.

नीलनं होकारार्थी मान हलवली. तो सगळा प्रसंग त्याला चांगलाच आठवत होता! तो स्वत:हून वाचायला शिकला म्हणून ज्ञानमंडळाच्या सभासदांनी घेतलेली त्याची उलटतपासणी आणि त्याला रागावणं, ह्या गोष्टी त्याच्या स्मृतीत पक्क्या रुतून बसलेल्या होत्या.

"त्याच वेळी आम्ही तुला हेरलं होतं."

"म्हणजे?"

"सागंतो. ज्ञानमंडळातर्फे ज्ञानभरणाचं काम कसं चालतं, ते तुला माहीत आहे. हे काम सुलभ व्हावं म्हणून अवांतर आणि चुकीच्या गोष्टी मुलांच्या मेंदूत भरल्या जाऊ नयेत याविषयी हे मंडळ फार काळजी घेतं. त्यासाठी आपणहून काहीही न शिकण्याची सक्त ताकीद मुलांना दिलेली असते. तरीही त्यातला एखादा मुलगा, एखादी मुलगी स्वत:च्या बुद्धीनं काहीतरी नवीन शिकत राहते. आम्ही अशा मुलांच्या शोधात असतो."

"ते का?"

“कारण अशी मुलं सामान्यांपेक्षा अधिक बुद्धिमान, प्रज्ञावान असतात. आणि मानवजातीला पुढे नेण्याचं कार्य ती करू शकतात. आज आपण माणसं पूर्वीच्या मानानं फार सुखी आहोत. गेल्या शे-दोनशे वर्षांपूर्वी मानवजातीला भेडसावणारे प्रश्न आपण सोडवले आहेत. लोकसंख्या नियंत्रणात आहे. अन्नधान्य भरपूर आहे. विज्ञान आणि तंत्रज्ञान यांनी इतकी प्रगती केली आहे, की आता जवळजवळ सगळी कामं यंत्रांनी होतात. रोगराई अगदी कमी झाली आहे, एवढंच नव्हे तर गुन्हेगारीही कमी कमी होते आहे.”

“सर्व राष्ट्रांचं मिळून एकच राज्य स्थापन झाल्यामुळे सगळीकडे राज्यकारभार आणि कायदा सारखाच आहे. असमानता, भूक, दारिद्र्य, या गोष्टी संपुष्टात आल्या आहेत. पूर्वीपेक्षा कित्येक पटींनी सुखाचं आणि निश्‍चित आयुष्य माणूस आज जगतो आहे. मात्र यासाठी काही बंधनं त्याला पाळावी लागतात. ज्ञानमंडळानं घातलेली बंधनं ही त्यांपैकीच आहेत. प्रत्येकाच्या बुद्धीप्रमाणे आणि विश्‍वराज्याच्या गरजेप्रमाणे त्यानं काय शिकायचं आणि पुढे काय काम करायचं हे ज्ञानमंडळ ठरवतं.”

“जगाचा कारभार सुरळीत चालू राहण्यासाठी, ठरवून दिलेल्या मर्यादेत प्रत्येकानं राहणं आवश्यक असतं... पण?”

“पण काय?”

“पण जगाला पुढे नेण्यासाठी मात्र या मर्यादेबाहेर जाऊ शकणाऱ्यांची आवश्यकता असते. आणि अशा व्यक्ती शोधून काढण्याचं काम आपलं प्रज्ञामंडळ करतं. अगदी लहान वयातच अशी मुलं हेरून आम्ही त्यांच्यावर लक्ष ठेवतो. पुढे धावणारी त्यांची बुद्धी खरोखरच तेवढी प्रगल्भ आहे की नाही हे बघण्यासाठी आम्ही सतत त्यांच्या मार्गात अडथळे आणतो. अधिक ज्ञानार्जनाची त्यांची भूक म्हणजे काहीतरी मोठा दोष आहे असं त्यांना वागवतो.”

“पण असं का?”

“होणाऱ्या त्रासाला कंटाळून खूप जण आपली ज्ञानलालसा दडपून टाकतात. ज्ञानमंडळाच्या मर्यादेत जगणं स्वीकारतात. पण खरे बुद्धिमान, प्रतिभावान मात्र सतत या मर्यादा ओलांडण्यासाठी धडपडत राहतात. कितीही क्लेश झाले तरी त्यांची तमा न बाळगता पुढे झेप घेऊ शकणारी आणि झेप घेऊ धजावणारी प्रज्ञा अशा लोकांजवळ असते. अशा माणसांना आम्ही रत्नांपेक्षाही जास्त मौल्यवान समजतो. मला सांगायला आनंद वाटतो, की इतक्या वर्षांच्या परीक्षेनंतर तू अशा दुर्मिळ व्यक्तींपैकी एक आहेस अशी प्रज्ञा मंडळाची खात्री झाली आहे.”

“म्हणजे इतकी वर्षं माझी परीक्षा घेण्यात येत होती?”

“होय. तुझ्या नकळत तुझी परीक्षाच घेतली जात होती. तू प्रज्ञावान आहेस हे कधीच मान्य झालेलं होतं. पण प्रज्ञामंडळाचा सभासद म्हणून तुझी निवड झाली ती

आजच्या सुधारगृहातल्या प्रसंगामुळे. स्वत:चा जीव धोक्यात घालून मित्राच्या मदतीला जाण्याइतकी सहृदयता, इतकी माणुसकी तुझ्याजवळ आहे म्हणून तू मंडळाचा सभासद म्हणून निवडला गेलास.''

कानांवर पडत असलेलं सगळंच नीलला इतकं अनपेक्षित आणि नवलाचं होतं, की काही क्षण तो विचार करत राहिला. मग त्यानं विचारलं,

''प्रज्ञामंडळाचा सभासद म्हणजे काय? सभासद झाल्यामुळे काय जबाबदारी येते? आणि फायदे-तोटे काय होतात?''

''मंडळाचा सभासद झाल्यावर तुला स्वत:च्या संशोधनासाठी तर संपूर्ण स्वातंत्र्य आणि सर्व प्रकारची मदत मिळेलच. पण शिवाय सगळ्या जगभरच्या ज्ञान आणि संशोधनाविषयीचं धोरण ठरवण्यात तुझा वाटा असेल. पुढच्या पिढ्यांच्या शिक्षणाची जबाबदारी अंशत: तुझ्यावरही असेल... तू आता जगातली एक अति महत्त्वाची व्यक्ती बनला आहेस.''

''जगातील अति महत्त्वाची व्यक्ती!''

क्षणभर नीलची छातीच दडपली; पण पुढच्याच क्षणी त्याचं मन आनंदानं आणि अभिमानानं भरून आलं.

पण त्याच्या मित्राचं काय?

''कवीचं काय?'' त्यानं विचारलं.

''त्याचीही प्रज्ञामंडळावर निवड झाली आहे. आता तू उद्याचा दिवस विश्रांती घे. परवा आपण परत भेटू आणि पुढं काय काय, कसं कसं करायचं ते ठरवू.'' असं म्हणून अधिकाऱ्यानं रक्षकाला हाक मारली आणि नीलला त्याची राहण्याची जागा दाखवायला रक्षकाला सांगितलं.

नील त्या रक्षकाबरोबर बाहेर पडला. तो कवी त्याची वाट बघत बाहेर उभाच होता. त्यानं नीलला कडकडून मिठी मारली आणि तो म्हणाला,

''नील, अरे आपली खरंच वरच्या वर्गात बदली झाली की! आपल्या हुशारीमुळे.''

एवढं बोलून कवी हसत सुटला. नीललाही हसू फुटलं. मग ते दोघं एकमेकांच्या खांद्यावर हात टाकून त्यांच्यासाठी असलेल्या निवासस्थानाकडे चालू लागले.

त्यांचं आयुष्य आता कुठे सुरू होत होतं!

(विज्ञानयुग - दीपावली १९८९)

◆

# वसुदेवे नेला कृष्ण

शेखरबरोबर आसावरी 'गर्भ संगोपन केंद्रा'शी पोहोचली, तेव्हा दुपारचे तीन वाजलेले होते. केंद्राची प्रचंड इमारत दुपारच्या उन्हात तळपत होती. पांढऱ्या रंगाच्या त्या इमारतीवरची 'गर्भ संगोपन केंद्र' ही एका मजल्याच्या उंचीएवढी मोठी अक्षरं तर अंगावर आल्यासारखी वाटत होती आणि काचेचं विशाल प्रवेशद्वार त्याच्या भव्यतेनं मनावर दडपण आणत होतं.

त्या दोघांनी जरा दबकतच इमारतीत प्रवेश केला आणि ते बघतच राहिले. इमारतीच्या बाह्य स्वरूपाचा आतल्या भागाशी काहीच संबंध नव्हता. प्रवेशद्वारातून आत येताच एका प्रशस्त लंबवर्तुळाकार स्वागतकक्षात प्रवेश होत होता. या कक्षाच्या उजव्या टोकाला उत्तम, लाकडी टेबलांच्या मागे दोन हसतमुख तरुण आणि दोन तरुणी होत्या. उरलेल्या सर्व जागेत गटागटाने आरामशीर कोच टाकलेले होते. त्या कोचांच्या निरनिराळ्या रचना केलेल्या होत्या. कुठे ते समोरासमोर मांडलेले होते, कुठे चौकोनात तर कुठे वर्तुळाकार. पण कुठेही चारपेक्षा जास्त कोच एकत्र ठेवलेले नव्हते. प्रत्येक गटाजवळ फुलझाडांच्या कुंड्या व रंगीबेरंगी मासिकांची चळत होती. भिंतींना सुरेख नक्षीचा, पिवळसर वॉलपेपर लावलेला होता आणि भिंतीच्या कडेनं हिरव्यागार रोपांच्या कुंड्या मांडलेल्या होत्या. स्वागतकक्षाच्या डाव्या टोकाच्या भिंतीवर एक प्रचंड पोस्टर लावलेलं होतं. पोस्टर होतं एका छोट्या तीन-चार वर्षांच्या मुलीचं. गुबगुबीत, गोऱ्या गालांच्या आणि सोनेरी केसांच्या त्या मुलीनं एक छोटं कुत्र्याचं पिल्लू काखोटीला मारलं होतं आणि त्याच्याकडे बघत ती गोड हसत होती. चित्रातले तिचे वाऱ्यावर उडणारे केस, तिच्या हातातलं गुबगुबीत कुत्र्याचं पिल्लू आणि तिचं निरागस हास्य यांनी बघणारी व्यक्ती मोहून जावी, यात नवल नव्हतं.

प्रवेशद्वारातून आत आल्यावर शेखर आणि आसावरीची नजरही बराच वेळ त्या पोस्टरवर खिळून राहिली. मग भानावर येऊन शेखरनं आसावरीला एका कोचावर बसवलं आणि तो चौकशी करायला गेला.

त्याच्यासारखे आणखीही बरेच लोक तिथे बसलेले होते. पण प्रशस्त जागा आणि बसण्याची गटागटाने केलेली व्यवस्था, यामुळे गर्दी मात्र अजिबात वाटत नव्हती. आसावरी बसली होती, तिथे तर दुसरं कोणीच नव्हतं.

शेखर परत आला आणि डॉक्टरांनी बोलावण्याची वाट बघत ती दोघं बसून राहिली. आसपासची शांतवणारी सजावट आणि सार्वजनिक ठिकाणी असूनसुद्धा मिळालेला खाजगीपणा; यामुळे नकळतच ती दोघंही सैलावली आणि मजेत गप्पा मारत बसून राहिली.

थोड्या वेळानं एका नर्सनं येऊन त्यांना डॉ. माने यांनी बोलावल्याचं सांगितलं आणि तिच्या मागोमाग ती दोघं डॉक्टरांच्या खोलीत गेली.

डॉ. मान्यांच्या खोलीची सजावटही डोळ्यांना सुखावणारी होती आणि त्यांना बघून, उठून उभे राहिलेले डॉ. मानेही प्रसन्न, हसतमुख होते. शेखरशी हस्तांदोलन करून त्यांनी आसावरीला नमस्कार केला आणि स्वत: खुर्चीवर बसत ते म्हणाले, ''बसा, बसा.''

डॉ. नलिनी जोशींनी दिलेला रिपोर्ट आसावरीनं त्यांच्या हातात ठेवला. सकाळीच ती डॉ. जोशींकडे जाऊन आली होती. डॉ. जोशी या तरुण स्त्री-शरीर तज्ज्ञ होत्या आणि आसावरीच्या जवळपासच्या बहुतेक सर्व तरुणी त्यांच्याकडे जात होत्या.

स्त्री-रोग तज्ज्ञ, बाल-रोग तज्ज्ञ अशी ढोबळ मानाने होणारी विसाव्या शतकातली तज्ज्ञांची विभागणी मागे पडून, आता अधिक काटेकोर विभाग पाडले जाऊ लागले होते. शिवाय शरीरातील बिघाड, कमजोरी, वाढीच्या गतीमधील कमी-जास्तपणा यामध्ये विशेष ज्ञान असणारे शरीरतज्ज्ञ आणि शरीरात होणाऱ्या रोगावर औषधपाणी करून रोग बरे करणारे रोगतज्ज्ञ असे दोन गटही निर्माण झाले होते. योग्य त्या शरीर तज्ज्ञाकडे वारंवार जाऊन स्वत:चं शरीर सुदृढ आणि निरोगी ठेवणं हे प्रत्येक नागरिकाचं कर्तव्य आहे, हे लोकांच्या मनावर सतत बिंबवण्यात येत असे. ही सर्व तज्ज्ञ मदत सरकारी खर्चात मिळत असल्यामुळे लोकांकडूनही त्याबाबत सहसा हयगय होत नसे.

जननक्षम वयातल्या तरुणींनी दर महिन्यात एकदा तरी तरुण स्त्री-शरीर तज्ज्ञाकडे जाणं हे तर कायद्यानंच आवश्यक ठरवलेलं होतं. त्याप्रमाणे आसावरी सकाळी डॉ. जोशींकडे गेली होती. नेहमीप्रमाणे डॉ. जोशींनी अनेक यंत्रांच्या साहाय्याने तिची तपासणी केली होती आणि तिला दिवस गेल्याचं सांगितलं होतं. आसावरीला ती शंका आलीच होती. कारण तिची पाळी चुकून पाच-सहा दिवस

झाले होते. डॉ. जोशींनी तिची शंका खरी असल्याचं सांगितलं होतं आणि गर्भधारणा होऊन तेवीस दिवस झाल्याचंही सांगितलं होतं.

त्याच्यापुढचा टप्पा म्हणजे गर्भसंगोपन केंद्रात जाणे हे आसावरीला माहीत होतं. पण ते ताबडतोब जाणं आवश्यक असतं; हे मात्र तिला ठाऊक नव्हतं. डॉक्टरीणबाईंनी तिचा रिपोर्ट लिहून दिला आणि त्या म्हणाल्या,

"हा रिपोर्ट घेऊन आज दुपारी तुम्ही गर्भसंगोपन केंद्रात जा. तिथले डॉक्टर तुम्हाला पुढची सगळी माहिती देतील."

"अं- उद्या, परवा गेलं तर चालेल नं?" आसावरीनं विचारलं. गर्भसंगोपन केंद्र त्यांच्या घरापासून बरंच दूर होतं आणि त्या भागाची तिला मुळीच माहिती नव्हती. त्यामुळे शेखर बरोबर असावा, असं तिला वाटत होतं. पण तो तर सकाळीच कामावर गेला होता.

तिची अडचण कळली, तशी डॉक्टर म्हणाल्या. "एवढंच नं? आपण त्यांना आज रजा घ्यायला सांगू म्हणजे तर झालं?"

"पण तो सकाळीच कारखान्यात गेला आहे." आसावरीनं सांगितलं. "मी त्यांच्या कारखान्यात फोन करते. मी सांगितलं म्हणजे त्यांना लगेच रजा मिळेल, शिवाय ही रजा त्यांच्या रजेच्या हिशोबात धरली जाणार नाही. जादा रजा असेल ही" डॉक्टरनी हसत सांगितलं. आसावरीला वाटलेलं आश्चर्य, तिच्या चेहऱ्यावर उमटलेलं बघून त्या म्हणाल्या, "आता तुम्ही आई होणार आहात आसावरीबाई! देशाच्या दृष्टीनं तुम्ही आणि तुमचं बाळ अत्यंत महत्त्वाच्या व्यक्ती आहात. कारण देशाचा एक भावी नागरिक तुमच्या पोटात वाढतो आहे. तो सुदृढ, निरोगी आणि संतुलित असा जन्माला येणं महत्त्वाचं आहे. त्यासाठी आपलं सरकार सर्व दृष्टींनी प्रयत्न करतं. आत्तापासून तुमची आणि तुमच्या बाळाची सगळी जबाबदारी सरकारची आहे. आणि हे काम अतिशय उत्तम प्रकारे पार पाडलं जातं."

डॉक्टरबाई एकदम इतकं लेक्चर देतील, याची आसावरीला कल्पना नव्हती. ती गप्पच बसली.

डॉ. जोशींनी शेखरच्या कारखान्याचा नंबर तिला विचारून घेतला आणि तिच्यादेखतच फोन केला. शेखरच्या विभाग-प्रमुखांशी बोलून त्यांनी फोन खाली ठेवला आणि त्या हसत म्हणाल्या,

"तुमचे शेखर लगेच निघताहेत कारखान्यातून, त्यांना घेऊन तुम्ही दुपारी जाऊन या केंद्रावर. या महत्त्वाच्या कामात एक दिवसाचाही उशीर नको व्हायला. अहो, उत्तम नागरिक घडण्यासाठी प्रत्येक क्षण मोलाचा आहे."

डॉ. मान्यांच्या समोर बसल्या-बसल्या आसावरीला हे सगळं आठवलं.

मान्यांनी रिपोर्ट वाचला आणि आणि तिच्याकडे बघून ते हसत म्हणाले,

''अभिनंदन, मिसेस देव. तुम्ही आता आई होणार आहात. मिस्टर देवांचंही अभिनंदन केलं पाहिजे मला. कॉंग्रॅच्युलेशन्स मिस्टर देव.''

''थँक यू''; ''थँक यू'' आसावरीनं आणि शेखरनं आभार मानले, तशी ते पुढे म्हणाले, ''बाळाचा जन्म ही आनंदाची घटना तर असतेच; पण अतिशय जबाबदारीचीही असते. तुमचं बाळ एक अतिशय उत्तम नागरिक व्हावं म्हणून आपण सर्वांनी आत्तापासूनच प्रयत्न करायला पाहिजेत. त्यासाठी तुमचं सहकार्य आम्हाला मिळालं पाहिजे. काय?''

आसावरीनं आणि शेखरनं मान डोलावली, तशी ते पुढं म्हणाले,

''गर्भवती स्त्रिया आणि त्यांची भावी अपत्यं यांची शारीरिक, मानसिक आणि आर्थिक, अशी सर्व जबाबदारी आमचं केंद्र घेतं. रोज दोन तास तुम्ही इथे यायचं. कोणत्या वेळेला यायचं ते तुम्ही नंतर नर्सबरोबर चर्चा करून ठरवा, मात्र जेवणाच्या आधी एक तास यायचं, सकाळच्या किंवा संध्याकाळच्या. दिवसातलं एक जेवण तुम्ही इथे घ्यायचं. त्याचबरोबर काही व्यायाम, खेळ, इतर स्त्रियांबरोबर गप्पागोष्टी आणि बौद्धिक शिक्षण, तुमच्यासाठी आणि तुमच्या बाळासाठी, दोघांसाठीही हे सगळं करणं आवश्यक आहे. तुम्हाला लागणारी औषधं, टॉनिक्स सगळं इथून दिलं जाईल. दर आठ दिवसांनी एकदा संपूर्ण तपासणी केली जाईल आणि जरूर असेल तर आवश्यक ते बदल औषधपाण्यात केले जातील. आमच्या केंद्राशी संलग्न असलेल्या एखाद्या हॉस्पिटलमध्ये प्रसूतीसाठी तुमचं नाव दाखल केले जाईल. अर्थात, तुम्हाला सोईचं असेल अशा ठिकाणीच तुमचं नाव नोंदलं जाईल. आता हा फॉर्म भरून द्या.''

आसावरीपुढे चार पानांचा एक फॉर्म टाकत ते पुढे म्हणाले, ''तुम्ही फक्त तुमचं नाव, पत्ता, वय लिहा आणि सही करा. बाकीची सगळी माहिती उद्या तुमची संपूर्ण तपासणी झाल्यावर भरली जाईल... आणि हो, तुम्हाला मुलगा होणार की मुलगी हे कळण्याची उत्सुकता असेल नं?''

किंचित हसत आसावरीनं मान हलवली.

''तुम्ही असं करा, या उजव्या हाताच्या खोलीत जा. तिथल्या डॉक्टरीणबाई तुम्हाला पाच मिनिटांत तुमचा 'रिझल्ट' काय लागणार ते सांगतील.''

आसावरी उठून बाहेर गेली, तशी शेखरनं विचारलं, ''इतक्या चटकन काढता येतं, मूल कोणतं होणार ते?''

''अगदी लगेच. गर्भधारणा झाल्यापासून केव्हाही आता मुलाची लिंगपरीक्षा होऊ शकते. विज्ञान किती पुढे गेलं आहे हे विसरू नका. एकविसाव्या शतकाचा मध्य ओलांडून आपण पुढे गेलोय. आता गर्भाचं लिंग कळण्यासाठी मागच्या शतकासारखं पाचव्या महिन्यापर्यंत थांबावं लागत नाही.''

डॉक्टर बोलत असतानाच आसावरी बाहेर आली. तिच्या हातातलं कार्ड घेताना त्यांचा चेहरा एकदम चिंताक्रांत झाला आहे, असं शेखरला वाटलं. हा विचार त्याच्या मनात येत असतानाच डॉक्टरनी कार्डावर नजर टाकली आणि ते एकदम प्रसन्न हसले.

''गुड, व्हेरी गुड'' ते म्हणाले, ''मुलगा होणार आहे तुम्हाला. यू आर व्हेरी लकी.''

शेखर खुषीनं हसला. मुलगा किंवा मुलगी काही झालं असतं तरी त्याला चाललं असतं; पण नाही म्हटलं तरी मुलाकडे त्याचा ओढा जरा जास्त होता. त्यामुळे 'मुलगा' होणार म्हटल्यावर तो खुषीत आला होता.

या खुशीतच डॉक्टरांचा निरोप घेऊन, त्यांनी पहिला मजला गाठला. तिथे असलेल्या मुख्य नर्सच्या सल्ल्याबरहुकूम आसावरीसाठी सकाळी अकरा ते दुपारी एक अशी वेळ ठरवून घेतली आणि दोघं घरी परतली.

दुसऱ्या दिवशीपासून आसावरीनं केंद्रात जायला सुरुवात केली. चार-पाच दिवस गेले आणि आसावरी चांगलीच रुळली. रोज सकाळी पावणेअकराला ती घरातून बाहेर पडायची आणि घराजवळच असलेल्या बसस्टॉपवर जाऊन उभी राहायची. दोन-चार मिनिटांतच केंद्राची बस यायची. आसावरीच्या आसपासच्या बारा तरुणी आधीच बसमध्ये बसलेल्या असायच्या. आसावरी बसमध्ये चढली, की बस सरळ केंद्राकडे जायची आणि ठीक अकरा वाजता बसमधल्या तेराही जणी केंद्रात दाखल व्हायच्या. त्या वेळी इतर भागांतूनही बऱ्याच जणी येताना दिसायच्या. केंद्रात येणाऱ्या स्त्रियांची गटा-गटामध्ये विभागणी केलेली होती. आसावरीच्या गटात तिच्यासकट दहा जणी होत्या आणि मार्गदर्शनासाठी एक लीडर होती. तिच्या बसमधली मंजिरी पाटीलही तिच्याच गटात होती. मोकळ्या स्वभावाची, बडबडी मंजिरी बसमध्ये आणि नंतरही तिच्याचबरोबर असल्याने त्या दोघींची चार-पाच दिवसांतच चांगली गट्टी जमली.

आसावरी आणि मंजिरी, ह्यांच्या गटाचं काम पहिल्या मजल्यावर चालायचं. अर्धा तास काही ठरावीक व्यायाम करावा लागायचा. या व्यायामामुळे प्रसूती सुलभ व्हायला मदत होणार होती. नंतर पंधरा मिनिटं सुट्टी; नुसती एकमेकांशी गप्पा मारण्यासाठी, एकमेकींना आणि लीडरला आपल्या काही अडचणी असल्याच तर सांगण्यासाठी आणि व्यायामाचे कपडे बदलून केंद्राकडून मिळणारे सैलसर, पायघोळ गाऊन्स घालण्यासाठी. त्यानंतर अर्धा तास जेवणाचा कार्यक्रम असायचा. रोज ठरावीक वेळेला सात्त्विक, पौष्टिक आणि गरमागरम जेवण मिळायचं. त्याच वेळी प्रत्येकीला, तिच्या औषधांच्या आणि टॉनिकच्या गोळ्या दिल्या जायच्या.

जेवणानंतरचा पाऊण तास विश्रांतीसाठी आणि बौद्धिक शिक्षणासाठी होता. बौद्धिक शिक्षण म्हणजे रोज आपल्याला काहीतरी लेक्चर ऐकावं लागणार की

काय, अशी आसावरीला भीती वाटत होती. पण ती तिची भीती पहिल्याच दिवशी खोटी ठरली. पहिल्याच दिवशी जेवणानंतर त्यांच्या गटातल्या स्त्रियांचे दोन-दोनचे उपगट करण्यात आले. तिच्या जोडीला मीनाक्षी मिळाली. मीनाक्षी आसावरीच्या आदल्याच दिवशी केंद्रात दाखल झाली होती. आसावरीपेक्षा थोडी मोठी वाटणारी मीनाक्षी गंभीर दिसायची आणि कडवट बोलायची. पहिल्याच दिवशी आसावरीला त्याचा अनुभव आला.

जेवणानंतर त्या दोघींना एका छोट्या केबिनमध्ये नेण्यात आलं. तिथे त्यांची वाट बघत एक मध्यमवयीन, चष्माधारी, प्रोफेसरसारखा दिसणारा माणूस बसलेला होता. आसावरी आणि मीनाक्षी केबिनमध्ये आल्यावर त्यानं त्या दोघींना बसायला सांगितलं आणि तो बोलू लागला,

''मी तुमचा पुढच्या पाऊण तासासाठीचा बौद्धिक शिक्षक आहे. खरं म्हणजे बौद्धिक शिक्षण हे नाव थोडंसं चुकीचं आहे. म्हणजे असं, की खरं तर पुढचा वेळ हा मुख्यत: तुमच्या विश्रांतीसाठी आहे; पण त्याच वेळी तुमच्या बाळाच्या शिक्षणाचा पायाही आपल्याला हळूहळू घालायचा आहे. तुम्हाला माहितीच असेल, की बाळ पोटात आल्यापासून ते काही आवाज ऐकू शकतं... अं... ऐकू शकतं म्हणण्यापेक्षा ते आवाज त्याला जाणवू शकतात आणि परत-परत ऐकलेले आवाज ते ओळखूही शकतं.. मी सांगतोय ती गोष्ट शास्त्रज्ञांना माहिती होऊन तशी बरीच वर्षं झाली आहेत. विसाव्या शतकाच्या शेवटी शेवटी लागलेला शोध आहे हा. त्या शोधावर आधारित असं बरंच संशोधन आता झालं आहे आणि त्यातून असं लक्षात आलं, की गर्भावस्थेत असतानासुद्धा मूल विचार ग्रहण करू शकतं.''

''हा शोध मानवजातीच्या दृष्टीनं अत्यंत महत्त्वाचा आहे. जन्म होण्यापूर्वीपासून मुलावर जर सुसंस्कार होत राहिले, विधायक विचार त्याच्या कानावर पडत राहिले तर पुढे तारुण्यात उफाळून येणारी बंडखोरी, गुंडगिरी आणि त्यामुळे निर्माण होणारे प्रश्न, संप, मोर्चे, मारामाऱ्या, दंगे, तसंच चोरीमारी वगैरे, खूप कमी होतील. समाजात शांतता आणि सुव्यवस्था राहील. प्रत्येक नागरिकाला स्वस्थपणे त्याचं जीवन जगता येईल आणि त्यासाठी म्हणून आपल्या पंतप्रधानांनी ही 'गर्भयोजना' सुरू केलेली आहे. तुमच्या आणि तुमच्या बाळाची संपूर्ण जबाबदारी सरकार घेतं. त्यासाठी अतोनात पैसा, वेळ आणि श्रम खर्च होतात; पण त्याची सरकारला पर्वा नाही. सुजाण नागरिक निर्माण करण्यासाठी.''

''अहो मिस्टर, आम्हाला लेक्चर देण्यापेक्षा तुमचं खरं काम का सुरू करत नाही तुम्ही?'' मीनाक्षी इतक्या ताड्कन बोलली, की आसावरी आश्चर्याने तिच्याकडे बघतच राहिली. समोरचा प्रोफेसरसारखा दिसणारा माणूसही क्षणभर अवाक् झाला. मग बळेच हसत म्हणाला,

“सॉरी हं, तुम्हाला कंटाळा आलेला दिसतोय, पण काय आहे, आमच्या उपचारांची पार्श्वभूमी माहीत असावी म्हणून हे सगळं सांगावं लागतं आणि हो, तुम्ही मला ‘भाई’ म्हटलंत तर बरं. इथले सगळे जण मला ‘भाई’ म्हणूनच ओळखतात.”

त्यावर मीनाक्षी तिरस्कारानं म्हणाली, “माझ्या भावाचा इतका अपमान मी कधीच करणार नाही.”

आसावरीला वाटलं, भाई म्हणवणारा तो इसम आता नक्की रागावणार! पण तसं काहीच झालं नाही. तो क्षणभर गप्प बसला. मग म्हणाला, “मीनाक्षीबाई आज आपण फारच अपसेट दिसताहात. त्या म्हणतात तसं आपण प्रत्यक्ष कामालाच लागू या.”

मग त्या दोघींना त्यानं शेजारच्या दुसऱ्या खोलीत नेलं. खोली चांगली मोठी होती. खोलीच्या दोन टोकांना दोन प्रशस्त कोच आणि कोचांजवळ काही खुर्च्या, टेबलं अशी मांडणी होती. खोलीत एक परिचारिका होती. तिनं मीनाक्षीला एका टोकाला नेलं तर आसावरीला भाईनं दुसऱ्या टोकाच्या खुर्चीवर बसायला सांगितलं. टेबलावर टेपरेकॉर्डर आणि काही कागद होते. आसावरीसमोरच्या खुर्चीवर बसत भाई म्हणाला,

“आता पुढे काय करायचं ते मी तुम्हाला सांगतो. तुमच्या बाळाला तुमच्या आवाजाची चांगली ओळख व्हावी आणि त्याचबरोबर त्याच्या कानावर नेहमी चांगले विचार पडावेत... म्हणून तुमच्या आवाजातलं बोलणं आम्ही टेप करून घेणार आणि नंतर रोज ते त्याला ऐकवणार आहोत. त्या वेळी तुम्ही विश्रांती घ्यायची म्हणजे तुमची विश्रांती आणि बाळाचं शिक्षण–”

“पण, डॉक्टर- भाई, बाळाला आवाजाची ओळख सवयीनं झाली तरी भाषा कशी समजेल? कानांवर पडणाऱ्या शब्दांचा अर्थ त्याला कसा समजेल?”

क्षणभर गप्प बसून भाई म्हणाला, “आसावरीबाई, तुम्ही हा प्रश्न विचारलात याचा मला फार आनंद होतोय. आजपर्यंत फारच थोड्या स्त्रियांनी मला हा प्रश्न केलाय- मी समजावून सांगण्याचा प्रयत्न करतो हं. कानांवर पडणाऱ्या शब्दांचा अर्थ आत्ता बाळाला कळणार नाही हे बरोबर आहे. पण पुन:पुन्हा कानांवर पडलेले शब्द त्याच्या स्मृतीत जाऊन पक्के बसतील, की ते जणू त्याचेच विचार असतील. फक्त अप्रगट अवस्थेत असतील. त्याला त्यांची जाणीवसुद्धा असणार नाही. जन्मल्यानंतर आणि समजू लागल्यानंतर, परत ते शब्द जेव्हा त्याच्या कानांवर पडतील, तेव्हा ते मुळातच त्याच्या ‘unconcious mind’ मध्ये असल्यामुळे त्याला एकदम पटतील, ओळखीचे वाटतील, एवढंच नव्हे तर ते आपलेच विचार असल्यासारखं त्याला वाटेल. उदाहरणार्थ, चोरी करणं वाईट आहे असं त्याला जन्मापूर्वीच परत-परत सांगितलेलं असलं तर पुढे जेव्हा कोणी मोठी माणसं त्याला चोरी करू नये

बरं का, चोरी करणारी माणसं वाईट असतात असं सांगतील, तेव्हा त्याला ते इतकं पटेल, त्याच्या मनात इतकं ठसेल, की तो जन्मात कधीच चोरी करणार नाही.''

भाईच्या बोलण्यावर आसावरी विचारात पडलेली बघून तो म्हणाला, ''गेल्या काही वर्षांत गुन्हेगारीचं प्रमाण कितीतरी कमी झालं आहे, हे तुम्ही वाचलं असेलच. आपल्या या योजनेचा परिणाम आहे तो. हल्लीच्या तरुण पिढीला गुन्हेगारी, बंडखोरी करावीशी वाटतच नाही.''

गुन्हेगारी कमी झाल्याचं आसावरीनं वाचलं होतं. पण त्याचं कारण म्हणजे गर्भसंगोपन योजना हे होतं, हे मात्र तिला माहीत नव्हतं.

''हं, आता आपण सुरुवात करू या. या कागदांवरचा मजकूर तुम्ही आधी एकदा वाचून घ्या, मग तो मोठ्यानं वाचा आणि मी टेप करून घेईन. मात्र सहज बोलल्यासारखं वाचायचं हं.''

भाईनं पुढे केलेले कागद घेता घेता आसावरीनं मीनाक्षीकडे नजर टाकली. तीही वाचत होती आणि नर्स टेप करून घेत होती.

पुढचा सगळा आठवडा अशाच प्रकारे गेला. रोज नवीन मजकूर तिला वाचायला देण्यात यायचा आणि तो टेप केला जायचा. पहिले दोन दिवस अगदी बाळबोध प्रकारचा मजकूर होता. काही बडबडगीतं, काही गाणी, दूध किती छान लागतं, मित्रांशी खेळताना किती आनंद मिळतो, भांडणानं किती वाईट वाटतं अशा प्रकारचं वर्णन असलेला मजकूर दोन दिवस टेप करून झाल्यावर तिसऱ्या दिवसापासून आई-वडिलांच्या आज्ञा पाळाव्या, वडीलधाऱ्यांना मान द्यावा, त्यांनी किती कष्ट केलेले असतात, प्रत्येक माणूस दुसऱ्यावर म्हणजेच पर्यायानं समाजावर अवलंबून असतो. समाजाच्या हितासाठी आपल्या मनाला आवर घालावा वगैरे उपदेशपर आणि प्रौढ, विचारी मजकुरांचं रेकॉर्डिंग सुरू झालं.

असे तीन-चार दिवस गेल्यावर देशभक्तीपर मजकूर, देशासाठी त्याग करणाऱ्यांची माहिती, त्यांची स्तुती, देशासाठी बलिदान करणं हे प्रत्येक नागरिकाचं कर्तव्य आहे, अशा प्रकारचं वर्णन टेप करण्यात एक दिवस गेला.

दुसऱ्या दिवशी देशातल्या लोकशाहीचं जगातली सर्वश्रेष्ठ लोकशाही अशा शब्दांत वर्णन करण्यात काही वेळ गेल्यावर मग देशातील सरकार कार्यक्षम आणि जनहितासाठी किती तत्पर आहे, सरकारचे कार्यक्रम अमलात आणण्यासाठी जिवापाड झटणं हे प्रत्येक नागरिकाचं परम-कर्तव्य आहे. कधीही, कुठल्याही परिस्थितीत सरकारशी द्रोह करू नये, उलट, असा द्रोह करणाऱ्यांची माहिती ताबडतोब सरकारी अधिकाऱ्यांना द्यावी, सरकारविरुद्ध कोणतीही कृती, साधी निषेधाचीसुद्धा करू नये. प्रत्येक नागरिकाची निष्ठा प्रथम सरकारशी असली पाहिजे, अशा प्रकारचा मजकूर टेप केला गेला.

त्या दिवशी आसावरी घरी गेली खरी; पण दिवसभर तिच्या मनात टेप केलेल्या मजकुराचेच विचार घोळत होते.

अजून जन्मसुद्धा न घेतलेल्या आपल्या बाळाच्या मनावर आपण आतापासूनच सरकारशी निष्ठावंत राहण्याचे, कधीही, कुठलीही बंडखोरी न करण्याचे, साधा निषेधसुद्धा न करण्याचे संस्कार करायचे?

कोणत्याही काळात आणि कोणत्याही राज्यात नागरिकांची निष्ठा ही सरकारशीच असली पाहिजे. पण याचा अर्थ कोणत्याही सरकारी कृतीला मुकाटपणे मान तुकवणं, कधी कुठल्या गोष्टीचा निषेध न करणं असा होऊ शकत नाही. मग आपण आपल्या बाळाला आतापासून हे का शिकवायचं?

आसावरी दिवसभर बेचैन होती. शेवटी तिनं दुसऱ्या दिवशी मंजिरीशी याबाबत बोलायचं ठरवलं आणि मग ती जरा स्वस्थ झाली.

पण दुसऱ्या दिवशी मंजिरी आलीच नाही.

दुसऱ्या कोणाशी मनातली बेचैनी बोलून दाखवावी, इतकी तिची ओळख झाली नव्हती. मीनाक्षीची आणि तिची जोडी असली, तरी मीनाक्षीचा गंभीरपणा आणि कडवट बोलणं यामुळे त्या दोघींचं मोकळं बोलणं कधी होतच नसे. त्यामुळे मनातली अस्वस्थता मनातच ठेवून ती मीनाक्षीबरोबर बौद्धिक शिक्षणाच्या खोलीत गेली.

ती रोजच्याप्रमाणे खुर्चीवर जाऊन बसली आणि 'भाई' म्हणवणारा तो माणूस घाईघाईने तिच्याजवळ आला. हातातले बरेच कागद तिच्या हातात देत तो म्हणाला,

"आज शेवटचा दिवस आहे टेप करण्याचा. आपल्याला आज बराच मजकूर टेप करायचा आहे, तेव्हा सरळ आपण रेकॉर्डिंगलाच सुरुवात करू या. आधी वाचण्याची काही गरज नाही. तुम्हाला चांगली सवय झाली आहे आता."

'बरं' म्हणून आसावरी मोठ्यानं वाचू लागली. कालच्या मजकुराचा पुढचा अध्याय सुरू झाल्यासारखा वाटत होता. सरकार लोक-कल्याणासाठी किती झटत असतं, याचं वर्णन झाल्यावर पुढे लिहिलेलं होतं, आपल्या लोक-कल्याणकारी सरकारचे नेते आहेत, आपले प्रधानमंत्री. या अलौकिक पुरुषाचा जन्म एका सामान्य हातगाडीवाल्याच्या घरात झाला. घरचं दारिद्र्य आणि पंतप्रधानांच्या समोर लहानपणापासून अडचणींचे केवढे डोंगर उभे होते आणि आपल्या हुशारीच्या, जिद्दीच्या आणि मेहनतीच्या बळावर त्यांनी त्यावर मात करून शेवटी ते या सर्वोच्च पदावर कसे विराजमान झाले, याचं रसभरित वर्णन करण्यात पुढची सात-आठ पानं खर्ची पडली होती. ते सगळं वाचताना आसावरीच्या मनात नाराजी निर्माण झाली. हे सगळं आपल्या अजाण बाळाला कशासाठी ऐकवायचं? यातून कुठले संस्कार होणार आहेत?

पंतप्रधानांच्या कर्तृत्वाचं गुणगान संपल्यावर त्यांच्या व्यक्तिमत्त्वाचं वर्णन सुरू झालं. बुद्धिमान, सुस्वरूप, कमावलेल्या शरीराचे, प्रसन्न चेहऱ्याचे, भेदक डोळे असलेले, क्षणार्धात समोरच्या माणसाला जोखणारे, हुशार, मुत्सद्दी, राजकारणावर जबरदस्त पकड असलेले, सर्वसामान्यांच्या कल्याणाला ज्यांनी सगळं आयुष्य वाहिलं आहे असे दयाळू, वाचता-वाचता आसावरी नकळत थांबली. हे सगळं टेप करून ऐकवायला तिचा आंतरिक विरोध होऊ लागला. ती म्हणाली, "भाई, हे सगळं कशासाठी..."

"अहो थांबलात का, आसावरीबाई?" तिचं वाक्य अर्धंच तोडत भाई घाईघाईने म्हणाला, "वाचा पुढे. आज पुष्कळ काम करायचं आहे अजून आपल्याला. अजिबात वेळ घालवू नका मध्ये."

नाइलाजानं आसावरी पुढे वाचू लागली. पंतप्रधानांच्या व्यक्तित्वाचं गुणवर्णन संपल्यावर पुढे लिहिलं होतं, "असा अलौकिक पुरुष आपला नेता असल्याबद्दल आपण देवाचे आभारच मानले पाहिजेत. या अलौकिक व्यक्तीला चिंता असते, ती फक्त नागरिकांच्या सुखाची. आई-वडिलांची आपल्या मुलावर असते, त्यापेक्षाही जास्त माया ते आपल्या नागरिकांवर करतात. अहोरात्र त्यांच्या सुखासाठी झटत असतात. त्यांना साथ देण्याची, त्यांच्या आज्ञा पाळण्याची, त्यांच्या शब्दासाठी वेळप्रसंगी प्राणाची बाजीही लावण्याची जबाबदारी प्रत्येक व्यक्तीची आहे. प्रत्येकानं..."

आसावरी निश्चयानं थांबली. भाईनं तिच्याकडे पाहिलं आणि तो म्हणाला, "अहो, थांबू नका आसावरीबाई, पुढे वाचा चटचट."

"नाही. हे मी काय वाचते आहे ते तुम्ही आधी मला सांगा."

"काय म्हणजे? अहो मजकूर तुमच्या हातातच आहे की."

"ते मला कळतं आहे. पण या सगळ्यांचा आणि बाळावर करायच्या संस्कारांचा काय संबंध आहे?"

"म्हणजे काय? आपल्या देशातल्या थोर व्यक्तींची ओळख त्याला आतापासून झालेली काय वाईट आहे?"

"मी वाचतेय ती थोर व्यक्तींची ओळख मुळीच नाहीये. हे फक्त पंतप्रधानांचं गुणवर्णन आहे, त्यांची स्तुती आहे."

"म्हणजे आपले पंतप्रधान थोर नाहीत असं म्हणायचं आहे का तुम्हाला?"

"तसं नाही हो. पण हे सगळं आतापासून बाळाच्या मनावर ठसवण्याचा प्रयत्न का? चांगली तत्त्वं, चांगले संस्कार बिंबवण वेगळं आणि एखाद्या व्यक्तीची, मग ती व्यक्ती कितीही थोर असली तरी स्तुती मनावर ठसवणं वेगळं."

"खरं सांगू का, आसावरीबाई?" किंचित दिलगिरीदर्शक सुरात भाई म्हणाला,

"हे सगळं आम्हाला वरून लिहून पाठवलेलं असतं. वरचे अधिकारी सांगतील ते करणं आम्हाला भाग असतं."

"पण मला हे पसंत नसलं तर?"

"काही उपयोग नाही, आसावरी."

मीनाक्षीचा चढलेला आवाज एकदम ऐकू आला, तशी आसावरीनं चमकून तिच्याकडे पाहिलं. हातातले कागद तसेच हातात धरून मीनाक्षी तिच्याकडे येत होती.

"तुम्ही आधी आपल्या जागेवर या, मीनाक्षीबाई." तिला थांबवण्याचा प्रयत्न करीत नर्स म्हणाली. पण तिला न जुमानता मीनाक्षी आसावरीजवळ आली आणि तिच्या खांद्यावर हात ठेवून म्हणाली, "आसावरी, ते सांगताहेत तसं करणंच तुझ्या हिताचं आहे."

"पण मला हे मुळीच..."

"तुझं बाळ तुला हवं आहे ना?"

"हो, म्हणजे काय?" आसावरीनं धसकून विचारलं.

तेवढ्यात मीनाक्षीची नर्स धावत तिच्याजवळ आली. भाई गडबडीनं उठला आणि त्यानं आसावरीच्या खांद्यावरचा मीनाक्षीचा हात काढून टाकला. "मीनाक्षीबाई, तुम्ही ताबडतोब तुमच्या जागेवर जा पाहू. नाहीतर मला... रिपोर्ट करावा लागेल तुमचा."

"हं..." त्याच्याकडे बघून, तुच्छतेनं हुंकारून मीनाक्षी आपल्या जागेवर परत गेली आणि खिशातला रुमाल काढून भाईनं घाम पुसला.

आसावरी त्याच्याकडे बघत राहिली. मीनाक्षीच्या अनपेक्षित बोलण्यानं त्याला घाम फुटला होता! "तुझं बाळ तुला हवं आहे नं?"

या वाक्यानं नर्स आणि भाई दोघंही घाबरली होती. मीनाक्षीला नक्की काय म्हणायचं होतं ते विचारून घेतलं पाहिजे, आसावरीनं मनाशी ठरवलं.

थोडा वेळ कोणीच काही बोललं नाही. मग भाई म्हणाला, "आता राहिलेलं टेप करून टाकता ना आसावरीबाई? प्लीज. दोन-अडीच पानंच राहिलेली आहेत. आणि आधीचं सगळं तुम्ही टेप केलंच आहेत नाहीतरी."

आसावरीनं बघितलं. खरोखरच, फक्त तीन पानं राहिली होती. फक्त तेवढाच भाग वगळून काय उपयोग होता? शिवाय "तुझं बाळ तुला हवं आहे ना?" हे मीनाक्षीचे शब्द तिला जणू धोक्याची सूचना देत होते. नाईलाजानं तिनं पुढचे कागद घेतले आणि वाचायला सुरुवात केली.

सगळा मजकूर टेप करून झाल्यावर भाईनं आसावरीला त्याच्या केबिनमध्ये यायला सांगितलं. ती त्याच्या समोरच्या खुर्चीत जाऊन बसल्यावर थोडा वेळ तो

टेबलावरच्या त्याच्यासमोर असलेल्या पेपरवेटशी चाळा करत गप्पच बसला. मग डोळ्यांवरचा चष्मा काढून पुसत म्हणाला,

"तुम्हाला कसं सांगावं? पण तुम्हाला सांगणं आता भाग आहे असं मला वाटतंय. हे बघा, मीनाक्षीबाईंच्या आजच्या बोलण्याकडे तुम्ही लक्ष देऊ नका. त्या थोड्याशा-डिस्टर्बड् आहेत. म्हणजे काय आहे की–"

"त्यांच्या डोक्यावर परिणाम झाला आहे असं म्हणायचं आहे का तुम्हाला?"

"अं– अगदी तसंच नाही, पण थोडफार तसंच म्हणायला हवं. कारण त्याचं असं झालं आहे की यापूर्वी दोनदा त्यांचा गर्भपात झाला आहे."

"दोनदा!"

"हो ना." दोन्ही वेळेला उपचारांसाठी त्या केंद्रात येत होत्या. त्यामुळे इथल्या उपचारांमुळे आपला गर्भपात झाला असा ग्रह त्यांनी करून घेतला आहे. मागच्याच खेपेला ही गोष्ट आमच्या लक्षात आलेली आहे. पण काय करणार? त्यांच्या सध्याच्या अवस्थेत काही करणंच शक्य नाही. उलट, त्यांची नाजूक मन:स्थिती लक्षात घेऊन आपण त्यांना संभाळून घेतलं पाहिजे. एकदा त्यांची सुखरूप प्रसूती झाली म्हणजे आपोआपच त्यांचा गैरसमज दूर होईल. तोपर्यंत आपण त्यांच्या कलाकलानं वागायचं-पण त्यांच्या वागण्या-बोलण्याकडे फारसं लक्ष द्यायचं नाही. लक्षात आलं नं तुमच्या, मी काय म्हणतो ते?"

काय बोलावं ते न कळून, आसावरीनं नुसतीच मान हलवली आणि ती खुर्चीवरून उठली.

मंजिरी दुसऱ्या दिवशीही आली नाही. व्यायाम आटोपल्यावर कपडे बदलता-बदलता आसावरी सहज म्हणाली,

"दोन दिवसांपासून मंजिरी का येत नाहीये कुणास ठाऊक."

"कारण तिला इथे येण्याचं कारण उरलेलं नाही." मीनाक्षी नेहमीप्रमाणे ताड्कन बोलली.

"म्हणजे काय?"

"तिचा गर्भपात झालेला आहे."

"काय?" आसावरी आश्चर्यानं बघत राहिली. मंजिरीचा गर्भपात झाला? कधी? आणि हे मीनाक्षीला कसं कळलं?"

"तुला कसं कळलं? कोणी सांगितलं तुला?" तिनं विचारलं.

"कोणी सांगायची गरजच काय? तिला मुलगी होणार होती ना?"

"हो" मंजिरीला मुलगी होणार असल्याचं आसावरीला माहीत होतं.

"झालं तर मग."

"मीनाक्षी, असं काय काहीतरी बोलतेस? मुलगी होणार असली म्हणून..."

"काय एवढं हितगुज चाललं आहे मैत्रिणींचं?" त्यांच्या गटाच्या लीडरचा आवाज ऐकू आला तशी आसावरीनं चट्‌कन वळून बघितलं. त्यांची लीडर त्यांच्या पाठीमागे येऊन उभी राहिली होती.

साधारण मीनाक्षीच्या वयाची असलेली त्यांची लीडर मोठी हसतमुख, प्रसन्न आणि बोलकी होती. तिनं आपलं नाव 'स्मिता' असं सांगितलं होतं; पण सर्व जण तिला 'लीडर' म्हणत असत. त्यांच्या गटाचं जेवणखाण होऊन बौद्धिक शिक्षणासाठी त्या सर्वजणी वेगवेगळ्या ठिकाणी जाईपर्यंत ती त्यांच्याबरोबर असायची. गप्पा मारायची, प्रत्येकीला योग्य त्या औषधांचं वाटप करायची आणि त्यांच्याबरोबर जेवायचीसुद्धा. आता ती नकळत पाठीमागे येऊन उभी राहिलेली पाहून आसावरी जरा चमकली. मग म्हणाली,

"मंजिरी का येत नाहीये याचा विचार करत होतो आम्ही."

लीडर क्षणभर गप्प राहिली आणि मग म्हणाली, "बिचारी मंजिरी! ॲबॉर्शन झालं तिचं."

"अगं बाई!" आसावरी उद्‌गारली. मीनाक्षीच्या सांगण्यावर तिचा तितकासा विश्वास बसला नव्हता. "कशामुळे झालं असं?"

"कशामुळे? ते काही असं सांगता येतं का?"

"पण इतकी काळजी घेत असताना–"

"कितीही काळजी घेतली तरी शेवटी प्रत्येकीची शरीरप्रकृती आणि नशीब वेगवेगळंच असतं!" लीडर म्हणाली, "पण ते जाऊ दे. तुम्ही जेवायला चला बघू. उशीर होईल नाहीतर." आणि ती जेवणघराकडे चालू लागली. तिच्या मागोमाग जाता-जाता मीनाक्षी आसावरीच्या कानांत कुजबुजली, "ती बघ, ती लांब केसांची मुलगी आहे नं? तिलाही मुलगी होणार आहे. थोड्याच दिवसांत तिचा गर्भपात होईल."

धसकून आसावरीनं त्या मुलीकडे बघितलं. ती खुषीत, स्वत:शीच गुणगुणत जेवणघराकडे चालली होती.

त्या दिवसापासून टेप केलेला मजकूर पोटातल्या गर्भाला ऐकवण्याचा कार्यक्रम सुरू झाला. रोज टेप करण्यासाठी आसावरी बसत होती तिथे असलेल्या कोचावर मऊ उशा आणि एक चादर ठेवलेली होती. मीनाक्षीबरोबर ती खोलीत आल्यावर नर्सनं खिडक्यांवरचे पडदे ओढले आणि दिव्यांची बटणं दाबली. त्याबरोबर मंद, निळसर प्रकाशानं खोली उजळून निघाली.

भाईनं सांगितल्याप्रमाणे, आसावरीनं उशा डोक्याखाली घेतल्या आणि कोचावर आडवी झाली. शेजारच्या टेबलावर अगदी चपट्या; पण अर्धगोलात वळवलेल्या आणि एकमेकींना जोडलेल्या दोन पट्ट्यांसारखं काही दिसत होतं. ते हातात घेऊन भाई म्हणाला,

"आता हा प्रक्षेपक मी तुमच्या पोटावर बसवणार आहे. तुमचा आवाज त्यातून प्रक्षेपित केला जाईल, तुमच्या बाळासाठी. तुम्ही मात्र स्वस्थ झोप घ्यायची एक-घरी असलं ना, की वेळेवर पौष्टिक जेवण आणि नियमित विश्रांती या दोन गोष्टींची फार आबाळ होते आपल्या स्त्रियांची, म्हणून रोजची घटकाभर झोप आम्ही त्यांना इथे घ्यायलाच लावतो."

हातातला दोन पट्ट्यांचा अर्धगोलाकार प्रक्षेपक त्यानं आसावरीनं घातलेल्या गाऊनवरून तिच्या पोटावर बसवला आणि तो म्हणाला,

"मी आता बाहेर जातो. तुम्ही डोळे मिटून स्वस्थ झोप घ्या. काही अडचण आली तर हे बटण दाबा म्हणजे मला कळेल."

कोचाच्या पायात बसवलेलं गोल बटण तिला दाखवून, त्यानं तिच्या अंगावर चादर घातली आणि तो बाहेर पडला.

मीनाक्षीजवळची नर्सही बाहेर पडली. आता खोलीत त्या दोघींखेरीज कोणीच राहिलं नाही असं बघून आसावरीनं मीनाक्षीला हाक मारली, "मीनाक्षी ए, मीनाक्षी."

मीनाक्षीनं तिच्याकडे नुसतं पाहिलं. बोलली काहीच नाही. पण तेवढ्यात दार उघडून भाई मात्र आत आला.

"तुम्हाला काही हवंय का?" त्यानं विचारलं.

आसावरीनं नकारार्थी मान हलवली, तेव्हा तो म्हणाला, "मग तुम्ही स्वस्थ झोपा बरं आता. बोलायचं नाही मुळीच" आणि तो परत बाहेर गेला.

खोलीतले आवाज बाहेर ऐकू जातील अशी व्यवस्था केलेली होती तर! नाइलाजानं मीनाक्षीनं डोळे मिटून घेतले.

पोटावरच्या प्रक्षेपकातून गुणगुणल्यासारखा काहीतरी आवाज येत होता. कान देऊन मीनाक्षी ऐकू लागली आणि तिच्या लक्षात आलं, की तिनं टेप केलेला तिच्या आवाजातला मजकूर अगदी सावकाश, पण स्पष्ट ऐकू येत होता.

आधी व्यायाम, त्याच्यावर झालेलं भरपूर जेवण, मऊ, उबदार कोच, खोलीतला मंद प्रकाश आणि प्रक्षेपकातून येणारा गुणगुणल्यासारखा आवाज. आपोआपच आसावरी सुस्तावली आणि काही मिनिटांतच गुडूप झोपी गेली.

तिला जाग आली, तेव्हा पोटावरचा प्रक्षेपक काढलेला होता. नर्स खिडक्यांवरचे पडदे उघडत होती आणि चहाचा कप हातात घेऊन भाई कोचाशेजारी उभा होता. ती जागी झालेली बघून तो म्हणाला, "काय? छान झोप झाली की नाही? चहा घ्या आता गरमागरम."

चहा घेऊन आसावरी आणि मीनाक्षी कपडे करायला खोलीत गेल्या. मंजिरीविषयी मीनाक्षीला परत नीट विचारायचं असं आसावरीनं ठरवलं होतं. पण कपडे बदलण्याच्या खोलीत त्यांच्या गटातल्या इतर स्त्रियाही जमल्या होत्या आणि शिवाय लीडर

होतीच. मीनाक्षीशी बोलण्याचा विचार आसावरीनं सोडून दिला.

पुढच्या दोन दिवसांत आसावरीच्या असं लक्षात आलं, की केंद्रात जाण्यासाठी म्हणून बसमध्ये चढल्यापासून ते केंद्रातून परतल्यावर घरापाशी उतरेपर्यंत केंद्राचं कोणी ना कोणी माणूस आपल्याबरोबर किंवा जवळपास असतं. आपल्याला कधीच एकटं सोडलं जात नाही. आपल्यालाच नव्हे तर उपचाराकरता येणाऱ्या कोणालाच एकटं सोडलं जात नाही.

बसमध्ये एक अटेंडंट असतो. बसमधून उतरलं, की केंद्राच्या प्रवेशद्वारापाशीच लीडर स्वागतासाठी उभी असते. तेव्हापासून लीडर बरोबर असते, ती जेवणाचा कार्यक्रम संपेपर्यंत. त्यानंतर बौद्धिक शिक्षणाला नेण्यासाठी, प्रत्येक जोडीसाठी एक नर्स हजर असतेच.

गटातल्या मुलींच्या एकत्रित गप्पा पुष्कळ होत असल्या, तरी कोणाही दोघी-तिघींना एकमेकींशी फार वेळ बोलू दिलं जात नाही. कोणाचं संभाषण जास्त होत आहे असं वाटलं, की लीडर त्यांच्या संभाषणात भाग घेते.

जी गोष्ट आपल्या लक्षात आली आहे, ती इतर कोणाच्या लक्षात आलेली असेल का? बौद्धिक शिक्षण या नावाखाली केल्या जाणाऱ्या प्रकाराविषयी आपल्या जशा तीव्र भावना आहेत, तशा आणखी कोणाच्या असतील का? की आपल्याला उगाचच त्याचा बागुलबुवा वाटतोय?

कोणाशीतरी याबाबत बोलायला पाहिजे. आपल्यासारखं कोणाला काही वाटतं की नाही, हे जाणून घेतलं पाहिजे. पण हे कसं जमायचं? अशी संधी कधी आणि कशी मिळायची?

मनाच्या संभ्रमित अवस्थेत आठ-दहा दिवस निघून गेले. मंजिरीच्याऐवजी बसमध्ये एक नवीन मुलगी येऊ लागली होती.

बसमधल्या सगळ्यांशी आसावरीची चांगली ओळख झाली होती. त्यांच्यापैकी दोघींना मुली होणार होत्या. त्यांच्याकडे बघून तिला नेहमी मीनाक्षीचे शब्द आठवत असत आणि एक दिवस ती लांब केसांची मुलगी आली नाही. दुसऱ्या दिवशीही जेव्हा ती दिसली नाही, तेव्हा आसावरीनं सरळ लीडरलाच विचारलं, "का येत नाहीये ग ती?"

"काय की बाई? बरं-बिरं नसेल."

लीडर म्हणाली, पण तेवढ्यात एक काळीसावळी मुलगी पुढे आली आणि म्हणाली, "तुम्हाला माहीत नाही का? तिचं ॲबॉर्शन झालं!"

"अगं बाई! असं कसं झालं?" कोणीतरी म्हणालं.

"अगं, परवा संध्याकाळी तिचं पोट एकदम खूप दूखायला लागलं आणि थोड्या वेळाने गर्भ पडून गेला. तुला माहीत नाही?" तिनं लीडरला विचारलं,

"तिच्या घरच्यांनी फोन करून कळवलं होतं केंद्रात. डॉ. मानेसुद्धा आले होते तिच्या घरी.''

"मला नव्हतं बाई माहिती'' लीडर म्हणाली, "बरं, पण तुम्ही सगळ्या जणी आता गप्पा मारत बसू नका हं. पटापटा जेवायला चला.''

आसावरी भयंकर अस्वस्थ झाली.

हे काय होत होतं? कशासाठी होत होतं?

त्या दिवशी सगळा कार्यक्रम उरकल्यावर कपडे बदलताना तिनं ठरवून मीनाक्षीशी बोलणं काढलं.

"मीनाक्षी, मला तुझ्याशी बोलायचंय.''

"मला माहिती आहे'' आजूबाजूला चोरटी नजर टाकत, दबक्या सुरात मीनाक्षी म्हणाली, "पण इथे नको.''

"का नको? ऐकू दे कुणी ऐकेल तर!

"नाही. इथे नको. तू कुठे राहतेस? मला तुझा पत्ता सांग.''

तिच्या म्हणण्याप्रमाणे आसावरीनं तिला पत्ता सांगितला. तेवढ्यात लीडर तिथे आलीच. मग अधिक काही न बोलता त्या दोघी बाहेर पडल्या.

मीनाक्षीनं पत्ता विचारला, त्या अर्थी ती लवकरच कधीतरी आपल्याकडे येईल असा अंदाज आसावरीनं केला होता. पण लवकर म्हणजे इतक्या लवकर येईल, असं मात्र तिला वाटलं नव्हतं. त्या दिवशी संध्याकाळीच मीनाक्षी तिच्याकडे आली.

ती आली, तेव्हा शेखरशी आसावरीचं केंद्राविषयीच बोलणं चाललं होतं. केंद्रातल्या उपचारपद्धतीची माहिती त्याला आसावरीकडून झालेली होती. त्याविषयी ती नाराज आहे, हे त्याला माहीत होतं. एकंदर सगळा प्रकार त्याला स्वत:लाही फारसा पसंत नव्हता.

आसावरीनं त्याची मीनाक्षीशी ओळख करून दिली. मीनाक्षी म्हणाली, "मला फार बसायला वेळ नाही. घरी लौकर परतायला हवं आहे. शिवाय बस वगैरे मिळून घरी पोहोचेपर्यंत मला निदान तासभर तरी लागेल. तेव्हा मला लौकरच निघायला हवं. पण त्याआधी आसावरीच्या प्रश्नांची उत्तरं मला द्यायची आहेत. माझ्या अनुभवातून ती जाते आहे असं वाटल्यावरून मी तिला सावध करण्यासाठी म्हणून धडपडत आले आहे. केंद्रात दाखल होण्याची माझी तिसरी खेप आहे.''

आणि त्यापुढे तिनं जे सांगितलं, ते सगळं धक्कादायक होतं!

सुमारे दोन वर्षांपूर्वी ती केंद्रात प्रथमच दाखल झाली, तेव्हा अतिशय आनंदात होती. लग्नानंतर चार वर्षांनी तिला दिवस राहिले होते. तिला 'मुलगी' होणार असल्याचं केंद्रात झालेल्या परीक्षेवरून समजलं होतं. गर्भसंगोपन केंद्रासारख्या

तज्ज्ञ संस्थेच्या देखरेखीखाली असल्याने ती निश्चिंत होती. पण केंद्रात जाऊ लागल्यापासून पाच-सहा दिवसांतच तिचा गर्भपात झाला होता.

अचानक असं झालं, तेव्हा दुखा:खेरीज कोणतीच भावना तिच्या मनात नव्हती. तिच्या घरी ती, तिचा नवरा, सासू आणि एक अविवाहित दीर असे चौघं होते. सर्वांनाच फार हळहळ वाटली होती. आणि मग काही दिवसांनी तिच्या दिरानं एक धक्कादायक माहिती आणली होती. त्याचा एक मित्र केंद्रात 'तंत्रज्ञ' म्हणून कामाला होता. त्यानं सांगितलं होतं, दर वर्षी त्यांना नवीन जन्मणाऱ्या बालकांमध्ये मुलामुलींचं प्रमाण ठरवून देण्यात येत असे. ते प्रमाण राखण्यासाठी आवश्यक तेवढे गर्भपात घडवून आणण्याच्या सूचना त्यांना दिलेल्या होत्या. तिथे येणाऱ्या स्त्रियांना दिलेल्या औषधांच्या साहाय्यानं हे केलं जात असे.

"वहिनी केंद्रात दाखल होणार आहेत हे मला आधी नाही का सांगायचं?" तो मित्र म्हणाला होता. "पोटातला गर्भ मुलाचा आहे असा रिपोर्ट द्यायची व्यवस्था मी केली असती."

त्यानंतर सात-आठ महिन्यांनी मीनाक्षीला परत दिवस गेले, तेव्हा त्या मित्राला तिच्या दिरानं गाठून ती बातमी सांगितली आणि नंतर पाच-सहा दिवसांनी ती केंद्रात दाखल झाली. तिला मुलगा होणार असल्याचा रिपोर्ट मिळाला. खरं काय होतं ते एक परमेश्वरच जाणे!

चार महिने पूर्ण होईपर्यंत सगळं सुरळीत चाललं होतं. पाचवा महिना लागल्यावर बौद्धिक शिक्षण नावाच्या कार्यक्रमाला सुरुवात झाली. त्या वेळी मूल चार महिन्यांचं झाल्यावर, त्याच्यावर संस्कार करण्याचा खेळ सुरू होत असे. अगदी पहिल्यापासून 'बौद्धिक शिक्षण' देण्याची पद्धत अलीकडे सुरू झालेली होती.

लिहून दिलेला मजकूर टेप करण्यास सुरुवात झाली आणि तिचे तिथल्या लोकांशी खटके उडू लागले. त्या वेळी तिच्या जोडीला 'संगीता दवे' नावाची मुलगी होती. मीनाक्षीला बघून तीही वाद घालू लागली. त्यांना ठरवून दिलेल्या वेळात, ठरवून दिलेला मजकूर टेप करून होईनासा झाला. केंद्रात ही बातमी सगळीकडे पसरली असावी, कारण दिराच्या त्या मित्रानं एक दिवस मुद्दाम घरी येऊन मीनाक्षीला सावधगिरीची सूचना दिली. तो म्हणाला, "ठरवून दिलेला कार्यक्रम पार पाडणंच तुमच्या हिताचं आहे वहिनी. नाहीतर... मी जास्त काही सांगू शकत नाही. पण परिणाम बरे होणार नाहीत एवढं मात्र खरं."

नाइलाजानं मीनाक्षी निमूटपणे तिला दिलेला मजकूर टेप करू लागली. तो मजकूर बाळाला ऐकवला जायचा, तेव्हा सुन्न होऊन ती पडून राहायची. एकंदर प्रकारानं ती ताणलेल्या मन:स्थितीत असायची आणि त्यामुळे तिला झोप मुळीच यायची नाही.

असे जवळजवळ तीन आठवडे गेले आणि एक दिवस एकदम तिच्या लक्षात आलं, की प्रक्षेपकामधून ऐकू येणारा आवाज आपला नसून कोणातरी पुरुषाचा आहे!

ती कान देऊन ऐकू लागली. तो पुरुषी आवाज ओळखीचा असल्यासारखा वाटत होता. पण कोणाचा आहे, ते नक्की ओळखता मात्र येत नव्हतं. तो आवाज म्हणत होता,

"आपली लोकशाही ही जगातील सर्वोत्कृष्ट लोकशाही आहे. आपली सगळी सरकारी यंत्रणा केवळ लोकांच्या कल्याणासाठीच राबवली जाते. आपलं हे लोक-कल्याणकारी राज्य आहे आणि या राज्याचे प्रमुख सरकारचे नेते आहेत पंतप्रधान. त्यांनी आपल्यासाठी..."

ही आणि अशाच प्रकारची वाक्यं त्या पुरुषी आवाजात ऐकू येत होती. थोडा वेळ ते ऐकल्यावर मीनाक्षीनं पोटावर बसवलेला प्रक्षेपक ओढून काढला आणि उठून बसली. त्या वेळी तिच्या केसवर नेमलेला 'भाई' आणि संगीताची नर्स असे दोघेही धावत आत आले. त्यांनी तिची समजूत काढण्याचा बराच प्रयत्न केला. पण तिनं ऐकलं नाही. त्यांच्या बोलण्याकडे लक्ष न देता कपडे बदलून, ती घरी निघून आली.

त्यानंतर रोज जेवण उरकल्यावर ती सरळ घरी जाऊ लागली. केंद्रात मुख्य डॉक्टरांपासून ते लीडरपर्यंत सर्वांनी तिला समजावण्याचा प्रयत्न केला; पण ती बधली नाही. बौद्धिक शिक्षणाच्या कार्यक्रमात भाग घ्यायचं तिनं साफ नाकारलं.

नेहमीप्रमाणे आठवड्याच्या तपासणीसाठी ती गेली असताना तिला तपासताना डॉक्टरबाई बऱ्याच चिंताक्रांत दिसल्या. तिनं कारण विचारल्यावर त्या म्हणाल्या,

"तुमची तब्येत घसरली आहे, मीनाक्षीबाई. बराच अशक्तपणा आलेला दिसतोय तुम्हाला."

"नाही हो, मला तर मुळीच अशक्त वाटत नाही, दमायला होत नाही की थकून गेल्यासारखंही वाटत नाही."

"तुम्हाला वाटत नसलं तरी तपासणीत मला समजतं ना. आपण असं करू, मी तुम्हाला एक इंजेक्शन देऊन टाकते, म्हणजे उगाच काळजी नको राहायला."

आणि बोलता-बोलता तिच्या लक्षात येण्याआधीच डॉक्टरांनी तिला इंजेक्शन टोचलंही. मीनाक्षीला ते काही आवडलं नाही; पण ती काही बोलली नाही.

त्या दिवशी घरी गेल्यावर तासाभरात तिचं ॲबॉर्शन झालं!

इथपर्यंत सांगून झाल्यावर मीनाक्षी म्हणाली, "तुझा असंतोष, तुझी नाराजी दिवसेंदिवस वाढताना दिसते आहे म्हणून मी मुद्दाम तुला सावध करायला आले आहे. तुझ्या बाळाचं जीवित त्यांच्या हातात आहे हे विसरू नकोस, प्रसूती होईपर्यंत तुझ्या असंतोषावर पांघरूण घातलं पाहिजे."

"पण, पण हे सगळं फार भयंकर आहे." आसावरी म्हणाली, "कोणाचंही मूल, मग ते मुलगा असो की मुलगी, आईवडिलांच्या संमतीविना, त्यांना कळूसुद्धा न देता मारण्याचा त्यांना काय अधिकार?"

"अधिकार काहीच नाही" शेखर म्हणाला, "आणि हे त्यांना माहीत आहे म्हणूनच कोणाला न सांगता हे प्रकार केले जातात.

"पण कशासाठी? काय साध्य होतं यातून?"

"समाजातला स्त्री-पुरुषांच्या संख्येचा समतोल बिघडला की अनेक प्रश्न निर्माण होतात हे खरं आहे. काय वाटेल ती किंमत देऊन हे टाळायचं असं ठरवलं, की मग नको असलेल्या गर्भाची हत्या सयुक्तिक आणि समर्थनीय वाटू लागते. या हत्येला आई-वडील संमती देण्याची शक्यता खूपच कमी असल्यानं, तुम्हाला कळू न देताच ही हत्या केली जात असणार." शेखर म्हणाला.

"आणि मग दुसऱ्या खेपेला मीनाक्षीचा गर्भपात घडवला तो काय ती वाद घालते म्हणून? एवढ्या क्षुल्लक कारणासाठी?"

"केवळ मी वाद घालते म्हणून नव्हे." मीनाक्षी म्हणाली. "मी तर वाद घालत होते. पण माझ्यामुळे इतर स्त्रियांच्यातही असंतोष पसरायला लागला होता. संगीता तर माझ्याबरोबरीनं वाद घालू लागली होती. असा असंतोष पसरणं त्यांना फार जड गेलं असतं, तेव्हा असंतोषाचं मूळच त्यांनी नष्ट केलं."

"इतकं झालं, तरी तू परत त्या केंद्रात कशाला आलीस ग, मीनाक्षी.'

आसावरीनं विचारलं. मीनाक्षी क्षणभर गप्प बसली आणि मग म्हणाली,

"नाही तर कुठे जाणार मी?"

"तू परस्पर एखाद्या खाजगी हॉस्पिटलमध्ये का नाही नाव दाखल केलंस?"

"तोही प्रयत्न करून बघितला" उदास स्वरात मीनाक्षी उत्तरली. "शहरातली सगळी हॉस्पिटल्स आणि सगळे डॉक्टर हे केंद्राशी संलग्न आहेत. बाळंतपणाची कुठलीही केस गर्भ-संगोपन केंद्रामार्फत आली तरच दाखल करून घेतली जाते. माझं नाव कोणीतरी दाखल करून घ्यावं म्हणून मी आणि माझ्या सासूबाई पंधरा दिवस वणवण फिरत होतो. शेवटी नाइलाजानं मी केंद्रात दाखल झाले."

मीनाक्षीचं बोलणं संपलं आणि ती तिघंही गप्प बसून राहिली, आपल्याच विचारात बुडून. शेवटी मीनाक्षी उठली. "मी निघते आता. उशीर होतोय. पण मी सांगितलेलं तू लक्षात ठेव. आसावरी, केंद्रातल्या लोकांना तुझी नाराजी दिसू देऊ नकोस. त्याचा काही उपयोग तर होणार नाहीच. उलट, झालाच तर वाईट परिणाम मात्र होईल."

मीनाक्षी निघून गेली, तरी पुढे कितीतरी वेळ शेखर आणि आसावरीचं त्याच विषयावर बोलणं चाललं होतं. मुख्य म्हणजे आसावरीनं पुढे काय करायचं, केंद्रात

कसं वागायचं हे ठरवायला हवं होतं आणि मीनाक्षीनं सांगितलेल्या गोष्टी कितपत खऱ्या आहेत, याचाही विचार करायला हवा होता. दोनदा झालेला तिचा गर्भपात नैसर्गिक तर नव्हता ना? काही स्त्रियांचे वारंवार गर्भपात होतात आणि त्या मागचं कारण वैद्यकशास्त्राला अजून उमगलेलं नाही हे त्या दोघांनाही माहीत होतं.''

मीनाक्षीच्या हकिगतीविषयीची शंका दोन दिवसांतच फिटली. आसावरीच्या बसमधल्या दोघीजणी येईनाशा झाल्या. त्यांचा गर्भपात झाला होता. त्या दोघींनाही मुली होणार होत्या, हे आसावरीला माहीत होतं!

काय करावं ते न कळून आसावरी केंद्रात जात राहिली. तिथे काही बोलायचं किंवा विरोध करण्याचं मात्र तिनं सोडून दिलं होतं. मीनाक्षीची हकिगत ऐकल्यापासून दुपारी जेवणानंतर तिला झोप येईनाशी झाली होती. प्रक्षेपकातून ऐकू येणारा स्वतःचाच गुणगुणल्यासारखा आवाज ऐकत ती पडून राहत होती. तिनं टेप केलेल्या मजकुराचं एक आवर्तन पुरं होऊन आता दुसरं सुरू झालं होतं.

असे आणखी दहा दिवस गेले आणि एके दिवशी तिच्या लक्षात आलं, की आपल्या प्रक्षेपकातून पुरुषी आवाज ऐकू येतोय! मीनाक्षीनं सांगितल्याप्रमाणेच सगळं होत होतं. तिनं मीनाक्षीकडे नजर टाकली. ती आसावरीकडेच बघत होती. बहुधा तिचा प्रक्षेपकही पुरुषी आवाजच ऐकवत असावा!

आसावरी लक्ष देऊन ऐकू लागली. मीनाक्षी म्हणाली होती, तोच मजकूर टेपमधून ऐकू येत होता. आणि-आणि तो आवाज ओळखीचा वाटत होता. तिनं पुष्कळदा तो आवाज ऐकला होता– कुठे बरं ऐकला होता? कुठेतरी, कुणाशीतरी संभाषणात- नाही त्या आवाजातल्या माणसाशी तिनं संभाषण केल्याचं तिला आठवत नव्हतं- मग कुठे- कुठेतरी भाषणात? हो, भाषणातच तिनं तो आवाज ऐकला होता.

आसावरीला एकदम त्या आवाजाची ओळख पटली! आवाजाची ओळख पटली आणि ती गोंधळात पडली. हे काय चाललं होतं?

त्या दिवशी संध्याकाळी शेखर घरी आल्यावर, त्याचं चहापाणी होईपर्यंत ती कशीबशी गप्प बसली. चहा झाल्यावर नेहमीप्रमाणे पेपर हातात घेऊन आणि पाय टेबलावर टाकून तो खुर्चीत बसला, तशी आसावरी त्याच्याजवळच्या खुर्चीवर येऊन बसली आणि म्हणाली,

''आज माझ्या प्रक्षेपकामधूनही पुरुषी आवाजातला मजकूर ऐकू येऊ लागला.''

''काय?'' चमकून वृत्तपत्र खाली करत शेखर उद्गारला.

आसावरीनं परत तेच सांगितलं, ''माझ्या प्रक्षेपकातून आता पुरुषाच्या आवाजात मजकूर ऐकवला जातो.''

''साले–'' टेबलावरचे पाय दणकन् खाली घेत शेखरनं दोन-चार सणसणीत शिव्या हासडल्या.

"आसावरी, हे अति झालं आता. माझ्या मुलाला खुशाल दुसऱ्या कुणाचातरी आवाज आत्तापासून ऐकवला जातो. त्याच्या मनावर त्याचा पगडा बसवला जातो याचा अर्थ काय? मी हे चालू देणार नाही. मी उद्या तुझ्याबरोबर केंद्रात येतो आणि त्या डॉक्टर मानेची गचांडीच धरतो. बघू कोण काय करतं ते?"

शेखर विचारात पडला. तो काही बोलत नाही, हे बघून आसावरी म्हणाली, "हे सगळं असं का चाललं आहे हे मला कळत नाहीये. पण हे सगळं मला फार, अनैतिक वाटतंय. मला नको आहे आणि तरी मला करावं लागतंय. एका परक्या माणसाचा आवाज, मग तो माणूस कितीही मोठा असला तरी, माझ्या मुलाला आत्तापासून ऐकवायचा. त्याचा मोठेपणा त्याच्या मनावर आत्तापासून बिंबवण्याचा प्रयत्न करायचा. हे, हे सगळं फार भयंकर आहे, घाणेरडं आहे. शेखर, मी काय म्हणतेय?"

"मी ऐकतोय, आसावरी. मलाही हे सगळं फार भयंकर वाटतंय. नापसंत आहे. पण हे सगळं अतिशय विचारपूर्वक आणि पद्धतशीर केलेलं आहे. यातून सुटणं इतकं सोपं नाहीये. केंद्रात दाखल होताच तू ज्या फॉर्मवर सही करून दिलीस, तो वाचला होतास का?"

"नाही. मी फक्त नाव, पत्ता, वय लिहिलं आणि सही केली."

"मीही वाचलेला नाही तो फॉर्म. मला वाटलं होतं, फॉर्म म्हणजे केवळ एक उपचार असेल. पण तसं नसावं असं आता लक्षात येतंय. त्या फॉर्ममध्ये कदाचित तू हे सगळे उपचार करून घ्यायला संमती दिलेली असशील. तसं असलं तर या सगळ्या प्रकाराविरुद्ध आपल्याला काहीच ओरडा करता येणार नाही."

"पण मला या सगळ्यांचा फार उबग आलेला आहे. मी उद्यापासून केंद्रात जाणार नाही. मग काय व्हायचं असेल ते होऊ दे.

"असं करून चालणार नाही, आसावरी. यातून मार्ग काढायचा असला तर विचारपूर्वक वागायला हवं, असं घायकुतीला येऊन भागणार नाही."

"पण मग काय करायचं?"

"सध्या तू केंद्रात जात राहा. आपण काहीतरी मार्ग काढू."

नाइलाजाने आसावरी केंद्रात जात राहिली. चार दिवस गेले आणि पाचव्या दिवशी तिच्या प्रक्षेपकामधून ऐकू येणारा मजकूर ऐकून तिची सहनशक्ती संपली. वेळ संपेपर्यंत तिनं कशीबशी कळ काढली. घरी येताच तिनं शेखरला फोन केला आणि तब्येत बरी नसल्याचं सांगून त्याला घरी बोलावून घेतलं.

तो घरी आला, तेव्हा पायातल्या चपलासुद्धा न काढता तशीच बसलेली आसावरी त्याला दिसली आणि तिच्या मनावरच्या ताणाची त्याला कल्पना आली.

"काय झालं आसावरी?" त्यानं विचारलं.

"मला होणारं मूल तुझं आहे की पंतप्रधानांचं?"

शेखरला एकदम झटका बसल्यासारखं झालं. तो म्हणाला, "काहीतरीच काय बोलतेयस आसावरी!"

"खरं तेच बोलतेय. मी जर केंद्रात जात राहिले तर आपला मुलगा थोड्याच दिवसांत आपल्याला ओळखणारसुद्धा नाही. आपल्या घरी तो नेहमी परक्यासारखाच राहील आणि एकदा मोठा झाला की आपला उपयोग संपला, हे लक्षात येऊन निर्विकारपणे आपल्याला सोडून जाईल."

"असं कसं होईल?"

"असं होईल, कारण असं होण्यासाठीच गर्भ-संगोपन केंद्राची योजना करण्यात आलेली आहे. आज माझ्या प्रक्षेपकातून काय ऐकू येत होतं, माहीत आहे?"

"काय?"

"आज आपले थोर पंतप्रधान आपल्या बाळाला, ज्याला आत्ता ऐकू येतं की नाही हेही नक्की माहीत नाही, इतक्या लहान बाळाला, सांगत होते, मी तुमचा खरा त्राता आहे, पिता आहे, माता आहे, पालक आहे आणि मालकही आहे. तुमची निष्ठा फक्त माझ्याशी असली पाहिजे. देशातल्या सर्व नागरिकांच्या निष्ठा फक्त सरकारशी आणि माझ्याशी असल्या पाहिजेत."

स्तंभित होऊन शेखर गप्प बसलेला पाहून आसावरी पुढे म्हणाली, "सतत नऊ महिने हे विचार मनावर ठसल्यावर जन्माला येणारं मूल कोणाचं असेल असं वाटतं तुला? आपला मुलगा रूपानं कदाचित तुझ्या-माझ्यासारखा असेल, पण विचारानं मात्र संपूर्णपणे परक्याचा असेल. मग आपण कितीही प्रयत्न केले, तरी त्याच्या मनातले मूळ विचार बदलणार नाहीत कारण ते विचार त्याला त्याचे स्वतःचेच वाटत असतील- अशा परक्या माणसाच्या मुलाला मी जन्म देणार नाही- जन्म देणार नाही." आणि मनावरचा ताण असह्य होऊन ती एकदम रडू लागली.

आसावरी रडू लागलेली पाहून शेखरनं तिला जवळ घेतली आणि तिच्या डोक्यावर थोपटत तो म्हणाला, "रडू नकोस आसावरी. असं मूल मलाही नकोय. उद्यापासून तू केंद्रात जाऊ नकोस."

दुसऱ्या दिवशी केंद्रात न गेल्यानं आसावरीला सुटल्यासारखं वाटत होतं. पण त्याचबरोबर चुकल्या-चुकल्यासारखंही वाटत होतं. केंद्रात शिकवलेले व्यायाम, नंतर गरम जेवण आणि मग एक लहानशी झोप असा रोजचा कार्यक्रम तिनं घरीच पार पाडला. रोज एवढं केलं तर तब्येत उत्तम राहायला हरकत नव्हती.

दोन दिवस गेले आणि तिसऱ्या दिवशी सकाळीच तिच्या गटाची लीडर त्यांच्या घरी हजर झाली. शेखर अजून कामावर जायचा होता. आसावरीशी आणि

शेखरशी तिनं गप्पा मारल्या. आणि त्यांच्याबरोबर छान चहाही घेतला. आसावरीला थोडं बरं नसल्याने ती दोन दिवस केंद्रात येत नव्हती असं शेखरनं सांगितल्यावर ती म्हणाली, ''बरं नसल्यावर तर केंद्रात जरूर यायला पाहिजे. तिथे लगेच तपासणी आणि औषधपाणी होतं. आता आजपासून यायला लाग बरं का आसावरी.''

आणि मग त्यांचा निरोप घेऊन ती निघून गेली.

आता काही झालं तरी आसावरी केंद्रात जाणार नव्हती. सकाळचं सगळं काम उरकल्यावर ती घराबाहेर पडली, ती थेट डॉ. जोशींकडे गेली. गेल्या कित्येक वर्षांपासून त्या शेखरच्या कुटुंबाच्या डॉक्टर होत्या. पण तरीही त्यांनी तिचं नाव त्यांच्या नर्सिंगहोममध्ये दाखल करून घ्यायला नकार दिला. त्यांच्याकडून बाहेर पडल्यावर आसावरीनं आसपासची आणखी पाच-सहा खाजगी हॉस्पिटल्स पालथी घातली. सगळीकडे तिला तोच अनुभव आला. शेवटी दमून ती घरी परतली.

संध्याकाळी शेखर घरी परतल्यावर तिनं त्याला आपल्या पायपिटीची हकिगत सांगितली, तेव्हा तो म्हणाला, ''मला कल्पना आहे. गेले तीन दिवस मी दिवसभर हेच करतोय. ऑफिसातून रजा काढली आहे मी आणि तुझं नाव कुठेतरी नोंदवायचा प्रयत्न करतोय. पण कोणीच दाद देत नाहीये.''

''मग आता काय करायचं?''

''आपल्या शेजारच्या चौधरीकाकू, पलीकडच्या सखूमावशी, तुला मदत नाही करणार?''

''मदत करतील रे. पण मदत करणं वेगळं आणि बाळंतपण करणं वेगळं. शिवाय काही अडचण आली तर? त्यासाठी तरी डॉक्टर नको का?''

''बघू. आणखी जरा प्रयत्न करू. गावाबाहेरच्या भागातला एखादा डॉक्टर कदाचित तयार होईल केस घ्यायला.''

गावाबाहेरचा डॉक्टर शोधण्याच्या प्रयत्नात दोन-तीन दिवस गेले. पण गर्भ-संगोपन केंद्राच्या विरोधात उभं राहू शकणारा महाभाग गावाबाहेरही भेटला नाही.

शेवटी तो नाद सोडून देऊन शेखर दुसऱ्या दिवशी ऑफिसला गेला. तो गेला आणि घरमालकांच्या कारकुनानं एक पत्र आणून आसावरीच्या हातात ठेवलं. काय असावं याचं मनाशी नवल करतच तिनं पत्र फोडलं. महिनाभरात घर खाली करून देण्याची नोटीस होती ती!

ऑफिसला गेलेला शेखर तासाभरातच परतला. हेही एक नवलच होतं. तो लवकर परत का आला असावा, याचा मनाशी विचार करतच आसावरीनं नोटीस त्याच्या हातात ठेवली. त्यानं ती वाचून निर्विकारपणे तिच्या हातात परत दिली, तशी ती आश्चर्यानं म्हणाली,

“अरे, तुला काही राग नाही आला या नोटिशीचा? आपण इतकी वर्षं इथे राहतोय. एकदम अशी नोटीस कशी देऊ शकतात ते? कारणच काय आपल्याला नोटीस देण्याचं?”

काही न बोलता शेखरनं खिशातून एक कागद काढून तिच्या हातात ठेवला.

ऑफिसच्या पैशांच्या कारभारात गैरव्यवहार केल्याच्या संशयावरून त्याला ताबडतोब निलंबित करण्यात आल्याचं पत्र होतं ते!

आसावरीला भोवंडल्यासारखं झालं. शेखरवर गैरव्यवहाराचा आरोप होता! त्याला निलंबित करण्यात आलं होतं!

“शेखर, हे काय आहे? खरंच असा गैरव्यवहार - अफरातफर–”

“नाही. मी कुठलाही गैरव्यवहार केलेला नाही. मला मिळालेली ऑफिसची नोटीस आणि घरमालकांनी दिलेली नोटीस या दोन्हींमागचं कारण एकच आहे. आपण केंद्राशी पत्करलेला विरोध.”

“पण तेवढ्यासाठी–”

“हो, ही असली केंद्रं चालवणारी शक्ती मोठी आहे आणि तिला कुठलाही विरोध नको आहे. विरोध होत असला तर तो मोडून काढण्यासाठी केंद्राची यंत्रणा सज्ज आहे.”

“मग आता रे! पण खरं म्हणजे घरमालक आपल्याला जागा खाली करायला सांगूच कसे शकतील, आपण वेळच्या वेळी भाडं देतो. त्यांची जागा नीट...”

“कायद्यानं त्यांची बाजू लंगडी आहे. पण समजा, मी बाहेर गेलो असताना मालकाची माणसं येऊन त्यांनी सामानसुमान बाहेर काढलं आणि तुलाही धक्के मारून बाहेर काढलं तर? तसंच माझ्यावरच्या आरोपाची चौकशी होऊन मी त्यातून निर्दोष सुटेन यात मला शंका नाही. पण तोपर्यंत माझी अवस्था टांगल्यासारखी होईल.”

“मग आता करायचं तरी काय? मी परत केंद्रात जायला लागू का?”

“नाही, मुळीच नाही.”

“पण मग आता आपलं होणार तरी कसं? राहायला जागा नाही. नोकरी नाही.” आसावरी रडकुंडीला येऊन म्हणाली.

“यातूनही आपण मार्ग काढू. पण केंद्रात परत जायचं नाही. कुणातरी परक्या माणसाची मानसिक गुलामगिरी करणारा मुलगा आपल्याला नको आहे. केंद्रातल्या ‘संस्कारां’मुळे नवीन पिढ्या म्हणजे पंतप्रधानांच्या शब्दाबरहुकूम हलणारी बाहुली होणार आहेत. एखादा कॉम्प्युटर जसा ठरावीक कामासाठी प्रोग्रॅम केलेला असतो, तशी ही मुलं पंतप्रधानांच्या आदेशासाठी ‘प्रोग्रॅम’ झालेली असतील. ते सांगतील तसं जगण्यासाठी आणि ते सांगतील तेव्हा मरण्यासाठी! आपला मुलगा असा प्रोग्रॅम्ड असलेला मला चालणार नाही.”

"शिवाय काही कारणानं या माणसाची सत्ता गेली, नवीन माणसं सत्तेवर आली तर मग त्या बाहुल्यांचं काय होईल? ज्या आवाजातल्या आज्ञेप्रमाणे हलायची सवय त्यांच्या हाडीमासी खिळली आहे, तो आवाजच नाहीसा झाला तर सुकाणू तुटलेल्या नावेसारखी त्यांची स्थिती होईल. कारण त्यांना स्वतंत्र विचार करताच येत नसेल. माझा मुलगा असा दुर्बल झालेला मला चालणार नाही."

"पण, आता यातून पार पडणं किती कठीण झालं आहे आणि आपण विरोध करणार आहोत ती यंत्रणा किती प्रचंड आहे! मला फार भीती वाटायला लागली आहे, शेखर."

"घाबरू नकोस आसावरी. आपण भ्यालो नाही तर मार्ग सापडेल. पण काही झालं तरी आपला मुलगा 'स्वतंत्र'च जन्माला आला पाहिजे. एक 'स्वतंत्र' माणूस म्हणून जगला पाहिजे."

"शेखर, आपण त्याच्या आयुष्याशी तर खेळत नाही आहोत ना? आसपासची परिस्थिती अशी असताना एकट्यानं स्वतंत्र विचारानं वागण्याचा प्रयत्न करणं–"

"कष्टप्रद असेल, प्रसंगी वैफल्य आणणारं असेल, पण खूप आनंदायीही असेल. आपल्या मुलाला हा आनंद, स्वातंत्र्यातल्या यातना आणि त्यातलं सुख, दोन्हीही मिळालं पाहिजे. आसावरी स्वातंत्र्यातलं सुख आणि दुःख दोन्ही त्याला आनंददायकच होईल कारण ते त्यानं स्वतः मिळवलेलं असेल."

आसावरी भारावून गप्प बसली. या विषयावर शेखरनं किती विचार केला होत! आणि स्वतःच्या विचारांसाठी सगळ्या जगाच्या विरोधात ठामपणे उभं राहण्याची त्याची तयारी होती.

टेलिफोनच्या कर्कश घंटेनं त्या दोघांचा संवादभंग केला. शेखरनं फोन घेतला.

फोन डॉ. मान्यांचा होता, हे आसावरीला शेखरच्या पहिल्याच वाक्यावरून कळलं.

"हॅलोऽ नमस्कार डॉ. माने" तो म्हणत होता, "नाही, ती येणार नाही केंद्रात... तब्येत उत्तम आहे. ठीक चाललं आहे. करा हो तुम्ही काय करायचं ते. तुमच्या धमकावण्याला मी मुळीच भीक घालत नाही... जहन्नुममध्ये गेलं तुमचं केंद्र आणि तुमचे साहेब. सगळे चोर आहात तुम्ही एकजात. तुमच्यासारख्या क्षुद्र जंतूशी बोलायला मला मुळीच वेळ नाही."

शेखरनं रिसीव्हर दाणकन आपटला आणि तो मोठ्यानं हसला. आपण इतके काळजीत आहोत, तरी हा असं मोकळं हसू शकतो?

आसावरी मनाशी नवल करत असतानाच शेखर म्हणाला. "आता छानपैकी चहा कर आपल्याला."

"चहा!" आसावरी उद्गारली.

"तर! मस्तपैकी चहा कर. मी तुला एक मस्तपैकी कल्पना सांगतो. मला आत्ताच मान्यांशी बोलताना सुचली."

आसावरी चहा करू लागली आणि शेखर तिला आपली कल्पना सांगू लागला. शेखरचा एक चुलतमामा तासगावला शेती करत असे. मामी बऱ्याच वर्षांपूर्वी वारल्यामुळे त्याच्या घरी तो आणि त्याची म्हातारी आई म्हणजे शेखरची चुलत आजी अशी दोघंच राहत असत. तासगाव हे अगदी अंतर्भागातलं खेडं असल्यामुळे आणि लोकवस्ती अगदी कमी असल्यामुळे तिथे गर्भ-संगोपन केंद्र नव्हतं. अशी अनेक खेडी होती, की तिथे अशी केंद्रं नव्हती. तिथल्या स्त्रियांनी तालुक्याच्या ठिकाणाच्या केंद्रामध्ये जावं अशी सरकारची अपेक्षा होती, पण ती तितकीशी पुरी होत नव्हती. बऱ्याच जणी आपल्या गावातच बाळंत होणं पसंत करीत. त्यामुळे गावात एखादी तरी सुईण असायची. निदान तासगावात तरी होती, हे शेखरला नक्की माहीत होतं.

"आपण तासगावात गेलो तर माझी खात्री आहे की मामा आपल्याला ठेवून घेईल. माझी आजी मोठी मायाळू आणि खंबीर आहे आणि समजा, त्यांनी आपल्याला मदत केली नाही तरी आपल्याला राहायला गावात एखादी जागा नक्कीच मिळेल."

एकदम उठून तासगावाला जायचं? पण नाही तर दुसरा मार्ग तरी काय होता? आसावरीच्या वडिलांकडे जाण्यात अर्थ नव्हता कारण ते स्वत: सरकारी नोकरीत होते. ते काहीच मदत करू शकले नसते. शेखरचे वडील लहानपणीच वारले होते आणि त्याची आई मोठ्या मुलाकडे राहत होती. मोठ्या भावाचं आणि शेखरचं मुळीच सूत नव्हतं.

आसावरी विचारात पडलेली बघून शेखर म्हणाला, "आपण ही एक लढाई सुरू केलीय आसावरी. आता पाय मागे घ्यायचा नाही. तासगावाला जाऊन राहण्यात त्रास आणि कष्ट आहेत पण..."

"मी कुठे नाही म्हटलंय का?" त्याला अडवत ती म्हणाली, "मी तयार आहे तासगावला जाऊन राहायला. लगेच बांधाबांध करायलाच लागू या. शक्य तितक्या लवकर इथून बाहेर पडू या."

तासगावच्या चितळ्यांच्या, प्रशस्त वाड्यातल्या सोप्यावर मामा सुपारी कातरत बसले होते. मनातली अस्वस्थता लपवत शेखर काहीबाही बोलत त्यांच्या शेजारी बसला होता. नानी सुईण तासाभरापूर्वीच वाड्यात आली होती. म्हातारी आजी आसावरीजवळ बसून होती. शेखर विचार करत होता, आपल्याला इथे येऊन सहा महिन्यांपेक्षा जास्त काळ होऊन गेला होता. किती सहजपणे या दोघांनी आपल्याला त्यांच्या आयुष्यात सामावून घेतलं. आजीनं तर कौतुकानं आसावरीची डोहाळ

जेवणंसुद्धा केली व किती तऱ्हांनी तिचं कौतुक केलं. आता आपल्या सर्वांच्या प्रयत्नांना यश येण्याची वेळ आली आहे. एकदा सुखरूप प्रसूती झाली म्हणजे मिळवली.

शेखरच्या विचारांची तंद्री भंग पावली. आतून तान्ह्या मुलाच्या रडण्याचा आवाज ऐकू येऊ लागला होता. 'ट्यँहां ट्यँहां ऽऽ'

शेखर ताड्‌कन उठून उभा राहिला. एकदा त्याच्याकडे बघून मिशीत हसत मामा म्हणाले, "अरे, बस खाली. मुलगा झाला आहे. मी सांगतो तुला."

किंचित हसत शेखर खाली बसला. मुलगा होणार हे ठरलेलंच होतं! पण तो मुलगा तरी कसा होता? आसावरी ठीक होती ना?

थोडा वेळ गेला आणि आतून आजीचा आवाज ऐकू आला, "आत या रे पोरांनो."

शेखर आणि त्याच्या पाठोपाठ मामा आत गेले. आतलं सगळं आवरलेलं दिसत होतं. शांत होऊन पडलेल्या आसावरीचा चेहरा मात्र फुलला होता आणि म्हाताऱ्या आजीच्या हातात, दुपट्यात गुंडाळलेला त्याचा मुलगा होता.

"बघ, तुझा लेक." आजी म्हणाली, "कसा ठणठणीत आहे की नाही? असायलाच पाहिजे म्हणा! सगळ्या जगाशी भांडून जन्माला आला आहे ना!"

आजीच्या हातातल्या, दुपट्यात गुंडाळलेल्या त्या बालजीवाकडे बघता-बघता शेखरचा ऊर आनंदानं आणि अभिमानानं भरून आला. त्या सर्वांच्या प्रयत्नांना यश आलं होतं. एक नवीन जीव जन्माला आला होता.

एक 'स्वतंत्र' माणूस जन्माला आला होता!

(आयुषी - दीपावली १९९५, मार्जिनल्स)

◆

## कालदमन

सकाळी ठीक साडेआठ वाजता मी संशोधन-केंद्राच्या प्रवेशद्वारातून आत पाऊन टाकलं; पण नेहमीप्रमाणे माझ्या प्रयोगशाळेकडे न वळता थबकून बघतच राहिलो. कारण स्वागतकक्षात बरीच गडबड चालू असल्याचं दिसत होतं. सिक्युरिटीची पाच-सहा माणसं हातात पिस्तुलं आणि इतर काही यंत्रं वगैरे घेऊन इकडून-तिकडे धावपळ करताना दिसत होती.

काहीतरी विशेष घडलं होतं खास. नाहीतर आमच्या केंद्रात सुरक्षा कर्मचारी सहसा दृष्टीस पडत नाहीत. म्हणजे आमची सुरक्षा यंत्रणा गलथान आहे असा त्याचा अर्थ नाही. उलट ती इतकी चांगली आहे की गार्ड्सचं अस्तित्व न जाणवताच येणाऱ्या-जाणाऱ्या सर्वांवर कडक नजर ठेवली जाते. येणाऱ्या प्रत्येकाचं चित्रीकरणही होत असतं.

असं असताना ही एवढी गडबड कसली होती?

तेवढ्यात मला बघून कर्नल भोसले पुढे आले. ते आमच्या सुरक्षा व्यवस्थेचे प्रमुख आहेत.

"काय कर्नल, काय गडबड आहे?" मी विचारलं.

"काही कळत नाही बघा. आता तासापूर्वी आपले पुष्कळसे अलार्म एकदम वाजू लागले. आमची माणसं सगळ्या प्रयोगशाळांकडे आणि बाहेरही धावली; पण मी तिथे पोहोचण्यापूर्वीच अलार्म वाजायचे बंद झाले आणि आता सगळी अलार्म सिस्टिमच बंद पडली आहे."

"काय? सगळी अलार्म सिस्टिम बंद पडली?"

"हो ना. एवढंच नव्हे तर चित्रीकरण करणारी यंत्रणाही बंद पडली आहे."

"अरे बापरे. हे सगळं कसं... कुणीतरी मुद्दाम केलेलं दिसतंय."

"आमची माणसं आता सगळ्या प्रयोगशाळांमध्ये जाऊन शोध घेत आहेत. कोणी चोरून केंद्रात घुसलेलं..."

"अरे बापरे!"

आता मात्र मी खरंच घाबरलो. माझ्या प्रयोगशाळेत वेगवेगळ्या प्रयोगांसाठी वेगवेगळी उपकरणं लावून ठेवलेली आहेत. कित्येक रसायनं मोजून घेऊन प्रयोगांसाठी सज्ज ठेवलेली आहेत. काही प्रक्रिया सतत चालू आहेत. आणि माझ्या ऑफिसमध्ये पुस्तकं, कागदपत्रं, फाइली... त्यातला प्रत्येक कागद अतिशय महत्त्वाचा आहे. त्यातला एखादा जरी कागद सुरक्षेच्या माणसानं हलवला...

माझी चिंता कर्नल भोसल्यांच्या लक्षात आली. किंचित हसून ते म्हणाले,

'डॉक्टर, तुमच्या विभागाची तपासणी आमच्या लोकांनी केली आहे; पण कशालाही हात लावलेला नाही किंवा कोणतीही वस्तू हलवलेली नाही. तुम्ही स्वत: एकदा नजर टाका आणि मग तुमच्या देखरेखीखाली आम्ही पुन्हा एकदा कसून तपासणी करू."

"ठीक आहे." असं म्हणून मी प्रयोगशाळेकडे वळलो.

संशोधन केंद्रातला हा माझा विभाग खूप मोठा आहे. रसायनशास्त्रातलं अतिशय मूलभूत संशोधन इथे चालतं. त्यामुळे आमचं संशोधन बाहेर फुटू नये म्हणून सुरक्षाव्यवस्था अतिशय कडक आहे. प्रयोगशाळेचं काम सुरू होण्याची वेळ सकाळी नऊ वाजताची असल्यामुळे अजून फारसं कोणी आलं नव्हतं. सगळीकडे एक नजर टाकून मी माझ्या ऑफिसात आलो.

माझं ऑफिस चांगलं प्रशस्त असलं, तरी तिथं वावरायला जागा अगदी कमी आहे. कारण तिथली कपाटं, शेल्फं आणि टेबलं तर पुस्तकांनी भरलेली आहेतच. शिवाय जमिनीवरही पुस्तकांचे ढिगारे रचलेले आहेत. मी त्या सगळ्यांवर एकदा नजर फिरवली आणि माझ्या खुर्चीवर बसून कामाचे कागद पुढे ओढले. काल अर्धवट सोडलेल्या समीकरणावर मी विचार करू लागलो आणि क्षणार्धात मला बाकी सगळ्या गोष्टींचा विसर पडला.

असा काही वेळ गेला असावा. कसल्यातरी बारीकशा आवाजानं माझं चित्त विचलित झालं आणि मी दचकून वर पाहिलं.

माझ्यासमोर एक जण उभा होता.

"कोण, कोण तू? काय पाहिजे?" मी गडबडून विचारलं.

तो पाऊलभर पुढे आला; पण काही बोलला नाही. माझ्या लक्षात आलं, की त्याचे कपडे पिवळ्या-हिरव्या अशा काहीतरी मिश्र रंगाचे आहेत आणि काहीतरी वेगळ्याच प्रकारचे आहेत, म्हणजे ते सैलसर होते आणि त्यांचा नक्की आकार कळत नव्हता.

“कोण आहेस तू? इथे कसा आलास?” मी जरा जोरात विचारलं. तो आमच्या केंद्रात शिरलेला चोर असावा, असं मला वाटू लागलं.

“मला तुमची मदत पाहिजे...” जरा अडखळत-अडखळत तो उत्तरला.

“कसली मदत?” मी विचारलं आणि त्याच वेळी माझ्या टेबलवरची घंटा दाबली.

घंटेचा कर्कश आवाज झाला, त्यासरशी तो माणूस एकदम जवळच्या पुस्तकांच्या दोन शेल्फमध्ये घुसला. त्या शेल्फांमधल्या सगळ्या पुस्तकांवर ब्राऊन रंगाची कव्हर्स होती. तो त्या पुस्तकांच्या मध्ये गेला आणि त्याच्या कपड्यांचा, एवढंच नव्हे तर त्याच्या चेहऱ्याचाही रंग ब्राऊन दिसू लागला. तो पुस्तकांपुढे उभा राहत असलेला मी पाहिला होता म्हणूनच तो मला दिसत होता. नाहीतर त्या सगळ्या ब्राऊन पुस्तकांमध्ये तो ओळखू येणं कठीण होतं.

मी चकित होऊन पाहतच राहिलो.

तेवढ्यात दारावर टक्टक झाली. त्याबरोबर त्या माणसानं निमिषार्धात, खिडकीतून बाहेर उडी घेतली आणि दिसेनासा झाला.

दारावर परत टक्टक् झाली.

“येस, कम इन” मी म्हणालो, पण त्या रंग बदलत्या माणसाला पकडून द्यावं की नाही, याविषयी माझ्या मनात संभ्रम निर्माण झाला होता. त्यानं ज्या खिडकीतून उडी मारली होती, त्या खिडकीकडे मी पाहिलं, खिडकीच्या चौकटीवर दोन डोळे चिकटवल्यासारखे दिसत होते! म्हणजे तो खिडकीतून आत डोकावत होता; पण त्याच्या चेहऱ्याचा रंग आता खिडकीच्या चौकटीच्या हिरव्या रंगाशी इतका मिळता-जुळता दिसत होता, की बारकाईनं पाहिलं तरच तिथे चेहरा आहे असं दिसत होतं.

हे काहीतरी वेगळंच होतं.

सरड्यानं रंग बदलावेत तसा हा माणूस आपले रंग बदलत होता.

आणि त्या माणसाचे कपडेही रंग बदलत होते का?

मुळात तो माणूस म्हणजे ‘माणूस’ तरी होता का?

“सर, आपण बेल वाजवलीत का?”

दार उघडून आत आलेल्या गार्डनं विचारलं, तेव्हा माझं त्याच्याकडे लक्ष गेलं.

मी बेल वाजवली होती हे खरं होतं; पण त्या माणसाला पकडून देण्याचा माझा विचार आता बदलला होता. रंग बदलणारा माणूस किंवा माणसासारखा प्राणी हा काय चमत्कार आहे? याविषयी मला प्रचंड कुतूहल वाटू लागलं होतं. त्याला पकडण्यासाठी मी इतरांना त्याच्यामागे पाठवलं असतं तर तो पळून गेला असता किंवा सापडला असता किंवा कदाचित्, झटापटीत जखमी झाला असता. मारलासुद्धा गेला असता; पण मग त्याचं कोडं उलगडलं नसतं.

असा अद्भुत माणूस-प्राणी आपणहून माझी मदत मागायला आलेला असताना त्याला पकडून देणं कसं शक्य होतं?

"बेल वाजली, पण ती चुकून वाजली" त्या गार्डला सांगितलं. "काम करता-करता माझा हात चुकून बेलवर पडला."

मी असं सांगितल्यावर तो गार्ड निघून गेला. मी माझ्या ऑफिसचं दार कुलूपबंद करून खिडकीकडे वळलो. ते बघून, तो माणूस खिडकीशी सरळ उभा राहिला. मी त्याला म्हणालो,

"आता आत यायला हरकत नाही."

चट्कन खिडकीतून उडी मारून तो आत आला आणि मी न सांगताच माझ्या टेबलासमोरच्या खुर्चीत जाऊन बसला. मीही माझ्या खुर्चीत स्थानापन्न झालो आणि विचारलं,

"तू कोण आहेस? आणि तुझा रंग असा कसा बदलतो? तुला माझी भाषा कशी येते? आणि तू इथे..."

"सांगतो, सांगतो, सगळं सांगतो. पण कृपा करून माझ्या सांगण्यावर विश्वास ठेवा. मी काहीतरी थापेबाजी करतो आहे असं समजू नका."

इतकं बोलून तो काही क्षण विचारात बुडून गप्प बसला. मीही त्याला हटकलं नाही. आता एव्हाना त्याचा रंग माझ्या ऑफिसच्या भिंतींच्या रंगासारखा फिकट हिरवा झाला होता. केसांचा रंगही तसाच; पण जरा गडद छटेचा झाला होता.

"मीही एक शास्त्रज्ञ आहे" तो बोलू लागला. "पण माझं संशोधनाचं क्षेत्र मात्र तुमच्यापेक्षा भिन्न आहे. मी कालप्रवाह-तज्ज्ञ आहे आणि..."

"कालप्रवाह-तज्ज्ञ? म्हणजे? ही काय भानगड आहे?"

"कशाचंही मोजमाप करण्यासाठी असलेल्या तीन मितींप्रमाणे काल ही एक चौथी मिती आहे आणि..."

"असा नुसता एक सिद्धान्त आहे. काही वर्षांपूर्वी म्हणजे साधारण २०४५-४६ च्या सुमारास त्याच्यावर बरीच चर्चा झाली होती. पण निर्णायक असं काहीच निष्पन्न झालं नव्हतं." मी म्हणालो.

"बरोबर. पण हळूहळू या चौथ्या मितीचं अस्तित्व सिद्ध करणारे पुरावे पुढे येणार आहेत आणि तिचा अभ्यास जोरात सुरू होऊन सर्वांचं..."

"कशावरून? असं विधान तू कशाच्या आधारावर करतो आहेस?"

"मी इथे तुमच्यासमोर बसलो आहे, हाच कालमितीचा आधार आहे."

"म्हणजे?"

"मी कालप्रवास करून तुमच्यापर्यंत पोहोचलो आहे."

"कालप्रवास?"

मी थक्कच झालो. तो एखादा परग्रहवासी तर नसेल ना? अशी शंका माझ्या मनात डोकावून गेली, कारण त्याचं सरड्याप्रमाणे रंग बदलणं अगदी अजब होतं आणि पृथ्वीप्रमाणे इतरही काही ग्रहांवर जीवसृष्टी असल्याचं सिद्ध झालेलं होतं. पण कालप्रवासी म्हणजे जरा.. तो एखादा हिप्नॉटिस्ट तर नव्हता ना? मला संमोहित करून त्याला काही संशोधन-गुपितं तर चोरायची नसतील ना?

"प्लीज, माझ्यावर विश्वास ठेवा." तो पुढे म्हणाला, "मी चोवीसाव्या शतकातून आलो आहे. खरं म्हणजे मी येऊन गेल्याचं कुणाला कळलंही नसतं. पण माझ्या 'काल-यानात' बिघाड झाला आहे आणि त्याच्या दुरुस्तीसाठी मला तुमची मदत हवी आहे."

मी काहीच बोललो नाही. तो म्हणत होता, त्यावर विश्वास ठेवणं कठीण होतं.

"माझा आपोआप बदलणारा रंग बघूनही मी तुमच्या काळातला नाही हे तुम्हाला पटत नाही का?... आणि तुमची सगळी अलार्म सिस्टिम कोणी बंद पाडली असं तुम्हाला वाटतं?"

मी चांगलाच हादरलो. प्रचंड पैसा खर्च करून बसवलेली अत्याधुनिक यंत्रणा त्यानं एका झटक्यात बंद पाडली होती!

"पण तू... तू इथे कशाला आला आहेस?"

"माझ्या यानातली काल-नियंत्रक यंत्रणा बिघडली आहे आणि दुरुस्तीसाठी मला तुमची, तुमच्या प्रयोगशाळेची मदत हवी आहे."

"कसली मदत?"

मी संशयाने विचारलं. तो सांगत होता त्या हकिकतीवर विश्वास बसणं कठीण होतं; पण त्यानं एका झटक्यात बंद पाडलेली सुरक्षा यंत्रणा आणि त्याचे कपडे, या दोन गोष्टी तो कुठल्यातरी अतिप्रगत समाजातून आल्याचं सांगत होत्या.

तो जरा वेळ गप्प बसला आणि मग म्हणाला, "मला एक नवीन मूलद्रव्य तुमच्या प्रयोगशाळेत तयार करायचं आहे."

"नवीन मूलद्रव्य?"

"होय. रामुनियम."

"रामुनियम? हे काय आहे? मी तर त्याचं नावंही कधी ऐकलेलं नाही." चकित होत मी म्हणालो.

"तुम्ही त्याचं नाव कसं ऐकणार?" किंचित् हसत तो म्हणाला, "आज ते अस्तित्वातच नाही."

मग त्याला ते कसं माहीत होतं?

हा प्रश्न मनात येत असतानाच त्याचं उत्तरही माझ्या ध्यानात आलं. तो

भविष्यकाळातून आलेला होता आणि त्या काळात ते मूलद्रव्य अस्तित्वात होतं!

तो पुढे म्हणाला,

"माझ्या यानातली कालनियंत्रक यंत्रणा बिघडली आहे. त्यामुळे माझ्या कालप्रवासातला नेमकेपणा नाहीसा झाला आहे आणि इच्छित काळाऐवजी मी त्या काळाच्या मागच्या-पुढच्या भागात पोहोचायला लागलो आहे. नियंत्रक यंत्रणा दुरूस्त करण्यासाठी मला रामुनियम आवश्यक आहे.

"पण हे..."

"आजपासून बरोबर बेचाळीस वर्षांनी रामुनियमचा शोध लागणार आहे. एक भारतीय शास्त्रज्ञ- रामनाथन, ते शोधणार आहे आणि त्यानंतर ते वापरात येणार आहे. मी खरं म्हणजे आजपासून साडेतीनशे वर्षांनंतरच्या काळात निघालो होतो; पण माझ्या बिघडलेल्या यंत्रणेनं मला या काळात आणून सोडलं. आणि आता तर तो नियंत्रक जवळजवळ कामातूनच गेला आहे. रामुनियमशिवाय त्याची दुरुस्ती अशक्य आहे आणि त्यासाठी तुम्हीच मला मदत करू शकता."

"पण जे अस्तित्वात नाही, एवढंच नव्हे तर आणखी बेचाळीस वर्षं जे अस्तित्वात येणार नाही ते मी कसं बनवू शकेन? शिवाय न्युट्रॉन बम्बार्डमेंट आमच्या प्रयोगशाळेत होऊ शकत असली, तरी त्याची आमची सगळी यंत्रणा अत्याधुनिक पद्धतीपेक्षा थोडी मागासलेली आहे. आणि त्या प्रक्रियेला लागणारा वेळ..."

"रामुनियमच्या उत्पादनासाठी आम्ही वापरत असलेली प्रक्रिया अगदी सोपी आणि अभिनव आहे. तुमच्या एकविसाव्या शतकातल्या विज्ञानाला ती अजून ज्ञात नाही. एवढंच काय, रामुनियम निर्माण करणाऱ्या रामनाथननंसुद्धा तुमच्या जुन्या, वेळखाऊ प्रक्रिया वापरूनच हे मूलद्रव्य तयार केलं.

पण आता आमच्या काळात हे खूपच सोपं झालं आहे.

मला हवी ती सगळी सामग्री मिळाल्यानंतर दहा तासांत रामुनियमचे कण दृश्य रूपात दिसू लागतील. मात्र त्यासाठी तुमच्या सुसज्ज प्रयोगशाळेची गरज आहे."

तो सांगत होता, ते सगळं अगदी थक्क करणारं होतं; पण ते खरं होतं का?

आणि समजा ते खरं असलं, रामुनियम नावाचं काही मूलद्रव्य आणखीन बेचाळीस वर्षांनी अस्तित्वात येणार असलं तर आजच त्याचा शोध लागल्यामुळे पुढच्या सगळ्या घटनांवर त्याचा परिणाम होणार नाही का?

आणखी बेचाळीस वर्षांनी घडायच्या घटनांची सुरुवात त्यामुळे आत्ताच होईल?

आणि त्यामुळे पुढच्या सगळ्या मानवी पिढ्यांचं भवितव्य, काही वेगळ्याच प्रकारे आकाराला येईल? की तसं काही होणार नाही? असा काही विशेष बदल होणार नाही? पण त्या मूलद्रव्याच्या शोधाचं श्रेय मात्र मला मिळेल? नवीन मूलद्रव्याच्या शोधाचं श्रेय!!!

मी जरी एक नामवंत शास्त्रज्ञ असलो, तरी माझ्या बुद्धीची झेप एवढी मोठी नाही, हे मला माहीत आहे. पण एवढं प्रचंड श्रेय मिळत असलं तर ते का सोडा? त्यासाठी त्याला मदत करायला काय हरकत आहे? मात्र तो सांगतो आहे, ते खरं असल्याची आधी खात्री करून घेतली पाहिजे.''

"कुठे आहे तुझं यान? ते बिघडलं आहे म्हणजे इथेच जवळपास कुठेतरी असेल नं?'' मी विचारलं.

"हो. तसं जवळच आहे. तुम्ही येणार बघायला?'' त्यानं एकदम उत्साहित होत विचारलं.

खरंच, त्याचं असं काही यान होतं का? की तो मला फसवून कुठेतरी घेऊन जाणार होता? माझ्याकडून काही शास्त्रीय गुपितं काढून घेण्याचा तर डाव नव्हता ना?

पण मग त्याचे रंगांतर करणारे कपडे आणि शरीर आणि बंद पाडलेले अलार्म, यांचं काय स्पष्टीकरण देता येत होतं?

माझी उत्सुकता आता अगदी शिगेला पोहोचली. काहीही झालं तरी त्याच्याबरोबर जाण्याचं मी ठरवलं आणि तसं त्याला सांगितलं.

त्याचं यान त्यानं जिथे उतरवलं होतं, त्या जागेचं त्यानं वर्णन करून सांगितल्यावर ती जागा म्हणजे आमच्या प्रयोगशाळेच्या दक्षिणेला सुमारे तीन-चार कि.मी. वर टेकडीच्या पायथ्याशी असलेलं रान आहे, हे माझ्या लक्षात आलं. तिथे कसं जायचं, हे आम्ही दोघांनी ठरवलं आणि तो खिडकीतून उडी मारून बाहेर पडला. त्याच्या बदलत्या रंगामुळे तो कुणाच्या नजरेस पडण्याची फारशी शक्यता नव्हती. तो भोवतालच्या परिसरात सरड्यासारखा लपून जाणार होता.

एव्हाना माझ्या विभागाचं काम जोरात सुरू झालेलं होतं. मी प्रयोगशाळेत एक चक्कर मारून आवश्यक त्या सूचना दिल्या आणि दिवसभरातल्या माझ्या सगळ्या अपॉईन्टमेंट्स् रद्द करण्याची सूचना माझ्या सेक्रेटरीला देऊन संशोधनशाळेतून बाहेर पडलो आणि गाडी बाहेर काढली. तेव्हाही लिफ्टपाशी दोन गार्ड्स् उभेच होते. म्हणजे अजून 'चोर' सापडला नव्हता.

ठरल्याप्रमाणे वाटेतल्या छोट्या नाल्यावरच्या पुलाखाली 'तो' लपलेला होता. पुलाच्या टोकाशी मी गाडी थांबवली, तशी हिरवट आणि मातकट रंगाच्या मिश्रणाची एक आकृती पुलाखालून बाहेर येऊन चटकन गाडीत बसली आणि आम्ही पुढे निघालो. थोड्याच वेळात आम्ही टेकडीच्या पायथ्याशी असलेल्या रानाशी पोहोचलो. वाटेत मी त्याला विचारलं,

"तुझं नाव काय आहे? तुला कोणत्या नावानं हाक मारायची?

तो म्हणाला, "माझं नाव तुम्हाला अगदीच चमत्कारिक वाटेल आणि कदाचित लवकर लक्षातही राहणार नाही. कारण तीन-सव्वातीनशे वर्षांमध्ये भाषा पुष्कळ बदलली आहे. त्यापेक्षा तुम्ही मला तुम्हाला आवडेल ते नाव द्या. मला चालेल."

तो असं म्हणाल्यावर मी जरा विचार केला आणि म्हणालो, 'कालदमन', कालदमन हे नाव तुला कसं वाटतं?"

तो हसला आणि म्हणाला, "अगदी योग्य नाव आहे."

"तू कुठल्या देशातून आला आहेस?"

"कुठल्या म्हणजे? याच. मी याच देशाचा, एवढंच नव्हे, तर याच प्रदेशातला, याच परिसरातला रहिवासी आहे. हा सगळा भाग माझ्या चांगला ओळखीचा आहे. मात्र आत्ताच्या मानवनिर्मित वास्तूहून माझ्या काळातल्या वास्तू वेगळ्या आहेत आणि वनस्पतींच्या प्रमाणात बरीच वाढ झालेली आहे. आमची भाषा आतापेक्षा पुष्कळ वेगळी असली तरी ती म्हणजे तुमच्या भाषेचाच नवीन अवतार असल्यामुळे तुमची भाषा शिकणं मला फारसं अवघड गेलं नाही."

"तू आमची भाषा मुद्दाम शिकलास?"

"अर्थातच. एकोणिसाव्या शतकाच्या सुरुवातीपासून ते बावीसावा शतकाच्या मध्यापर्यंतचा कालखंड हा माझा खास अभ्यासाचा विषय आहे. या कालखंडात सहजपणे प्रवास करण्यासाठी मला भाषा शिकणं आवश्यकच होतं."

एव्हाना आम्ही रानाशी पोचलो होतो. गाडीतून खाली उतरल्यावर मी त्याच्या, कालदमनच्या, मागे चालू लागलो आणि दहा-बारा मिनिटांतच आम्ही वृक्षांमध्ये लपलेल्या एक मोकळ्या जागेत पोहोचलो.

कालदमनचं यान तिथे उभं होतं. षटकोनी आकाराच्या आठ-दहा फूट उंचीच्या छोट्याशा केबिनसारखं ते दिसत होतं. म्हणजे क्षणात दिसत होतं तर क्षणात दिसेनासं होत होतं. किंचित हिरवट-पिवळ्या पारदर्शक वस्तूसारखं ते वाटत होतं. पण त्यातून पलीकडचं दिसत नव्हतं. त्याअर्थी ते पारदर्शक नक्कीच नव्हतं. झाडीतून झिरपत असलेल्या उजेडात ते मंदपणे चमकतही होतं.

मी त्या यानाकडे पाहतच राहिलो.

कालदमन त्या यानाशी गेला आणि मग माझ्याकडे वळून म्हणाला,

"तुम्हाला एक गोष्ट सांगायची आहे. यानात आणखी एक जण आहे."

"आणखी एक जण? म्हणजे तुझा सहकारी?"

"अं... नाही. सहकारी नाही. तो सतराव्या शतकातला आहे. आणि मी त्याला बांधून ठेवला आहे. तुम्हाला मुद्दाम आधी सूचना दिली."

"बांधून? पण का?"

माझा प्रश्न ऐकून न ऐकल्यासारखा करत, कालदमननं ते यान काही क्षण

दिसत असताना, त्याच्यावर एका विशिष्ट ठिकाणी हात ठेवला. त्याबरोबर त्या ठिकाणी दरवाज्याची पोकळी दिसू लागली.

आम्ही त्यातून यानात चढणार, तोच यान दिसेनासं झालं आणि खालची मोकळी जागा दिसू लागली.

"हे... हे.. असं काय होतंय?" मी विचारलं.

"यानात थोडा बिघाड झाला आहे आणि त्यामुळे ते एका जागी... म्हणजे खरं तर एका काळात पक्कं स्थिर होत नाही. पुढे-मागे होतंय. पण सुदैवाने हे त्याचं आंदोलन फक्त काही क्षणांचंच आहे. ते पुढच्या क्षणांकडे झुकलेलं असलं, की आपल्याला दिसेनासं होतं आणि सद्य:स्थितीत आलं की आपल्याला परत दिसू लागतं."

मी अवाक् होऊन बघत असताना यान प्रकट झालं. कालदमन आणि त्याच्या मागोमाग मी यानाच्या चार पायऱ्या चढून वर गेलो.

आम्ही जेमतेम वर पोहोचलो असू, तेवढ्यात 'हर हर महादेव' अशी मोठ्यानं गर्जना ऐकू आली आणि काय होतंय, हे कळायच्या आत कालदमनच्या अंगावर कोणीतरी उडी घेऊन त्याला खाली पाडलं आणि त्या दोघांची झटापट सुरू झाली.

मी स्तंभित होऊन बघत राहिलो. कालदमनशी झटापट करणारा माणूस इतिहासाच्या पुस्तकातून बाहेर पडल्यासारखा वाटत होता. डोक्याला लाल पागोटं, पांढरा चोळणा, अंगरखा आणि कमरेला कसलेला पट्टा, तलवार मात्र नव्हती. ती बहुधा कालदमननं काढून घेतली असावी.

तो सतराव्या शतकातला होता, यात शंका नव्हती. आणि कालदमननं बांधलेल्या बंधनातून मुक्त होऊन, तो आता त्याच्या नरडीचा घोट घेण्याच्या प्रयत्नात होता.

बघ्याची भूमिका सोडून देऊन मी त्या मारामारीत उडी घेतली आणि आम्ही दोघांनी मिळून त्या ऐतिहासिक पुरुषाला कसंबसं परत बांधून घातलं. त्याबरोबर त्यानं आम्हाला शिव्या द्यायला सुरुवात केली. कितीतरी शेलक्या, ऐतिहासिक शिव्या मला त्या दिवशी ऐकायला मिळाल्या.

"हा ऐतिहासिक पुरुष तुझ्याबरोबर कसा?" कपाळावरचा घाम पुसत मी कालदमनला विचारलं.

"हा सगळा माझ्या गाढवपणाचा परिणाम! मी नको त्या शतकात कडमडलो आणि ही ब्याद माझ्या मागे लागली."

"म्हणजे?"

"सतरावं शतक हा काही माझ्या अभ्यासाचा विषय नाही. मला त्याची सखोल माहिती नाही. असं असूनसुद्धा केवळ कुतूहलापोटी मी त्या शतकात गेलो आणि..."

“कसलं कुतूहल?”

“सतराव्या शतकात या भागात शिवाजी नावाचा एक शूर राजा...”

“एऽऽ ***, शिवाजी महाराज म्हन, महाराज म्हन, नाय तर तुला **** मारतो बघ.”

कालदमनचं वाक्य पुरं होण्याच्या आतच त्या ऐतिहासिक पुरुषानं गर्जना केली.

त्याच्याकडे एक घाबरलेला कटाक्ष टाकून कालदमन पुढे म्हणाला, “तर त्या राजाच्या शौर्याच्या आणि चातुर्याच्या अनेक कथा दंतकथांच्या स्वरूपात प्रसृत आहेत. यातली एक कथा मला फार आवडते.”

“कुठली कथा?”

“त्यानं म्हणे मोगल राजाच्या एका मोठ्या सरदाराच्या हाताची बोटं त्याच्या राहत्या वाड्यात जाऊन कापली. त्यामुळे तो सरदार पळून गेला.”

“शाहिस्तेखानाची बोटं कापल्याचा प्रसंग!”

“हां. तोच तो सरदार. असं खरंच घडलं का ते बघण्यासाठी, इतिहासाची अनेक पुस्तकं धुंडाळून आणि मायक्रोफिल्म्सचा अभ्यास करून मी त्या घटनेचा नेमका दिवस शोधून काढला आणि त्या दिवशी रात्री पुण्याजवळ पोहोचलो. माझं यान गावाबाहेरच्या झाडीत लपवून गावात गेलो आणि लोकांच्या बोलण्याचा कानोसा घेत अंदाजाने खानाच्या वाड्यापाशी पोहोचलो. माझा बदलणारा रंग आणि रात्रीचा काळोख यामुळे माझं अस्तित्व कोणाच्या लक्षात आलं नाही. तसाच लपत-छपत आणि अंदाज घेत मी खानाच्या महालाबाहेर पोहोचलो. अर्थात्, मी योग्य ठिकाणी आणि योग्य दिवशी पोहोचलो आहे याची मला खात्री नव्हती, पण काही वेळ वाट बघत उभं राहण्याचं मी ठरवलं.”

“मग? पुढे काय झालं?” मी अधीरपणे विचारलं.

कालदमनला हसू फुटलं. तो म्हणाला.

“माझं नशीब जोरावर होतं. हळूहळू वाड्याबाहेरचा आवाज आणि गोंधळ वाढू लागला. ताशे-वाजंत्र्या ऐकू येऊ लागल्या आणि अचानक ‘हर हर महादेव’ च्या आरोळ्या उठल्या. वाड्यात आणि वाड्याबाहेर एकच गलका सुरू झाला. बायकांच्या किंचाळ्या ऐकू येऊ लागल्या. मी जरा भांबावलो. तेवढ्यात, मी उभा होतो, त्या समोरच्या खिडकीतून भरजरी कपड्यातल्या इसमानं उडी मारली. आपला रक्तबंबाळ हात दुसऱ्या हातानं उचलून धरून, “शैतान है, शैतान है वो” असं बडबडत भेदरलेला खान माझ्या डोळ्यांदेखत पळून गेला.

“खरंच?... मग पुढे काय झालं?”

“घडलेली घटना प्रत्यक्ष डोळ्यांनी बघितल्यावर, मी तडक माझ्या यानाकडे निघालो. धावत-पळत मी यानात चढलो आणि आता दार लावून घेणार, तोच या-

या माणसानं माझ्या अंगावर उडी घेतली. तो माझा पाठलाग करत आला होता. हे माझ्या लक्षातसुद्धा आलेलं नव्हतं. आमची झटापट सुरू झाली. खरं म्हणजे तो मला कितीतरी भारी आहे; पण माझं नशीब खरोखरच जोरावर असावं. कारण झटापटीत त्याचं डोकं बाजूच्या भिंतीवर आपटून तो बेशुद्ध झाला. मी त्याला बांधून टाकला आणि तडक, चोविसाव्या शतकाकडे यान वळवलं; पण आमच्या झटापटीत नियंत्रक दांडा बिघडला होता. त्यामुळे यान वाटेतच एकविसाव्या शतकातच थांबलं.''

''म्हणजे.. इथे?''

''हो. मी काल रात्री साधारण बारा वाजण्याच्या सुमारास इथे आलो. याच भागात तुमची प्रयोगशाळा आहे हे मला माझ्या अभ्यासामुळे माहीत होतं. नियंत्रकाच्या दुरुस्तीसाठी प्रयोगशाळेत रामुनियम तयार करणं, एवढा एकच उपाय मला सुचत होता. म्हणून जरा उजाडल्यावर मी प्रयोगशाळा शोधत निघालो आणि शेवटी योग्य त्या ठिकाणी पोहोचलो.''

कालदमननं सांगितलेली सगळीच हकिकत थक्क करणारी होती. विचार करत मी गप्प बसलेला बघून तोच पुढे म्हणाला,

''मला फक्त वीस-पंचवीस ग्रॅम रामुनियमची गरज आहे. तेवढं मला मिळालं की मी तुमच्या काळातून निघून जाईन. कोणाला काही कळणारसुद्धा नाही आणि रामुनियमाच्या निर्मितीचं श्रेयसुद्धा तुम्हाला मिळेल.''

एका मूलद्रव्याच्या निर्मितीचं श्रेय!

''हे रामुनियम आहे तरी कसं?''

''त्याचा अ‍ॅटॉमिक नंबर एकशे सत्तावीस आहे. ते हिरवट-पिवळ्या बदलत्या रंगाचं आहे. आणि अतिशय तीव्र किरणोत्सर्गी आहे. पण त्याचा किरणोत्सर्ग काबूत ठेवण्याचा उपाय आम्हाला माहीत आहे.''

''आणि त्याच्या निर्मितीसाठी काय काय साधनं लागतील?''

मी मदत करायला तयार आहे, हे लक्षात येऊन कालदमननं हर्षभरानं माझा हात हातात घेऊन दाबला. आणि त्याच्या कपड्यांमधून कुठूनतरी एक यादीच काढून माझ्या हातात ठेवली. तो म्हणाला,

''तुमचे आभार कसे मानावेत तेच मला कळत नाही. तुम्ही यादीतलं सगळं सामान गोळा केलंत की प्रयोगशाळेचं नेहमीच काम संपल्यावर आपण प्रयोग सुरू करू.''

''आणि या शिलेदाराचं काय?'' मी त्या बांधलेल्या माणसाकडे बघून विचारलं.

''त्याला त्याच्या काळात पोहोचवून मगच मी माझ्या काळात जाणार आहे.''

सगळं माझ्या कल्पनेपलीकडचं होतं. पण कालदमनला मदत करण्याचं मी

आता पक्क ठरवलं होतं. रामुनियम मला खुणावू लागलं होतं.

कालदमननं दिलेली यादी खिशात घालून आणि त्याचा निरोप घेऊन मी यानातून बाहेर पडलो.

आधी संशोधन केंद्रात गेलो. माझ्या अनुपस्थितीतच प्रयोगशाळा तपासणी उरकून घ्यायला भोसलेंना सांगितलं. मी दिवसभर बाहेर राहणार असल्याचं माझ्या सेक्रेटरीला सांगितलं आणि बाहेर पडलो. माझ्या वेळी-अवेळी येण्या-जाण्याची आणि रात्र-रात्र प्रयोगशाळेत राहण्याची सर्वांना सवय होती.

कालदमनच्या यादीतलं सगळं सामान गोळा करण्यात माझा सगळा दिवस गेला. तीन प्रकारच्या धातूंच्या बऱ्याच लांबीच्या नळ्या, काही रसायनं, काचेच्या काही मोठाल्या बरण्या आणि एक मोठं, चारही बाजूंनी काचा असलेलं, दुकानातल्या शो-केससारखं चेंबर शिवाय नदीकाठची माती, बारीक वाळू आणि इतरही काही फुटकळ वस्तू त्याच्या यादीत होत्या.

हे सगळं गोळा करेपर्यंत संध्याकाळचे सात वाजले होते. मी प्रयोगशाळेत पोहोचलो. वॉचमनच्या साह्यानं सगळं सामान प्रयोगशाळेत नेलं आणि कालदमनची वाट बघत बसून राहिलो. थोड्याच वेळात तो खिडकीतून उडी मारून आत आला. आणि त्यानं झटपट कामाला सुरुवात केली. तो सगळं साहित्य कशा प्रकारे लावतो, कुठलं रसायन कशात किती प्रमाणात घालतो, विजेची कनेक्शन्स कशी करतो, हे सगळं मी लक्षपूर्वक पाहत होतो. कारण सर्व प्रयोग मला करता यायला हवा होता.

प्रयोग सुरू झाल्यावर त्याच्यावर लक्ष ठेवत आणि जागं राहण्यासाठी मधून-मधून कॉफी पीत आम्ही बसून राहिलो. कालदमन करत असलेल्या प्रत्येक गोष्टीची मी काळजीपूर्वक नोंदही करत होतो. पहाटे साडेपाचच्या सुमाराला कालदमननं स्वतःच्या कपड्यांमधून एक छोटीशी बाटली काढली आणि काचेच्या मोठ्या चेंबरला जोडलेल्या नळीत उपडी केली.

''ते काय आहे?'' मी विचारलं.

''नाव सांगून तुम्हाला काही कळणार नाही. पण जाताना मी ही बाटली तुम्हालाच देऊन जाणार आहे.''

म्हणजे रामुनियमच्या निर्मितीसाठी आवश्यक असं ते काहीतरी रसायन होतं खरं!

सहा वाजण्याच्या सुमारास त्या काचेच्या चेंबरमध्ये अतिशय चमकदार आणि सूक्ष्म असे कण दिसू लागले आणि कालदमननं आनंदानं उडीच मारली.

''जमलं! आता थोड्याच वेळात मला आवश्यक तेवढं रामुनियम तयार होईल.'' तो म्हणाला. मग एक आळस देत म्हणाला,

"या आनंदाप्रीत्यर्थ आपण आणखी एकदा कॉफी घेऊ या का?"

"घेऊ या की" चेंबरमध्ये चमकणाऱ्या कणांकडे कुतूहलाने बघत मी म्हणालो.

"मी आणतो कॉफी" असं म्हणून तो कॉफी मशीनपाशी गेला. कॉफीचा भरलेला कप त्यानं माझ्या हातात ठेवला, तरी माझं सगळं लक्ष चेंबरमध्ये वाढणाऱ्या रामुनियमच्या कणांकडेच होतं. तिकडे बघतच मी कॉफीचा घोट घेतला.

नंतर मला जाणीव झाली, ती प्रयोगशाळेतल्या भगभगीत उजेडात जमिनीवर विखुरलेल्या काचांची आणि सगळीकडे पसरलेल्या मातीची, मोडून पडलेल्या धातूच्या नळ्यांची.

हे काय झालं आहे?

मी धडपडत उठून बसलो आणि माझ्या लक्षात आलं, की इतका वेळ मी जमिनीवर आडवा होतो.

हे असं कसं झालं? प्रयोग करताना स्फोट तर झाला नाही? आणि कालदमन कुठे गेला?

की ते सगळं स्वप्नच होतं?

पण ते स्वप्न नक्कीच नव्हतं. प्रयोगात वापरलेलं आणि मोडतोड झालेलं साहित्य समोर पडलेलं होतं. फुटलेल्या काचा सगळीकडे विखुरल्या होत्या. त्याअर्थी ते स्वप्न नव्हतं. घडलेल्या सगळ्या घटना मला स्पष्टपणे आठवत होत्या. अगदी कॉफी पिण्यापर्यंतच्या...

कॉफी!

नक्कीच त्या कॉफीत काहीतरी गडबड होती. कालदमननं त्या कॉफीत काहीतरी घालून मला बेशुद्ध पाडलं होतं.

हो. तसंच असलं पाहिजे. मला बेशुद्ध करून आणि प्रयोगसाहित्याची नासधूस करून, त्याला हवं असलेलं रामुनियम घेऊन तो निघून गेला. रामुनियमच्या निर्मितीचं रहस्य मला पुरतेपणी कळू न देताच तो पळून गेला. स्वतःचं आश्वासन त्यानं पुरं केलं नाही.

धावत जाऊन त्याला पकडून आणावं आणि जाब विचारावा, अशी ऊर्मी माझ्या मनात दाटून आली; पण त्याला पकडायला कुठे जाणार? एव्हाना तो सतराव्या शतकात पोहोचला असेल किंवा कदाचित त्याच्या चोविसाव्या शतकातही गेला असेल.

जो आज अस्तित्वातच नाही, त्याला मी कसा पकडणार?

सुन्न होऊन मी तसाच बसून राहिलो.

हळूहळू माझ्या असं लक्षात आलं, की समोरच्या टेबलावर काहीतरी चमकत आहे. मी धडपडत टेबलापाशी गेलो. बघितलं तर एक चार-पाच इंच लांबीची

हिरवट-पिवळी, बारीक तार चमकत होती. तारेखाली एक कागद होता आणि त्यावर दोनच शब्द होते– ''सप्रेम भेट.''

म्हणजे रामुनियमचा तो तुकडा माझ्यासाठी ठेवून, कालदमन निघून गेला होता.

चोर हातावर तुरी देऊन पळून जातो म्हणे. कालदमन माझ्या हातावर रामुनियमचा तुकडा देऊन पळून गेला होता.

कुतूहलानं मी तो तुकडा उचलून बघणार होतो, पण तेवढ्यात मला आठवलं की रामुनियम अतिशय किरणोत्सारी असतं. त्याचा किरणोत्सर्ग कमी करण्याचा उपाय कालदमनला माहीत होता. पण समोरच्या तुकड्यावर तो उपाय केलेला आहे की नाही?

किरणोत्साराच्या भीतीनं मी मागे सरकलो. अर्थात, त्यामुळे माझ्या दिशेनं येणारे किरण थांबणार नाहीत हे मला माहीत होतंच; पण धोक्यापासून दूर जाण्याची ती एक स्वाभाविक क्रिया होती.

ज्या रामुनियमच्या निर्मितीचं श्रेय मिळण्याचं स्वप्न मी पाहिलं होतं, त्याला हात लावण्याचाही धीर आता मला होत नव्हता.

चोविसाव्या शतकातून आलेला कालप्रवासी वर्तमानात काहीही ढवळाढवळ न करता निघून गेला होता. कालप्रवासाचा नियम त्यानं पाळला होता. पण मला मात्र त्यानं अडचणीत आणलं होतं.

प्रयोगशाळेत विखुरलेल्या काचांचं आणि पसरलेल्या मातीचं स्पष्टीकरण मी कसं करणार होतो?

सुन्न होऊन, त्या चमकणाऱ्या तुकड्याकडे बघत मी बसून राहिलो.

एक मात्र नक्की होतं; रामुनियमची निर्मिती आणखी बेचाळीस वर्षांनीच होणार होती.

(धनंजय - दीपावली १९९४)

◆

# जनयित्री

नमिता भानावर आली, तेव्हा तिला जाणवलं की कोणीतरी तिला गदागदा हलवत होतं. पाठोपाठ तिच्या नावानं हाका मारलेल्या तिला ऐकू आल्या.

"नमिता, ए नमिता... ऊठ, जागी हो, नमिता...."

आवाज अरविंदचा होता आणि उत्साहानं ओसंडत होता. नमितानं खाड्कन डोळे उघडले आणि ती आश्चर्यानं अरविंदकडे बघू लागली.

याच्या अंगात इतका उत्साह कुठून आला?

आपल्यापर्यंत येऊन आपल्याला गदागदा हलवण्याइतकं बळ याच्या अंगात कुठून आलं?

काल तर आपल्याला वाटलं होतं, की याची शेवटची घटका आता जवळ आली आहे. काल तो नदीकाठच्या दलदलीत पडला, तेव्हा तो परत उठू शकेल असं वाटत नव्हतं आणि आता...

तिनं डोळे उघडलेले बघून अरविंदनं तिला आधार देऊन बसती केली आणि तिच्याजवळ बसत तो म्हणाला,

"आपल्या समस्येचं उत्तर मला सापडलं आहे नमिता. आपली उपासमार थांबवण्याचा मार्ग मला दिसतो आहे. इतके दिवस आपल्या कोणाच्याच डोक्यात ही कल्पना कशी आली नाही हेच मला कळत नाही."

"कसली कल्पना?" नमितानं क्षीण आवाजात विचारलं.

"या जमिनीतून, या मातीतून आपल्याला लागणारं पोषण मिळवण्याची."

"या मातीत काहीच उगवत नाही हे तुला माहीत नाही का? आपण काही कमी का प्रयत्न केले पीक काढण्याचे? झाडं लावण्याचे? पण किरणोत्सर्ग झालेल्या या

मातीत काहीच उगवत नाही हे तुला माहीत आहे. असं असताना तू परत...''

नमितानं वाक्य अर्धवटच सोडलं. इतकं बोलतानाच तिला धाप लागली.

अरविंदनं तिच्यासाठी भांड्यात नदीचं पाणी भरून आणलं होतं. ते त्यानं तिला पाजलं आणि तो म्हणाला,

''तू बोलू नकोस. नुसतं मी सांगतो ते ऐक.''

त्यानं तिला परत जमिनीवर आडवी केली आणि तो म्हणाला,

''काल संध्याकाळी आपण नदीवरून पाणी पिऊन परत निघालो, तेव्हा एखादं पाऊल टाकण्याचंसुद्धा बळ माझ्या अंगात नव्हतं. त्यामुळे तू माझ्यापुढे गेलीस. तू कोरड्या जागेत पोहोचल्याचं मला दिसलं. तुझ्या पाठोपाठ येण्यासाठी मी पावलं उचलू लागलो. पण उपासानं मी इतका क्षीण झालो होतो, की तीन-चार पावलं टाकतो न टाकतो, तोच मला भोवळ आली आणि मी खाली कोसळलो. आपण चिखलात पडलो आहे, दलदलीत पडलो आहे हे माझ्या लक्षात आलं; पण उठण्याचं त्राण माझ्या अंगात नव्हतं. मी तसाच पडून राहिलो. मग केव्हातरी मला झोप तरी लागली असावी किंवा मी बेशुद्ध तरी झालो असेन.''

बोलता-बोलता थकून अरविंद जरा गप्प बसला. मग थोडं पाणी पिऊन तो पुढे सांगू लागला,

''मी जागा झालो, तेव्हा रात्र पडलेली होती. आकाशात चंद्राची कोर दिसत होती आणि मुख्य म्हणजे मला बरं वाटत होतं!''

''म्हणजे?''

''म्हणजे मला बरं वाटत होतं. स्वस्थ वाटत होतं. आतडी कुरतडणारी भूक तितकीशी जाणवत नव्हती... आपल्याला बरं वाटत आहे, हे माझ्या लक्षात आलं आणि मी तसाच पडून राहिलो. पडल्या-पडल्या मला जाणवलं, की चिखलात पूर्ण बुडलो आहे. मी नदीकाठच्या चिखलात पडलो हे मला आठवत होतं. मग बहुतेक माझ्या शरीराच्या वजनानं हळूहळू मी खाली खाली गेलो होतो. माझं नाक, तोंड, डोळे हे तेवढे जेमतेम वर राहिले होते. बाकी सगळा मी चिखलानं लपेटला गेला होतो. धडपडत उठून चिखलातून बाहेर पडावं; अशी तीव्र उर्मी माझ्या मनात उठली. पण धडपड करण्याचा उत्साह माझ्या अंगात नव्हता. आणि शिवाय... शिवाय तसं चिखलात पडून मला बरं वाटत होतं.''

''कसं शक्य आहे तसं?'' नमितानं अविश्वासानं विचारलं.

''ते मला माहीत नाही. पण बरं वाटत होतं एवढं खरं.''

''मग? पुढे?''

''जरा वेळानं मला झोप लागली. परत जाग आली, तेव्हा चांगलं ऊन पडलं होतं. मी चिखलाच्या आवरणातून बाहेर पडलो. नदीवर जाऊन स्वच्छ झालो. कपडे

धुवून वाळत घातले. तू कुठे आहेस ते शोधलं आणि मग तुझ्यासाठी पाणी घेऊन आलो.''

''पण ही माती म्हणजेच आपल्या समस्येचं उत्तर आहे असं तू म्हणत होतास...''

''अगं, तुझ्या लक्षात नाही का येत? कित्येक दिवसांच्या उपासामुळे मी - आपण दोघंही इतके क्षीण झालो होतो, की एक एक पाऊल टाकणंसुद्धा महाकठीण झालं होतं. इतरांसारखे आपणही आज-उद्या मरणार अशी आपली खात्री झाली होती. आणि... आज सकाळी मी स्वच्छ अंघोळ तर केलीच. शिवाय अंगावरचे कपडे धुवून टाकले आणि तुला शोधत इथपर्यंत आलो. मरायला टेकलेलं माझं शरीर इतपत हालचाल करू शकलं, याचा अर्थ त्याची अन्नाची गरज थोडीतरी भागली, त्याला काहीतरी पोषक आहार मिळाला असा नाही का?''

नमिता विचारात पडली. अरविंद म्हणत होता ते सयुक्तिक होतं. त्याच्या उपाशी शरीराला कुठूनतरी खाद्य मिळालं होतं हे नक्की. पण ते मातीतून मिळालं होतं? मातीतून त्याच्या अंगात मुरलं होतं?

म्हणजे जगण्यासाठी आवश्यक ती द्रव्यं त्यांना मातीतून मिळू शकणार होती? त्यांच्या समस्येचं उत्तर इतकं सोपं होतं?

जवळजवळ दोन वर्षांपूर्वी सुरू झालेल्या, भयानक दुःस्वप्नासमान भासणाऱ्या दुष्टच्रकाची अखेर त्यांच्या दोघांच्या आणि म्हणजेच अपरिहार्यपणे मानवाच्या मृत्यूत होणार, मानवजात नष्ट होणार, एवढंच नव्हे तर पृथ्वी निर्जीव होणार असं वाटत असतानाच, हा आशेचा किरण पडला होता का?

पण तो खरंच आशेचा किरण होता की निव्वळ फसगत होती? दोन वर्षांपूर्वी सुरू झालेल्या दुष्टचक्राची अखेर होती?

दोन वर्षांपूर्वी जगातल्या बड्या राष्ट्रांचं युद्ध सुरू झालं, तेव्हा ते कोणालाच अनपेक्षित नव्हतं. कारण त्यापूर्वी कित्येक वर्षं राष्ट्राराष्ट्रांमधली तेढ वाढतच होती. त्यामुळे कधीतरी युद्ध पेटेल अशी भीती सर्वसामान्यांच्या मनात घर करून होती.

पण ज्या वेगानं आणि ज्या प्रमाणात युद्धाची व्याप्ती वाढत गेली, ते मात्र अनपेक्षित होतं. बघता बघता युद्ध आकाशात पोहोचलं होतं. जमीन आणि पाणी या बरोबरच आकाशातही रोज अस्त्रांची लढाई होऊ लागली होती. जैविक, रासायनिक.... अशा सर्व प्रकारच्या अस्त्रांचा भडिमार परस्परांवर केला जाऊ लागला होता आणि माणसं किड्या-मुंगीसारखी पटापट मरू लागली होती. कोणी प्रत्यक्ष शस्त्रास्त्रांच्या हल्ल्यामुळे तर कोणी नंतरच्या प्रदूषित हवेमुळे.

माणसंच नव्हे तर सर्वच सजीव मरू लागले होते.

अखेरीस युद्ध थांबलं, तेव्हा जगाची लोकसंख्या एक चतुर्थांशसुद्धा शिल्लक राहिली नव्हती.

उभी पिकं नष्ट झाली होती. निम्म्या-अधिक झाडांची पानं गळून पडली होती.

इतर प्राण्यांचं अस्तित्व न जाणवण्याइतकी त्यांची संख्या कमी झाली होती.

आणि हवामान पूर्णपणे बदलून गेलं होतं.

इमारती, उभ्या वास्तू यांचं कल्पनातीत नुकसान झालं होतं.

युद्ध संपलं. झालेल्या अपरिमित हानीनं स्तिमित झालेल्या राष्ट्रनेत्यांनी पुनर्बांधणीच्या घोषणा केल्या. एकमेकांमधलं वैर विसरून सहकार्य करण्याची आश्वासनं दिली. प्रत्यक्ष कामाला सुरुवातही केली.

पण आता कशाचाही उपयोग होणार नव्हता. पर्यावरणाचा तोल इतका ढळला होता, की आता तो परत सावरणार नव्हता. गाडी उताराला लागली होती आणि तिनं इतका वेग घेतला होता, की आता ती थांबू शकणार नव्हती.

युद्ध थांबलं. शस्त्रास्त्रांचा मारा थांबला. पण आता प्रदूषित, विषारी हवेनं सजीवांचे बळी घ्यायला सुरुवात केली.

थोड्याच दिवसांत बहुतेक सर्व झाडं निष्पर्ण झाली. निव्वळ खराटे उरले.

प्राणी, कीटक, पक्षी ठिकठिकाणी मरून पडलेले दिसू लागले. आणि माणसंही भराभर मृत्युमुखी पडू लागली.

हतबल होऊन पाहण्याखेरीज कोणीच काही करू शकत नव्हतं.

अरविंद आणि नमिता हे एकाच घरातले दोघं, पतिपत्नी जिवंत राहिले होते. ही घटना चमत्कार वाटण्याइतकी विरळ होती. त्यांच्या भागातले सात-आठ जण सोडून बाकी सर्वांनी जीव गमावला होता. त्यात त्यांच्या दोन मुलांचाही समावेश होता.

दैवयोगानं वाचलेल्या त्या सात-आठ जणांनी मग एकत्र राहण्याचा आणि जिवंत असलेल्या इतर माणसांना शोधून काढण्याचा निर्णय घेतला होता.

असा शोध घेत आणि सापडलेल्या माणसांना आपल्यात सामील करून घेत ते सर्व जण गावोगाव फिरले होते. शेवटी त्यांची पन्नास-बावन्न लोकांची एक टोळीच तयार झाली होती.

सजीव जवळजवळ पूर्णांशानं नष्ट होत आले होते, तरी त्यांच्या टोळीला खाण्या-पिण्याची ददात पडत नव्हती. कारण प्रचंड विध्वंस झाला असला, तरी कुठे ना कुठे थोडाफार धान्यसाठा सापडत होता आणि नद्या-नाले-विहिरींत भरपूर जलसाठा होता.

हळूहळू आपण या कठीण परिस्थितीतून मार्ग काढू, माणसांची संख्या परत वाढीस लागेल, अशी आशा त्यांच्या टोळीला वाटू लागली होती.

त्यांच्या टोळीनं एका भरपूर पाणी असलेल्या नदीजवळ वस्ती केली. राहण्यासाठी तात्पुरती सोय केली आणि जवळच्या भागात चार धान्यांची पेरणी केली. रोज नदीतलं पाणी वाहून आणून ते शेतीला घालू लागले.

पण परिस्थिती त्यांच्या कल्पनेपेक्षाही भयंकर होती. त्यांनी पेरलेल्यातलं एकही धान्य उगवलं नाही. एकाही बीजाला अंकुर फुटला नाही.

पहिली पेरणी वाया गेल्यावर त्यांनी दुसऱ्यांदा पेरणी केली. परिणाम तोच झाला. एकाही अंकुरानं जमिनीतून डोकं वर काढलं नाही.

आता मात्र सर्व जण भयभीत झाले. पेरलेलं काही उगवतच नव्हतं, तर पुढे ते काय खाणार होते? कसे जगणार होते?

शेवटचा प्रयत्न म्हणून आणखी एकदा पेरणी करण्यात आली. पण उपयोग शून्य झाला.

असं कशानं होत होतं? किरणोत्सर्गानं आणि प्रदूषणानं बियाणं मृत झालं होतं आणि त्याची अंकुरण्याची क्षमता नष्ट झाली होती?

की प्रदूषित माती त्याला अंकुरण्याला मज्जाव करत होती?

प्रदूषित पाण्यामुळे तर बियाणं मरत नव्हतं ना?

प्रश्न अनेक होते, पण उत्तर मात्र एकही नव्हतं.

शेवटी धान्य पिकवण्याचा प्रयत्न सोडून देऊन, त्यांची टोळी शिल्लक धान्यसाठे शोधत फिरू लागली. असलेलं धान्य जपून वापरू लागली.

मात्र सतत एखाद्या नदी-तलावाच्या जवळ असण्याची काळजी ते घेत होते.

असेही काही महिने गेले आणि मग त्यांची उपासमार होऊ लागली.

धान्य सापडेनासं झालं, तेव्हा खराटे झालेल्या झाडांच्या वाळक्या फांद्याच तोडून त्या खाण्याचाही प्रयत्न त्यांनी करून बघितला. आणि मग शेवटी नुसतंच पाणी पिऊन ते राहू लागले.

मग त्यांच्यातला एकेक मृत्युमुखी पडू लागला.

एखादा रात्री झोपलेला सकाळी उठतच नसे तर एखादा चालता-चालता भुईवर कोसळत असे.

असं होत-होत, शेवटी अरविंद आणि नमिता असे दोघंच उरले होते. आदल्या दिवशीच त्यांच्याबरोबरचा तिसरा तरुण चालता-चालता कोसळला होता. त्याला उठवण्याचा क्षीण प्रयत्न करून त्यांनी तो सोडून दिला होता. ते दोघंही इतके अशक्त झाले होते, की अधिक काही करणं त्यांना शक्य झालं नव्हतं.

संध्याकाळी नदीवरून पाणी पिऊन परतताना अरविंद मागे पडल्याचं आधी नमिताच्या लक्षात आलं नव्हतं. जेव्हा लक्षात आलं होतं, तेव्हा तिनं मागं वळून

बघितलं होतं आणि तिला तो खाली पडताना दिसला होता. मागे परत जाऊन त्याला उठवून आणण्याचं त्राण तिच्या अंगात नव्हतं. ती तशीच चार-सहा पावलं पुढे गेली होती आणि एका मोठ्या दगडाच्या आडोशाला आडवी झाली होती.

रात्री बहुधा आपण दोघंही मरणार असं तिला वाटलं होतं.

पृथ्वीवर आणखी काही ठिकाणी माणसं नक्कीच जिवंत असणार होती. त्यांची अवस्थाही आपल्यासारखीच असेल का? तसं असलं तर थोड्याच दिवसांत पृथ्वी निर्जीव होणार होती...

नमिताच्या मनात असे अंधूक विचार येत असतानाच ती ग्लानीत गेली होती.

आणि आता तिला जागं करून अरविंद सांगत होता, जगणं शक्य आहे. ही माती, ही जमीनच आपलं पोषण करणार आहे!

ही गोष्ट शक्य आहे का?

"मातीनं आपलं पोषण होणं कसं शक्य आहे, अरविंद?"

"ते मला नक्की माहीत नाही. पण मला वाटतं. जमिनीत असलेली द्रव्यं पाण्यात विरघळून पाण्यावाटे आपल्या शरीरात जाऊ शकत असली तर?"

"म्हणजे चिखलाचं पाणी... प्यायचं?"

"नाही. आपल्या त्वचेतून ते आत झिरपेल. मी जवळजवळ बारा-तेरा तास त्या चिखलात लपेटला गेलो होतो. तेव्हा त्यातलं पाणी, नक्कीच थोडं तरी माझ्या शरीरात... सरळ रक्तात गेलं आणि मला वाटतं त्यानं माझं थोडसं तरी पोषण केलं."

"असं होणं शक्य आहे?"

"का शक्य नाही? आपण अंगाला तेल लावतो ते अंगात मुरतं की नाही?... शिवाय सगळ्या वनस्पती अशाच प्रकारे जगतात, वाढतात."

"पण आता तर एकही वनस्पती जगत नाहीये की वाढत नाहीये."

"त्याचं कारण कदाचित असं असेल की हवेतल्या प्रदूषणामुळे, पाण्यातल्या प्रदूषणामुळे त्या आधीच मेलेल्या असतील. त्यामुळे..."

"आपण इतके दिवस हे पाणी पितो तरी..."

"आपण ते प्रदूषण पचवू शकलो आहे असा त्याचा अर्थ आहे. मला वाटतं, आपण या मातीतून पोषक-द्रव्य शोषून घेण्याचा प्रयत्न केला पाहिजे. नाहीतरी दुसरा काही मार्गच आपल्यासमोर नाही."

अरविंद म्हणत होता, ते खरं होतं. दुसरा काही मार्ग नव्हताच जगण्याचा.

अरविंदनं आधार देऊन तिला उठवलं. आणि मग हळूहळू ते दोघं नदीकाठी गेले. तिथल्या कडेच्या चिखलात थोडा खड्डा करून आणि अंगावर ती ओली माती ओढून ते पडून राहिले. ऊन फार तापू लागलं, तेव्हा ते उठून, काठावरच्या

पडक्या भिंतीच्या आश्रयाला गेले. परत संध्याकाळी मातीच्या आवरणात पडून राहिले.

असं तीन-चार वेळा झाल्यावर नमिताच्या लक्षात आलं, की आता आपल्या अंगात थोडं त्राण आलं आहे!

बदललेल्या पर्यावरणामुळे म्हणा, प्रदूषणामुळे म्हणा किंवा मुळातच मानवी शरीरात ती क्षमता असल्यामुळे म्हणा, पण हळूहळू आपल्या शरीराचं पोषण थोडथोडं होत आहे. अन्नावाचून ते सध्या तरी जगू शकत आहेत.

चार-सहा दिवसांनी ते दोघं नदीकाठी थोडे पुढे सरकले. दर चार-सहा दिवसांनी जागा बदलण्याचा क्रम त्यांनी सुरू केला.

हळूहळू त्यांचा दिवसातला जास्त वेळ मातीत पडून राहण्यात जाऊ लागला. डोळेही उघडे राहिनासे झाले. नाहीतरी बघण्याजोगं कुठे काही नव्हतंच. सगळं शुष्क होतं.

थोड्या दिवसांनी नमिताच्या लक्षात आलं, की आपला श्वासोच्छ्वास मंदावला आहे. आणि हालचाल जड होत चालली आहे. अशक्तपणा कमी झाला असला तरी हालचाल करणं नकोसं वाटतं.

पाण्यात राहून-राहून अंगाची त्वचा विसविशीत झाली. तरी कुठलाही रोग मात्र त्यांना झाला नाही. सर्व प्रकारचे विषाणू आणि जिवाणू नष्ट झालेले होते.

असेच आणखी काही दिवस गेले आणि नमिताला वाटू लागलं, की तिच्या अवयवांचा आकार बदलतो आहे.

हे खरं आहे की नुसती आपली शंका आहे?

अरविंदलाही असं काही वाटत आहे का?

तिनं आडून आडून त्याला प्रश्न विचारले पण तसं काही त्याला वाटत असल्याचं किंवा त्याच्या लक्षात आल्याचं दिसलं नाही.

पण आणखी काही दिवसांनी मात्र तिची खात्री पटली, की आपल्या शरीराचा, विशेषत: हातापायांचा आकार बदलतो आहे. ते बेढब होताहेत!

जमिनीतली द्रव्य शोधून घेण्यासाठी असं होत होतं का? शरीरांतर्गत काही बदल होत होते का?

विविध इंद्रियं, आतडी, ग्रंथी, अवयव, त्वचा अशी क्लिष्ट मानवी शरीररचना परिस्थितीनुरूप हळूहळू बदलत जाणार होती का?

आणि बदलत-बदलत शेवटी पुढच्या कुठल्यातरी पिढीत ती वनस्पतीसदृश होणार होती का?

विचार करता-करता नमिता एकदम थबकली.

पुढच्या पिढीत म्हणजे... म्हणजे आपल्याला याही परिस्थितीत मूल होऊ

शकेल. असं आपण गृहीत धरतो आहोत. आणि त्याची शरीररचना आपल्यापेक्षा वेगळी असेल... वनस्पतींना थोडी अधिक जवळची असेल... त्याच्या अपत्याची आणखी थोडी...

म्हणजे मानवाऐवजी कसलेतरी चमत्कारिक सजीव या पृथ्वीवर नांदू लागतील...

आणि त्यांची जन्मदात्री आपण असू!

नाही. नाही. कुठेतरी चमत्कारिक प्राणी निर्माण करण्याला मी कारणीभूत ठरणार नाही.

नमिताचं घृणेनं मन भरून आलं. भिंतीच्या आडोशाला अरविंद झोपला होता. त्याच्याकडे पाठ करून ती चालू लागली.

नदीपासून, पाण्यापासून, चिखलापासून ती दूर जाणार होती. चालत राहणार होती. खाली कोसळेपर्यंत चालणार होती.

ती तशी चालत राहिली. दिवसरात्रीचं भानही तिला राहिलं नाही. पण पायांचे तुकडे पडण्याइतके तिचे पाय दुखू लागले आणि भूक आतडी कुरतडू लागली, तेव्हा ती जमिनीवर कोसळली.

बराच वेळ ती अर्धग्लानीत पडून राहिली. तिला जाग आली, तेव्हा सूर्य नुकताच उगवला होता आणि वनस्पतीचं एखादं पानही शिल्लक नसलेली सृष्टीसुद्धा त्या वेळी प्रसन्न वाटत होती.

नमिता हळूहळू उठली आणि नदीच्या दिशेनं चालू लागली. चालता-चालता तिला जाणवलं की–

जीव जगवणं हे प्रत्येक जिवंत प्राण्याचं कर्तव्य आहे. प्रथम कर्तव्य आहे. जीव हा टाकून देण्यासाठी नाही.

पुढच्या पिढीचं स्वरूप चमत्कारिक असेल अशा भीतीनं आत्ताच प्राणत्याग करणं, हे खरं पाप ठरेल.

आणि कोणाचं स्वरूप चमत्कारिक आहे, कोण सुरूप आहे, कोण विरूप आहे, हे ठरवणाऱ्या आपण कोण?

स्वतःला सुरूप समजणारा माणूस काही कमी का चमत्कारिक आहे!

नदीकाठची नवीन सोयीस्कर जागा शोधण्यासाठी नमिताची नजर मग भिरभिरू लागली!

(विज्ञानयुग - दीपावली १९९३)

◆

# अभिहरण

तिन्हीसांज टळायला आली होती. भोवताली चांगलंच अंधारून आलं होतं. मोटारीतून दिसणारी बाहेरची झाडंझुडपं अस्पष्ट होऊ लागली होती. रस्त्यावर चिटपाखरू नव्हतं. बऱ्याच वेळात एखादंही वाहन शिरीषला दिसलं नव्हतं. गाडी चालवून-चालवून तो खरं म्हणजे आता कंटाळला होता. पण आता वाटेत थांबून विश्रांती घेण्यात अर्थ नव्हता. गाव आता फार तर आठ-दहा मैल अंतरावर होतं. लवकरच गावातले दिवे दिसू लागले असते.

शेजारी सीटवर ठेवलेला ट्रान्झिस्टर त्यानं एका हातानं पुढं ओढला आणि बटन दाबून सुरू केला. 'विविधभारती' लागली. शिरीषनं गाण्यांच्या सुरात सूर मिसळून, आपणही बेसूर आवाजात गायला सुरुवात केली. तेवढाच टाइम पास!

गाण्याच्या तालावर डोकं हलवतच शिरीषनं रस्त्यातलं पुढचं वळण घेतलं–

–आणि करकचून ब्रेक दाबला.

दिव्यांनी लखलखलेलं, चपट्या बशीसारख्या आकाराचं काहीतरी झेपावत, त्याच्या दिशेनं येत होतं. ते रस्त्यावर टेकलं नव्हतं किंवा त्याला चाकंही नव्हती. तरीही ते घरंगळत आल्यासारखं त्याच्या गाडीकडे सुसाट येत होतं. अनेक शिट्ट्या अतिशय कर्कश आवाजात एकदम फुंकाव्या, तसा कर्णकटू आवाज त्यातून येत होता.

तो आवाज क्षणाक्षणाला वाढत होता आणि तो आकार क्षणाक्षणाला जवळ येत होता.

तो आकार इतका मोठा होता, की त्याला टाळून पुढं जाणं अशक्यच होतं.

शिरीषनं एकदम ब्रेक दाबल्यामुळं गाडी वेडीवाकडी होऊन, रस्त्यावरून खाली उतरून थांबली होती.

हे काय आहे? कुठून आलं? आणि आपल्याला एकाएकी कसं दिसलं?– असे प्रश्न मनात उठत असतानाच शिरीषला जाणवलं, की काही क्षणांतच ते समोरचं धूड आपल्या अंगावर येऊन कोसळणार आहे आणि आपण त्याखाली किडामुंगीसारखे चिरडले जाणार आहोत.

जिवाच्या आकान्तानं शिरीषनं गाडीचा दरवाजा उघडला आणि खाली उडी मारली.

पण तोपर्यंत ते धूड त्याच्यापर्यंत पोहोचलं होतं. त्यातून निघणाऱ्या कर्कश आवाजाची तीव्रता इतकी वाढली होती, की सहन न होऊन शिरीषनं कानांवर हात ठेवले आणि नकळतच त्याच्या तोंडून कण्हण्याचा आवाज निघाला.

आवाजाची तीव्रता तरीही वाढतच होती.

दोन्ही हात कानांवर घट्ट दाबीत, डोकं हलवीत, विव्हळतच शिरीष जमिनीवर कोसळला...

त्यानं डोळे उघडले. भोवताली अंधार होता. त्याचं डोकं भयंकर दुखत होतं आणि पाठीला काहीतरी टोचत होतं.

काय टोचतं आहे ते बघावं म्हणून त्यानं पाठीखाली हात घातला आणि त्याच्या लक्षात आलं, की तो बिछान्यावर झोपलेला नसून खडकाळ जमिनीवर पडला आहे.

त्याबरोबर घडलेला सगळा प्रसंग त्याला आठवला आणि तो धडपडत उठून बसला. भीतभीतच त्यानं आजूबाजूला नजर टाकली.

कर्कश आवाज करीत, अंगावर येणाऱ्या त्या बशीसारख्या धुडाचा कुठे मागमूस नव्हता; पण शिरीषची गाडी मात्र दिवे जळत असलेल्या स्थितीत उभी होती!

हायसं वाटून शिरीषनं सुस्कारा सोडला. मघाशी अंगावर आलेलं ते काय होतं? उडती तबकडी तर नव्हे? ती एकाएकी रस्त्यात कशी आली? कुठून आली? दुसऱ्या कुणाला ती दिसली का? आपल्या दिशेनं ती का झेपावली?

कितीतरी प्रश्नांनी शिरीषच्या मनात गर्दी केली. या सगळ्या प्रश्नांपेक्षाही त्याच्या दृष्टीनं अधिक महत्त्वाचा प्रश्न होता, त्याची गाडी चालू स्थितीत होती का?

गाडीची परिस्थिती कशी आहे, हे बघायलाच हवं होतं.

शिरीष उठून उभा राहिला. उठता-उठता त्याचा पाय लागून काहीतरी वस्तू बाजूला दगडावर आपटली. अंधारातच त्यानं वाकून पाहिलं. काहीतरी चौकोनी पेटीसारखं दिसत होतं.

हे काय बुवा? ही पेटी कुठून आली असावी?...

तेवढ्यात त्याच्या डोक्यात एकदम प्रकाश पडला : हा तर आपला ट्रान्झिस्टर! आपण धडपडत गाडीतून खाली उतरलो, तेव्हा हा खाली पडला वाटतं!

शिरीषनं ट्रान्झिस्टर उचलून घेतला आणि तो गाडीशी गेला. गाडीचा दरवाजा उघडा होता. आत बसून त्यानं दार लावून घेतलं. ट्रान्झिस्टर सीटवर शेजारी ठेवला. दिवे मालवले आणि स्टार्टर दाबला.

पहिल्याच झटक्याला गाडी सुरू झाली!

गावात पोहोचायला त्याला जेमतेम वीस मिनिटं लागली. त्या वेळात त्यानं घडलेल्या घटनेवर बराच उलटसुलट विचार केला. पण काही केल्या काय आणि कसं घडलं, त्याला उलगडेना. त्याचं अंग ठणकत होतं आणि डोकं तर भयंकर दुखत होतं. घरी जाऊन केव्हा एकदा अंथरुणावर अंग टाकतो, असं त्याला झालं होतं.

घरी पोहोचताच सूटकेस, पिशवी आणि ट्रान्झिस्टर घेऊन शिरीष आत गेला, आणि त्यानं सगळ्यांत आधी 'ॲस्प्रो'च्या दोन गोळ्या घेतल्या. डोळे मिटून स्वस्थ पडून राहावं असा मोह त्याला होत होता. पण तो त्यानं आवरला. कारण त्याला भूकही फार लागली होती. एकदा अंथरुणावर पडल्यावर, तो लवकर उठूच शकला नसता आणि मग जेवायचं राहून गेलं असतं. म्हणून आडवं होण्याचा विचार सोडून देऊन त्यानं अंघोळ केली, कपडे बदलले आणि तो जेवायला बाहेर पडला.

जेवून घरी परतेपर्यंत, घडलेल्या गोष्टीबाबत काय करायचं याबद्दलचा शिरीषचा विचार पक्का झाला होता. चारचौघांत झाल्या घटनेची वाच्यता करण्यात अर्थ नव्हता. त्यावर कुणी फारसा विश्वास ठेवला नसता. एवढंच नव्हे, तर दारूच्या नशेत तो गाडी चालवत होता, असाही निष्कर्ष काही लोकांनी काढला असता. आणि चारचौघांत तशी कुजबूजही सुरू झाली असती.

पण इतकी चमत्कारिक गोष्ट त्याच्या अनुभवाला आली असताना गप्प बसणंही शक्य नव्हतं. त्याच्या कल्पनेप्रमाणं ती जर उडती तबकडी असली आणि ती याच भागात उतरली असली, तर योग्य त्या ठिकाणी, योग्य त्या खात्याला ही बातमी कळवणं अत्यंत जरूरीचं होतं. महत्त्वाचा प्रश्न होता तो : योग्य ठिकाणी म्हणजे कुठे? कुणाला?

पोलिसांना?

पण गावातल्या पोलीसदलातल्या अधिकाऱ्यांना तर राहोच, रस्त्यावरच्या साध्या हवालदारालासुद्धा तो ओळखत नव्हता. अशा परिस्थितीत तो आपली हकिगत सांगायला पोलीस-चौकीत गेला असता, तर त्यांनी त्याला वेड्यातच काढलं असतं. त्यानं फारच आग्रह केला असता, तर त्यांनी त्याचा रिपोर्ट लिहून घेतला असता आणि फाइलीत ठेवून दिला असता!

तेव्हा पोलिसांकडे जाण्यात अर्थ नव्हता.

अभिरामकडे जाऊन त्याचा सल्ला घेणं, एवढीच गोष्ट करता येण्यासारखी होती. अभिरामचं दांडगं वाचन आणि त्याच्या गावभर असलेल्या ओळखी यामुळं

नक्की कुणाकडे जायला पाहिजे, हे तो सांगू शकला असता.

अभिराम हा शिरीषचा शाळेपासूनचा दोस्त. तल्लख बुद्धीचा, धडपड्या आणि मनमोकळा. घरची परिस्थिती बेतास बात. त्यातच वडील दम्यानं खंगलेले असल्यामुळं त्याचं सगळं शिक्षण शिष्यवृत्त्यांवरच होत आलं होतं. तो आणि शिरीष - दोघे कॉलेजच्या दुसऱ्या वर्षाला असताना अचानक अभिरामचे वडील वारले आणि त्याचं तेही शिक्षण बंद पडलं. खंतावून अभि काही दिवस घरात बसला पण अशानं भागण्यासारखं नाही; आई आणि धाकटी बहीण यांच्यासाठी काहीतरी कमवायला हवं, याचं भान येताच तो नैराश्य झटकून उठला आणि त्यानं वडिलांचा धंदा ताब्यात घेतला. इलेक्ट्रिक बल्ब्स, वायर्स, प्लग्ज, हीटर्स इत्यादी किरकोळ विजेच्या उपकरणांचं दुकान वडिलांनी टाकलेलं होतं. बरे असतील तेव्हा ते वायरिंगची, दुरुस्तीची कामंही करीत. वडील गेल्यावर अभिरामनं धंदा ताब्यात घेतला. अंगची हुशारी, माणसं जोडणारा बोलका स्वभाव आणि कसून मेहनत करण्याची तयारी यामुळे त्याचा धंदा वाढत गेला. आणि आता भर बाजारपेठेत विजेच्या अत्याधुनिक उपकरणांनी भरलेलं त्याचं मोठं दुकान होतं. चार-पाच विक्रेते सतत कामात गुंतलेले राहण्याइतकं गिऱ्हाईक होतं. गावात अभिच्या अनंत ओळखी होत्या.

शिरीष एम. कॉम. झाला. बँकेत नोकरी करू लागला. चढत-चढत एका शाखेचा प्रमुख बनला. दोघा मित्रांचं कार्यक्षेत्र अगदी भिन्न बनलं, तरीही त्यांच्या मैत्रीत कधी अंतराय आला नाही. शिक्षणाची उणीव अभिरामनं आपल्या अफाट वाचनानं भरून काढली होती. धंद्याच्या निमित्तानं वेगवेगळ्या क्षेत्रांतल्या लोकांशी त्याचा परिचय झालेला होता आणि मुख्य म्हणजे शिरीषच्या हकिगतीविषयी फारशी शंका न घेता, त्यानं गंभीरपणं त्याचा विचार केला असता.

तिन्हीसांजेला आडबाजूच्या रस्त्यावर दिसलेल्या त्या चमत्कारिक यंत्राविषयी सल्ला द्यायला अभिराम हा अगदी योग्य माणूस होता!...

शिरीष जेवून घरी आला, तेव्हा त्याची डोकेदुखी आणि अंगदुखी पुष्कळ कमी झाली होती. घेतलेल्या गोळ्यांचा परिणाम झाला होता. दार उघडून त्यानं दिवा लावला, तोंडातलं पान चघळत-चघळत सिगारेट पेटवली आणि काहीतरी संगीत ऐकावं म्हणून टेबलावरचा ट्रान्झिस्टर उचलला.

ट्रान्झिस्टर उचलला आणि तो एकदम चमकला.

हा त्याचा ट्रान्झिस्टर नव्हता!

साधारण त्याच आकाराचं असलं, तरी हे वेगळंच काहीतरी यंत्र दिसत होतं. मघाशी त्याच्या लक्षात आलं नव्हतं, पण आता या यंत्राचा आकार त्याच्या ट्रान्झिस्टरपेक्षा थोडा मोठा असल्याचं जाणवलं होतं. त्याची रचनाही वेगळी असल्याचं स्पष्ट कळत होतं.

शिरीषनं बारकाईनं निरीक्षण करायला सुरुवात केली.

त्या चपट्या पेटीसारख्या दिसणाऱ्या यंत्राची एक बाजू काळपट-हिरव्या रंगाची, सपाट आणि गुळगुळीत होती; तर दुसरी बाजू करड्या रंगाची होती. उजवीकडच्या कडेवर एका ओळीत चार आणि डावीकडच्या कडेवर चार याप्रमाणे दोन कडांवर मिळून आठ बटणं किंवा खुंट्या होत्या. पेटीच्या कडेवरच्या सगळ्या बटणांखाली आणि करड्या रंगाच्या बाजूवर किंवा पाठीवर काहीतरी लिहिलेलं होतं. पण काय लिहिलं होतं, ते मात्र कळत नव्हतं.

पेटीच्या उजव्या कडेवरच्या वरच्या बटणातून तपकिरी रंगाची छोटी, सुमारे सहा इंच लांबीची, साधारण एरियलच्या आकाराची एक दांडी लोंबकळत होती. तिच्या टोकाला एक बारीकसा, तपकिरी गोळा होता. शिरीषनं ती दांडी हलवून पाहिली, तेव्हा कळलं, की ती रबरासारखी लवचिक आहे.

हा काय प्रकार आहे बुवा? आणि आला कुठून? मघाशी ट्रान्झिस्टर समजून आपण तो उचलून आणला. पण त्या रानात तो आपल्याजवळ कसा येऊन पडला? त्या उडत्या तबकडीतून तर पडला नाही?...

या विचारासरशी शिरीषला एकदम थरारल्यासारखं झालं. त्या उडत्या तबकडीतून पडलेली एक वस्तू– म्हणजे चक्क एका परग्रहावरची वस्तू आपल्या हातात आहे!

पण खरोखरच ही वस्तू तबकडीतून पडलेली आहे का?

आणि आपल्याला दिसलेलं, अंगावर धावून येणारं ते धूड म्हणजे खरंच उडती तबकडी होती का? असलीच तर ती आपल्या अंगावर– म्हणजे खरं तर आपल्या गाडीवर का चालून आली? ही चपटी पेटी त्यातून कशी पडली?

की ती मुद्दाम टाकण्यात आली?

आपल्याजवळ?

आपल्याला सापडावी म्हणून?

कशासाठी?

शिरीष ती पेटी हातात घेऊन विचार करीत, कितीतरी वेळ तसाच उभा राहिला.

मग भानावर येऊन त्यानं त्या पेटीवर असलेली बटणं दाबून, फिरवून पाहायला सुरुवात केली.

उजव्या कडेवर असलेल्या वरच्या बटणातून तपकिरी दांडी लोंबकळत होती, पण ते बटण मुळीच हलत नव्हतं. त्याखालची दोन्ही बटणं 'खट्' असा आवाज होऊन दाबली जात होती. सर्वांत खालचं बटणही मुळीच हलत नव्हतं. त्या बटणाला एक बारीक भोक होतं. डाव्या कडेवरची चारही बटणं डावी-उजवीकडे फिरत होती; पण दाबली मात्र जात नव्हती.

शिरीषनं बराच वेळ त्या बटणांशी खटपट केली. पण काहीच घडेना. त्या यंत्रातून बारीकसासुद्धा आवाज येईना. शेवटी कंटाळून त्यानं ती पेटी ठेवून दिली.

ही पेटी म्हणजे काही त्याचा ट्रान्झिस्टर नव्हता. मग त्याचा ट्रान्झिस्टर कुठं होता?

बॅटरी घेऊन शिरीष गॅरेजमधे गेला. गाडीतला दिवा लावून जरा इकडेतिकडे शोधताच, सीटखाली पडलेला त्याचा ट्रान्झिस्टर त्याला सापडला.

दुसऱ्या दिवशी सकाळी साडेसात वाजताच शिरीष अभिरामकडे गेला.

इतक्या सकाळी-सकाळी शिरीषला दारात उभा बघून, अभिराम एकदम खुषीत येऊन हसला आणि शिरीषच्या पाठीवर थाप मारत म्हणाला, "काय एजण्टसाहेब! आलात परत? कशी काय झाली तुमची ट्रिप? प्रभाताई आणि बच्चे कंपनी काय म्हणत्येय?"

"ट्रिप छान झाली. सगळी मंडळी मजेत आहेत. पुढच्या वेळी येताना अभिमामाला सुद्धा घेऊन ये, असं सांगितलं आहे दोन्ही भाच्यांनी." शिरीषनं सांगितलं.

"अरे व्वा! माणसाची पारख चांगली दिसतेय बरं का भाच्यांना! चांगली माणसं आपल्या घरी यावीत-जावीत, त्यांनी–"

"अभ्या, फालतू गप्पा नकोत!" अभिरामला अडवीत शिरीषनं म्हटलं, "एक अतिशय महत्त्वाची गोष्ट तुला सांगायला मी आलोय. तुला वेळ आहे का आत्ता माझ्याकडे यायला?"

"वेळ...? आहे की, माझी अंघोळ उरकली आहे. तेव्हा नऊ वाजता दुकान उघडेपर्यंत तसं खास काही काम नाही मला. पण महत्त्वाचं म्हणजे काय सांगायचं आहे? लग्नबिग्न ठरवून आला आहेस का? तसं असेल तर आधी आईला सांग. नाहीतर ती रागावेल ना!"

"नाही रे बाबा! लग्न नाही न् बिग्न नाही! तू चल तर खरा."

शिरीषचा गंभीर चेहरा बघून अभिराम पुढं काही बोलला नाही. त्यानं चटकन कपडे बदलले आणि आईला सांगून तो शिरीषबरोबर बाहेर पडला.

चालता-चालता शिरीषनं घडलेली सर्व हकिगत अभिरामला सांगितली. शेवटी तो म्हणाला, "विश्वास ठेव किंवा ठेवू नकोस, पण हे सगळं असंच्या असं घडलेलं मी काल प्रत्यक्ष अनुभवलं आहे."

"तुझी बाकी कमाल आहे हं, शिरीष!" खोडसाळपणे त्याच्याकडे बघत अभिराम म्हणाला, "गावाहून येताना तिथली आठवण म्हणून लोक काहीतरी वस्तू घेऊन येतात. पण तू तर चक्क उडती तबकडी घेऊन आलास! तू परलोकाला तर जाऊन आला नाहीस ना!" आणि अभिराम मोठ्यानं हसला.

"म्हणजे मी ही सगळी खोटीच हकिगत बनवून सांगतोय, असं वाटतंय का तुला?" शिरीषनं जरा चिडूनच विचारलं.

"खोटी नाही रे! खोटी हकिगत कशाला सांगशील तू? पण तुला जे काही दिसलं, ते नेहमीपेक्षा वेगळं असलं, तरी ते उडती तबकडीच असेल असं नाही. नवीन प्रकारचं काही वाहन... विमान-बिमान काहीतरी असेल. आणि त्याचा आकार बघून तुला एकदम तबकडीची आठवण झाली असेल. कदाचित एखाद्या परकी देशाचंही असेल ते. चोरून-मारून हेरगिरी करायला आलेलं!"

शिरीषला त्याच्या दिशेनं घरंगळत येणारं ते धूड आणि त्यातून येणारा असह्य कर्णकटू आवाज आठवला आणि त्याच्या अंगावर शहारे आले. मान हलवत तो म्हणाला, "नाही! ते जे काही होतं, ते वेगळंच काहीतरी होतं. त्यातून पडलेली ती पेटी तू बघ. म्हणजे तुझ्या लक्षात येईल की, ती काही वेगळीच आहे."

बोलता-बोलता दोघं घराशी आले होते. कुलूप उघडून आत शिरताच टेबलावरची पेटी शिरीषनं अभिरामच्या हातात दिली.

बोलताना अभिरामनं पेटीचं निरीक्षण करायला सुरुवात केली. शिरीषप्रमाणेच त्यानंही बटणं दाबून-फिरवून पाहिली, पेटी उलट सुलट करून बघितली, हलवून पाहिली, पण काहीच घडेना, तेव्हा दोन्ही हातांत धरून ती दाबली.

त्यासरशी मात्र ती पेटी रबरी चेंडूप्रमाणे दाबली गेली!

"अरेच्चा!" अभिराम उद्गारला. मग त्यानं ती परत दाबली. याही वेळी पेटी दाबली गेली.

"रंग दिसतोय प्लास्टिकसारखा, स्टीलसारखी टणक लागतेय हाताला आणि आहे मात्र रबरासारखी लवचीक!"

"बघू बरं!" म्हणून शिरीषनं ती पेटी अभिरामच्या हातातून घेतली आणि हळूच टेबलावर टाकली. त्याबरोबर ती चेंडूप्रमाणे उसळी घेऊन थोडीशी उडाली आणि एक-दोन टप्पे घेऊन परत स्थिर झाली.

"कमाल आहे!" पेटी उचलून परत निरखून बघत अभिराम म्हणाला, "इतकी वर्षं मी इलेक्ट्रिक उपकरणांचा धंदा करतोय. पण असं चमत्कारिक यंत्र मी कधी बघितलं नव्हतं. याच्या एका चपट्या बाजूवर आणि वरच्या कडेवर बरंच काहीतरी लिहिलं आहे. हे यंत्र कसं चालवावं त्याच्या सूचना असाव्यात त्या. पण कोणत्या लिपीमधे लिहिल्या आहेत ते काही कळत नाही. बटणांशीच आणखी थोडी खटपट करून बघू या काही होतं का ते."

अभिरामनं पेटी टेबलावर ठेवली आणि खुर्ची ओढून तो टेबलाशी बसला. सूचनांची बाजू स्वत:कडे करून त्यात परत-परत येणारी काही चिन्हं आहेत का, ते तो बघू लागला. डाव्या-उजव्या कडांवरच्या बटणांशी हातानं खटपट चालूच होती. शिरीष समोर उभा राहून बघत होता.

अशी काही मिनिटं गेली आणि अचानक त्या पेटीतून काहीतरी आवाज येऊ लागला. शिरीष ओरडला, "अरे अरे! दिसतंय बघ काहीतरी!"

दचकून पेटीवरचे हात काढून अभिराम म्हणाला, "दिसतंय म्हणजे? काय दिसतंय?"

अभिरामनं हात काढताच आवाज बंद झाला आणि शिरीष म्हणाला, "गेलं ते. आता काही दिसत नाही."

"काय गेलं? काय दिसत नाही?" अभिराम बुचकळ्यात पडला.

"आत्ता पेटीच्या या काळपट-हिरव्या बाजूवर काहीतरी चित्र उमटलं होतं. पण तू पेटीवरचे हात काढताच ते पुसलं गेलं. आत्ता तू पेटीशी काय करत होतास?"

"मी ना? मी या कडेवरची ही मधली दोन बटणं दाबलेली आहेत. मघाशी ती तशीच होती. वरच्या बटणांतून लोंबकळणारी ही दांडी धरून मी हलवत होतो. आणि मला वाटतं, मधेच मी ती दांडी ह्या खालच्या बटणाला टेकवली होती."

बोलता-बोलता अभिरामनं दांडीचं टोक खालच्या बटणावर टेकवलं. त्याबरोबर शिरीष परत ओरडला, "लागलं दिसायला! परत दिसायला लागलं चित्र!"

"खरंच!" अभिरामनं पेटीचं तोंड स्वत:कडे वळवलं.

क्षणभरच, त्या बाजूवर काहीतरी चित्र दिसल्यासारखं वाटलं आणि परत ती बाजू कोरी झाली.

"पुसलं परत!" तो म्हणाला.

"बघू– बघू!" म्हणून शिरीषनं पेटी घेतली. तिची हिरवी बाजू स्वत:कडे केली. कडेवरची दोन्ही बटणं दाबलेली आहेत असं पाहिलं आणि दांडीचं टोक खालच्या बटणाला टेकवलं.

टेबलाच्या पलीकडून अभिरामला यंत्राची फक्त सूचना लिहिलेली पाठ दिसत होती.

दांडीचं टोक खालच्या बटणाला टेकवल्याबरोबर शिरीषनं म्हटलं, "परत तेच चित्र दिसतंय. एखाद्या खोलीत बरीच यंत्रं शेजारी-शेजारी मांडून ठेवलेली असावीत, तसं."

"पाहू तरी!" अभिराम उठून शिरीषच्या शेजारी बसला. क्षणभरच त्याला ते चित्र अस्पष्ट दिसलं. बरीचं यंत्रं दिसताहेत असं त्याच्या मनात येतंय, तोच ते चित्र अदृश्य झालं.

"अरेच्चा!" अभिराम उद्गारला, "शिऱ्या, तुला चित्र दिसतं आणि मी बघायला लागलो की मात्र गायब होतं, ही काय भानगड आहे?"

शिरीषनं चमकून त्याच्याकडे पाहिलं. "परत लावून बघू या." तो म्हणाला.

लोंबकळत्या दांडीचं टोक त्यानं आता खालच्या बटणाला टेकवलं. पण

काहीच घडलं नाही. पेटीची हिरवी बाजू कोरीच राहिली. त्यानंतर मग बराच प्रयत्न करूनसुद्धा चित्र परत उमटलंच नाही.

शेवटी मनगटावरच्या घड्याळात बघत अभिराम म्हणाला, "अरे बाप रे! पावणेनऊ झाले! मला आता गेलं पाहिजे. दुकान उघडायची वेळ झाली. एकदा दुकान उघडलं, की दिवसभर मला इकडं-तिकडं बघायलासुद्धा फुरसत व्हायची नाही! रात्री दुकान बंद झाल्यावर मात्र मी मोकळा आहे. तेव्हा आपण परत प्रयत्न करून बघू या. चालेल?"

"ठीक." शिरीष म्हणाला, "मला वाटतं, असंच करावं. दहा वाजता मलाही बँकेत गेलं पाहिजे. आता परत रात्रीच हा खेळ करावा आपण."

"मी निघतो तर मग. रात्री जेवूनच येतो म्हणजे मग पुढं कितीही वेळ लागला तरी हरकत नाही. नऊ-साडेनऊपर्यंत येतोच." असं सांगून अभिराम बाहेर पडला.

दुपारी दोन-अडीचचा सुमार असेल. दुकानातली वर्दळ अगदी कमी झाली होती. अभिरामकडे असलेल्या गिऱ्हाइकाची खरेदी आटोपली. त्याचं बिल करून त्याच्या हातात देत अभिरामनं दुकानात एक नजर टाकली–

– आणि त्याला शिरीष दिसला!

शो-केसजवळ उभा राहून तो उगाचच आतल्या वस्तू निरखत होता.

अभिराम चमकला.

रजा संपवून बऱ्याच दिवसांनी परत कामाला लागलेला शिरीष खरं म्हणजे पहिल्या दिवशी बँकेला अगदी चिकटलेला असायचा! ते सोडून, भर दुपारच्या कामाच्या वेळात तो इथं दुकानात काय करतोय?...

काउंटरची फळी उघडून बाहेरच्या भागात येत त्यानं शिरीषला हात मारली, "अरे, शिरीष! तू केव्हा आलास?"

अभिमरामकडे वळून शिरीष उत्तरला, "झाली दहा-पंधरा मिनिटं."

"आज काय बँकेला सुट्टी-बिट्टी जाहीर झाली की काय, एजण्टसाहेब रजा संपवून परत आल्याच्या आनंदाप्रीत्यर्थ?" अभिरामनं हसत विचारलं.

एरवी शिरीषनं अभिरामच्या चेष्टेला तितक्याच दिलखुलासपणे उत्तर दिलं असतं. पण आज त्याच्या चेहेऱ्यावरची रेषाही हलली नाही. गंभीरपणे तो म्हणाला, "नाही, सुट्टी नाही. सहज आलो होतो. कंटाळा आला म्हणून."

शिरीषला– आणि बँकेचा कंटाळा? तोही रजेनंतरच्या कामाच्या पहिल्याच दिवशी? प्रकरण गंभीर दिसत होतं!

त्याला मोकळा करण्याच्या हेतूनं अभिराम म्हणाला, "बरा वेळेवर आलास. मीही कंटाळलोच होतो नाहीतरी. चहा घेऊ या का आपण?"

दुकानातल्या नोकराला हाक मारून त्यानं चहा आणायला सांगितलं आणि दोघे मागच्या ऑफिसकडे वळले.

दुकानाच्या पाठीमागे एक लहानशी खोली होती. तिचं अभिरामनं चहापाण्याची जागा– कम ऑफिस बनवलं होतं.

चहा पिता-पिता अभिरामनं इकडच्या-तिकडच्या गप्पा मारायला सुरुवात केली. पण शिरीष काही मोकळेपणानं बोलेना. विचारलेल्या प्रश्नाचं उत्तर देत– तेसुद्धा 'हूं-हूं' करीत तो बसून होता. डोक्यावर कसलंतरी ओझं असल्यासारखा चेहरा गंभीर आणि ओढलेला होता.

मधेच अभिराम म्हणाला, ''तुझी ती पेटी मात्र अजब आहे हं! मला वाटतं, तो एखादा नवीन प्रकारचा टी. व्ही. असावा. गंमत म्हणजे, तुला त्याच्यावरचं चित्र दिसतं. पण मला मात्र बघता येत नाही. तुला काय वाटतं, टी. व्ही. असेल का तो?''

''अं– हो. असेलही.'' गंभीर स्वरात सावकाश शिरीष उत्तरला.

अभिरामनं त्याच्याकडे निरखून बघितलं. तो पुढं म्हणाला, ''तू लावून बघितलंस का रे ते यंत्र परत?''

''नाही. मी नाही लावलं ते यंत्र परत.'' सावकाश मान हलवीत शिरीषनं सांगितलं.

मग एकदम पुढे झुकून, टेबलाची कड घट्ट पकडून, अभिरामच्या डोळ्याला डोळा भिडवून तो म्हणाला, ''नाही. हे खरं नाही. मी ते यंत्र परत लावलं होतं. ते सांगायलाच मी इथं आलो होतो. पण हे मी कुणाला सांगू नये, कुणाला काही माहिती देऊ नये, असं मला त्यांनी सांगितलं आहे, ते सारखं मला आठवत आहे. आणि म्हणून इथं येऊनसुद्धा त्या चौकोनी यंत्राविषयी माझ्या तोंडून शब्द फुटत नव्हता.''

''त्यांनी? त्यांनी म्हणजे कुणी?'' शिरीषकडे रोखून बघत अभिरामनं विचारलं.

''यंत्रातल्या माणसांनी.'' शिरीष उत्तरला.

''यंत्रातल्या माणसांनी? म्हणजे यंत्रात चित्र दिसतं, तशी त्यात माणसंही असतात आणि ती तुझ्याशी बोलतात, असं म्हणायचं आहे का तुला?''

''हो. त्यांची भाषा मला समजत नाही. पण त्यांना काय म्हणायचं आहे ते मला बरोबर कळतं. पाहिजे तर याला टेलिपथी म्हण तू! त्या यंत्रासंबंधी मी कुठंही काहीही बोलू नये, असं त्यांनी माझ्या मनावर परत-परत ठसवलं आहे. त्यामुळं त्याविषयी कुणाला काही सांगण्याचा विचारही खरं म्हणजे माझ्या मनात नव्हता. पण...''

शिरीष जरा अडखळला. तेव्हा अभिराम म्हणाला, ''पण काय झालं? कशामुळं तुझा विचार बदलला?''

सांगावं की नाही, याचा विचार करीत शिरीष जरा घुटमळला आणि मग म्हणाला, ''आमच्या बँकेत खातं असलेल्या एका तरुणाचे वडील आज मला भेटायला आले होते. हा तरुण चांगला हुशार, सुशिक्षित आणि चांगल्या हुद्यावर असलेला आहे. आमच्याकडे बरीच वर्षं त्याचं खातं आहे आणि त्याच्यावर बरेच पैसे जमा आहेत– म्हणजे होते.''

''गेल्या तीन-चार महिन्यांपासून त्यानं खात्यावरून एकदम मोठाल्या रकमा काढायला सुरुवात केली. त्याच्या वडिलांच्या म्हणण्याप्रमाणे तो हे पैसे एका ठरावीक इसमाला नेऊन देतो. कुठल्याही प्रकारचा व्यवहार त्याच्याशी नसताना!''

''हा तर ब्लॅकमेलिंगचा प्रकार आहे.'' अभिराम म्हणाला. ''मीही त्याच्या वडिलांना तेच म्हटलं! पण ते म्हणतात की, ब्लॅकमेलिंग वगैरे काही नाही. त्यांच्या मुलाचं आतापर्यंतचं आयुष्य अगदी सरधोपट, साधं असं आहे, त्यांच्या डोळ्यांसमोरच तो मोठा झाला आहे. त्यामुळं ब्लॅकमेलिंग करण्याजोगं काही त्याच्या आयुष्यात घडलेलंच नाही, पण हा संमोहनाचा– हिप्नॉटिझमचा प्रकार मात्र असावा, असं त्यांना वाटतं. त्या इसमानं त्यांच्या मुलावर मोहिनी घातली आहे आणि त्यामुळं तो मागेल तेव्हा हा त्याला पैसे नेऊन देतो, असं त्यांचं म्हणणं आहे.

''या हकिगतीचा माझ्या स्वत:च्या अनुभवाशी प्रत्यक्ष काही संबंध नाही. पण त्याच्या वडिलांचं बोलणं ऐकता-ऐकता मला एकदम जाणवलं की, ते म्हणतात तसाच हिप्नॉटिझमचा प्रयोग माझ्यावरही होतोय! तोही एका यंत्रातून. टी. व्ही.तून म्हण हवं तर!

''हे लक्षात आलं आणि मी एकदम अस्वस्थ झालो! आज सकाळीच मी ते यंत्र दाखवण्यासाठी तुला माझ्याकडे ओढून आणलं होतं आणि नंतर अकरा वाजता बँकेत जाताना मात्र यंत्रासंबंधी सगळी माहिती तुझ्यापासूनसुद्धा लपवून ठेवायचं मी नकळतच ठरवलं होतं. त्या तरुणाची हकिगत ऐकताना मी भानावर आलो. आणि ते गृहस्थ गेल्यावर लगेच तुझ्याकडे आलो. तू कामातून मोकळा होईपर्यंत मला जरा वेळ थांबावं लागलं. तेवढ्या वेळात परत पहिल्या विचारानं– ही माहिती कुणाहीजवळ बोलू नये, या विचारानं उचल खाल्ली होती. मी जेव्हा तुला निखालस खोटं सांगितलं, तेव्हा मी परत जणू काही एकदम जागा झालो.''

''यंत्रातली माणसं तुझ्यावर प्रयोग करताहेत, असं तुला वाटतंय, याचा अर्थ, तुला जशी ती दिसतात, तसाच तूही त्यांना दिसत असला पाहिजेस.'' अभिराम म्हणाला. शिरीषची हकिगत ऐकून तो चांगलाच विचारात पडला होता.

''दिसतो ना! माझ्या खोलीत त्या यंत्रासमोर मी बसलेला आहे, हे दृश्य त्यांनी त्या यंत्रावर मला प्रत्यक्ष दाखवलं.''

"म्हणजे तो नुसताच टी. व्ही. नाही. तर कॅमेरासुद्धा आहे. पण हे सगळं तू केव्हा बघितलंस? सकाळी मी तुझ्याकडून परतल्यावर?"

"हो. आपण दोघं त्या यंत्राशी खटपट करीत असताना मधेच चित्र दिसत होतं, आणि परत पुसलं जात होतं. असं दोन-तीन वेळा झाल्यावर तू म्हणालास, "शिऱ्या, तुला चित्र दिसतं आणि मी बघायला लागल्यावर मात्र पुसलं जातं."– आठवतं?"

"हो."

"तू असं म्हणालास तेव्हाच माझ्या मनात आलं होतं, की खरोखरच असं होत नसेल ना? म्हणजे असं, की फक्त माझ्यासाठीच ते दृश्य पडद्यावर– त्या यंत्रावर उमटत होतं आणि दुसरं कुणी बघत आहे असं लक्षात आल्यावर ते पुसलं जात होतं."

"फक्त तुझ्यासाठी? जगातलं असं कुठलं केंद्र आहे, की जे फक्त तुझ्यासाठी प्रक्षेपण करतं आणि दुसऱ्यानं बघितलं तर प्रक्षेपण बंद करतं?" अभिरामनं किंचित खवचट हसत विचारलं.

"जगातलं?" शिरीष म्हणाला, "जगातलं नाही ते. त्या उडत्या तबकडीत असणार ते प्रक्षेपण केंद्र! मला काही सांगण्यासाठी म्हणून हेतूत: ते यंत्र माझ्याजवळ टाकण्यात आलं होतं. मला जे दिसलं, ते विमान किंवा इतर काही वाहन नव्हतं. ते कुठल्यातरी प्रकारचं अंतराळयान होतं याची मला आता खात्री पटली आहे."

एकदम सरळ ताठ बसून अभिराम म्हणाला, "मला परत एकदा सगळी हकिगत सांग बघू. पण थांब, मी दुकानात सांगून येतो, की काही झालं तरी मला हाक मारू नका म्हणून."

तो उठला आणि दुकानात जाऊन नोकरांना सांगून परत आला. येताच त्यानं खोलीचा दरवाजा लावून घेतला आणि खुर्चीत बसून तो म्हणाला, "हं, बोल आता निवांत."

सावधपणे, एकाग्र चित्तानं तो शिरीषची हकिगत ऐकू लागला.

घडलेली सर्व घटना शिरीषनं पुन्हा एकदा सविस्तर सांगितली आणि तो म्हणाला, "माझ्याऐवजी तिथं दुसरी एखादी व्यक्ती असती, तर ती तबकडी त्याच्याकडे झेपावली असती का? मला वाटतं, झेपावली असती. कुणीही मानवी व्यक्ती तिथं त्या वेळेला असती, तरी तिला तोच अनुभव आला असता. त्या यंत्राद्वारे कुणातरी माणसाशी संपर्क साधून त्यांना आपलं काम त्याच्याकडून करून घ्यायचं आहे."

"कसलं काम?"

"ते मला अजून नीटसं कळत नाहीये. पण मला वाटतं, त्यांच्या एका यंत्रात काहीतरी बिघाड झाला आहे आणि त्याची दुरुस्ती करण्यासाठी त्यांना इथली काहीतरी वस्तू हवी आहे."

"तुला एवढं सगळं कुठून आणि कसं कळलं?'' शिरीषचं बोलणं ऐकून थक्क झालेल्या अभिरामनं विचारलं.

"कुठून म्हणजे? त्या चौकोनी यंत्रावरच.'' शिरीष म्हणाला. विचार करीत, तो जरा वेळ थबकला. मग मान हलवीत तो म्हणाला, "त्याच्यावर काय-काय दिसलं, ते मी तुला सविस्तर सांगतो. सकाळी तू गेल्यानंतर, लगेच मी यंत्राची ती लोंबकळती दांडी खालच्या बटणाला टेकवली. बाय−द वे, ती दांडी त्या खालच्या बटणात खोचली जाते बरं का. तर ती दांडी त्या बटणाला टेकवल्याबरोबर पेटीवर आधीचंच चित्र उमटलं. दांडी बटणात खोचली जाते हे लक्षात आल्यामुळे मी ती तशी खोचून ठेवली आणि चित्र नीट निरखून पाहायला सुरुवात केली.

"त्यात एक अर्धगोलाकार खोली दिसत होती. तिच्या गोलाकार बाजूला ओळीनं अनेक यंत्रं बसवलेली – किंवा उभी – होती म्हण, अनेक उंच कपाटं शेजारी शेजारी मांडून ठेवली असावीत. आणि त्या कपाटांवर अनेक दिव्यांची उघडझाप होत असावी. मधेच काही ठिकाणी 'खट्-खट्' असं खटके पडत असावेत.

असं एकंदर ते दृश्य होतं. सगळ्याच दृश्यावर एक हिरवट रंग होता. आणि अनेक यंत्रं चालू असलेल्या ठिकाणी यावा, तसा अनेक आवाजांचा मिळून बनलेला एक मिश्र आवाजही ऐकू येत होता. पण तो अगदी मंद होता.

"चकित होऊन मी हे दृश्य बघत होतो आणि समजून घेण्याचा प्रयत्न करीत होतो. तोच खोलीचा तो भाग मागं सरकून खोलीचा आकार एकदम वाढल्यासारखा झाला. मला वाटतं, या दृश्यावर रोखलेला कॅमेरा मागं-मागं घेतल्यामुळे खोलीचा अधिक भाग दिसू लागला.

खोलीच्या मध्यभागी एका टेबलावर मला सापडलेल्या यंत्रासारखंच, पण जरा मोठ्या आकाराचं यंत्र ठेवलेलं होतं. आणि यंत्राच्या पाठीवर माझी खोली दिसत होती. माझ्यासकट!''

"आं!'' आश्चर्योद्गार काढून अभिराम सावरून बसला.

"किंचित पुढं झुकून, समोरच्या दृश्याकडे बघत खुर्चीत बसलेला मी स्पष्ट दिसत होतो. अवाक् होऊन मी ते दृश्य बघतच राहिलो. काही वेळ असाच गेला. आणि मग−''

"मग?'' अभिराम अधीर झाला होता.

"त्या खोलीच्या उजवीकडून एक स्त्री आत आली. कदाचित, ती आधीपासूनच खोलीत असेल. पण कॅमेऱ्याच्या कक्षेबाहेर असल्यानं मला दिसली नसेल.''

"स्त्री? अंतराळयानातली?''

"हो! म्हणजे ती स्त्री असावी, असा माझा तरी समज झाला. ती खोलीच्या मध्यभागी आली. आणि−''

''पण ती होती कशी? पृथ्वीवरच्या, आपल्या सर्वसाधारण स्त्रियांसारखी? की काही विचित्र आकाराची, चार पायांची वगैरे?''

''नाही. बरीचशी आपल्या पृथ्वीवरच्या स्त्रियांसारखीच दिसत होती. म्हणून तर ती स्त्री असावी, असा मी अंदाज केला. मात्र डोकं प्रमाणाबाहेर उंच होतं. डोक्यावर कसलीतरी घट्ट टोपी बसवलेली दिसत होती. अंगात आपल्याकडे कव्हरॉल असतो, तशा प्रकारचं काहीतरी हिरव्या रंगाचं घातलेलं होतं. निसरड्या जमिनीवरून आपण जसं तोल सावरत जरा डगमगत चालतो, तशी ती चालत होती. त्यामुळं मी तिच्या पायांकडे जरा निरखून बघितलं. तिच्या पायांना लांब-लांब अशी चारच बोटं होती. पुढच्या बाजूला तीन बोटं आणि पाठीमागे टाचेचा भाग निमुळता होत गेला होता. त्यालाही एक नख होतं. – बोटासारखं! हातांनाही चार– चारच बोटं होती. अंगठा पंज्यापासून बराच सुटलेला असल्यासारखा दिसत होता. आणि गंमत म्हणजे, तो जवळजवळ बाकीच्या बोटांइतकाच लांब होता.

''पण सर्वांत चमत्कारिक होते ते तिचे डोळे! आपल्या चेहऱ्याच्या मध्यभागी नाक असतं आणि नाकाच्या दोन्ही बाजूंना, पण चेहेऱ्याच्या पुढच्याच भागात डोळे असतात. हिच्या चेहऱ्यावर मध्यभागी चपटसं असं नाक होतं आणि डोळेही नाकाच्या दोन बाजूंनाच होते. पण ते नाकाच्या जवळ नसून, दोन-तीन बोटं अंतरावर सुरू होऊन चेहऱ्याच्या डाव्या-उजव्या बाजूंच्या कानांवर येऊन थांबत होते.''

''चेहऱ्याच्या दोन्ही बाजूंना आणि मोठे डोळे असल्यानं तिचं दृष्टीचं क्षेत्र खूपच मोठं होत असणार–'' अभिराम मधेच म्हणाला.

''एवढे मोठे, लांबलचक डोळे मी जन्मात पहिल्यांदाच पाहत होतो. ती स्त्री चालत-चालत खोलीच्या मध्यभागी आली. त्या चपट्या पेटीला झाकून टाकत ती समोर उभी राहिली. तिनं माझ्याकडे तोंड वळवलं आणि मान वर करून, सरळ माझ्या डोळ्यात बघून ती हसली.''

''तिनं माझ्याकडे बघितलं, तेव्हा मला झटका बसल्यासारखंच झालं. तिचे डोळे विलक्षण होते. ते मोठे आणि भेदक तर होतेच; पण त्यात प्रचंड आकर्षणही होतं. माझ्याकडे बघून–''

''थांब, थांब!'' शिरीषला अडवीत अभिरामनं म्हटलं, ''तुझ्या डोळ्यांत बघून ती हसणं कसं शक्य आहे? तू तर तुझ्या खोलीत होतास!''

''मलाही त्याचंच आश्चर्य वाटत होतं. पण विचारान्ती मला असं वाटतं, की माझी प्रतिमा तिला एखाद्या पडद्यावर किंवा यंत्रावर दिसत असली पाहिजे. हा पडदा खोलीच्या मला दिसत नसलेल्या भागात असावा. त्या प्रतिमेकडे बघून ती हसली. त्या प्रतिमेचा तिच्याशी असलेला कोन आणि माझ्या चौकोनी पेटीत दिसणाऱ्या

तिच्या प्रतिमेशी असलेला माझा कोन हे अगदी सारखे असले पाहिजेत, त्यामुळे आम्ही एकमेकांना प्रत्यक्ष बघत असल्यासारखं वाटत होतं.''

''पण तू तर म्हणालास, की तुझ्याकडे आहे तसल्याच चपट्या पेटीवर तुझी प्रतिमा दिसत होती.''

''होय. खरं आहे. पण मला असं वाटतं, की मी त्यांना दिसतो हे मला सांगण्यापुरताच त्या प्रतिमेचा उपयोग त्यांनी केला. कारण त्यानंतर त्या पेटीवर कुठलीच प्रतिमा मला दिसली नाही.''

''तुला दिसणारी ही स्त्री किती उंच होती?'' अभिरामनं विचारलं.

''अं– नक्की काही सांगता येत नाही. तिच्या उंचीचा अंदाज करायला मला काहीच साधन नव्हतं. ती खोली, त्यातली ती यंत्र यांच्या उंचीची किंवा आकारमानाची मला काहीच कल्पना नव्हती. पडद्यावर दिसणाऱ्या चित्रावरून उंची ठरवता येत नाही. पण एक मात्र खरं! ती स्त्री काही बेढब, खूप उंच किंवा खूप बुटकी वाटत नव्हती. तिचं डोकं मात्र प्रमाणाबाहेर उंच वाटत होतं.''

''थोडक्यात म्हणजे, आपल्या डोळ्यांना सर्वसाधारणपणे ज्या प्रमाणातलं मानवी शरीर बघायची सवय झाली आहे, त्याच प्रमाणातली– म्हणजे शरीराची उंची आणि रुंदी यांचं एकमेकांशी तेच प्रमाण असलेली अशी ती स्त्री होती तर!'' अभिराम म्हणाला.

''बरोबर!'' शिरीष उद्गारला, ''तिनं हसून माझ्याकडे बघितलं आणि बोलायला सुरुवात केली. ती 'स्त्री असावी' असं वाटण्याचं आणखी एक कारण म्हणजे, तिचा आवाज, तो आपल्या पृथ्वीवरच्या स्त्रियांच्या आवाजाशी साम्य असलेला– म्हणजे वरच्या पट्टीतला होता. पुरुषी आवाजासारखा खालच्या पट्टीतला नव्हता. मला अगम्य असलेल्या अशा कुठल्यातरी भाषेत ती बोलत होती. तिचं अक्षरही मला कळत नव्हतं; पण तिचं बोलणं मात्र विलक्षण आकर्षक होतं. एखादं वाद्य सुरेल वाजत असावं, आणि ते ऐकत राहावसं वाटावं, तसं तिचं बोलणं ऐकावसं वाटत होतं.''

शिरीष क्षणभर थबकला आणि मग पुढं म्हणाला, ''मला तिच्या बोलण्याचं आकलन होत नाही, हे तिच्या लक्षात आलं असावं. कारण बोलता-बोलता ती थांबली. भिंतीशी उभ्या असलेल्या यंत्रांपैकी एका यंत्राजवळ गेली. तिनं कुठलीतरी कळ दाबली. त्याबरोबर त्या यंत्राच्या पुढच्या भागावर एक चौकोनी, हिरवा पडदा सरकला. यंत्राच्या उजव्या भागात अनेक खण असल्यासारखे दिसत होते. त्यातले काही तिनं पुढं ओढले. काही मागे सारले. आणि परत एक कळ दाबली. त्यासरशी त्या पडद्यावर चित्रं दिसू लागली.''

''कसली चित्रं?'' अभिरामनं न राहावून विचारलं. शिरीष सांगत असलेली हकिगत इतकी विलक्षण होती, की तो चकित होऊन ऐकत होता. शिरीष आपली

फिरकी तर घेत नाही ना, अशी शंका त्याला सुरुवातीला आली होती. पण ज्या गंभीरपणानं आणि कळकळीनं शिरीष बोलत होता, ती बघून त्याची ती शंका कुठल्या कुठं पळाली होती.

एक विचार मात्र त्याच्या मनात राहून-राहून येत होता. हे सगळे शिरीषच्या मनाचे तर खेळ नाहीत ना? त्या चौकोनी पेटीवर क्षणभर काहीतरी चित्र दिसल्यासारखं आपल्यालाही वाटलं होतं. पण ते तरी खरं का? की शिरीष तसं म्हणाल्यामुळं आपल्याला तसा भास झाला? आणि तेवढा आधार पुरेसा धरून शिरीषच्या कल्पनेनं पुढचा सगळा डोलारा उभा केला?...

शिरीष बोलत असताना अभिराम त्याच्या चेहऱ्यावरचे भाव निरखून त्याच्या मन:स्थितीचा अंदाज बांधण्याचा प्रयत्न करीत होता.

पेटीवर दिसणाऱ्या चित्रात दुसरं एक चित्र दिसू लागलं म्हणताच न राहावून त्यानं विचारलं, "कसलं चित्र?"

परत जरा थांबून विचार करीत शिरीष म्हणाला, "पहिलं चित्र किंवा फोटो आकाशाचा होता. अनेक ग्रह-तारे दिसत होते. मात्र पृथ्वीवरून दिसतं तसं ते आकाश दिसत नव्हतं. म्हणजे आपल्याला नेहमी दिसणारी नक्षत्रं म्हणजे मृग नक्षत्र, व्याधाचा बाण, सप्तर्षी, शुक्र, मंगळ हे ग्रह यांच्यापैकी काही नव्हतं. अंतराळातला कुठला भाग होता, कुणास ठाऊक! बघता-बघता त्यातली एक चांदणी मोठी-मोठी होऊ लागली. आणि मग बाकीचं दृश्य पुसलं जाऊन पडद्यावर फक्त एक मोठा हिरवट-पिवळसर रंगाचा गोल दिसू लागला. त्या गोलाभोवती तीन, लहान गोल फिरताना दिसत होते."

"उपग्रह." अभिराम म्हणाला.

"त्या स्त्रीनं त्या चित्राकडे हात करून मला काहीतरी सांगण्याचा प्रयत्न केला. मग ते चित्र पुसलं जाऊन, त्या ठिकाणी उडत्या तबकडीचं चित्र आलं. मी बघितलेल्या तबकडीचं!"

"कशी होती ती?"

"दोन बश्या एकमेकींवर पालथ्या घातल्या, तर जशा दिसतील तशी ती दिसत होती. तिची संपूर्ण गोल कड प्रकाशानं लखलखली होती आणि वरती-खालतीही बरेच लुकलुकणारे दिवे होते. मी बघत असतानाच ती तबकडी गोल फिरली आणि मला दिसलं की, तबकडीचा काही भाग अंधारात होता. त्या गोल, लखलखीत कडेचा एक तुकडा विझलेला दिसत होता.

"त्या स्त्रीनं त्या विझलेल्या भागाकडे बोट दाखवलं आणि मग खोलीतल्या यंत्रांच्या दिशेनं हात फिरवला. त्यावरून मला वाटलं की, ती खोली त्या विझलेल्या भागात असावी."

"तिनं मग चित्रं दाखवणं बंद केलं आणि ती उजवीकडच्या कपाटासारख्या यंत्राजवळ गेली. त्या यंत्राच्या वरच्या भागात एकही दिवा लागलेला दिसत नव्हता, हे माझ्या तेव्हा कुठं लक्षात आलं. तिनं त्या वरच्या भागातला एक दरवाजा उघडला. त्या कप्प्यात ओळीनं एकाखाली एक बसवलेल्या बऱ्याच पट्ट्या होत्या. पट्ट्या पिवळ्या रंगाच्या होत्या आणि पट्ट्यांच्या दोन्ही बाजूंना स्क्रू होते. त्या स्क्रूमधून पुष्कळ तारा निघून यंत्राच्या आतल्या भागात गेलेल्या होत्या. त्या स्त्रीनं मला त्या पट्ट्या दाखवल्या आणि त्या पट्ट्यांमधल्या एका जागेकडं बोट केलं. ती जागा रिकामी होती! एकाखाली एकसारख्या बसवलेल्या सारख्या आकाराच्या त्या पट्ट्यांमधे बरोबर पट्टीच्याच आकाराची रिकामी जागा होती. म्हणजे त्याचा अर्थ स्पष्ट होता. तिथली पट्टी पडली होती, मोडली होती, किंवा जळली होती. किंवा तिचं तसंच काहीतरी झालं होतं.

"पट्टीची ती रिकामी जागा दाखवून त्या स्त्रीनं माझ्याकडे पाहिलं. मग अगदी माझ्या डोळ्यांत रोखून पहात ती मला काहीतरी सांगू लागली. ती कोणत्या भाषेत बोलत होती, कुणास ठाऊक! पण हळूहळू मला वाटायला लागलं, की तिला काय सांगायचंय ते आपल्याला कळतंय. ती सांगत होती: "त्यांच्या अंतराळयानामध्ये बिघाड झाल्यामुळं त्यांना पृथ्वीकडे यावं लागलं. जेव्हा हा बिघाड झाला, तेव्हा त्यांच्या भ्रमणमार्गाच्या जवळ असलेला आणि त्यांना सोसेलसं वातावरण असलेला पृथ्वी हाच ग्रह होता. पृथ्वीच्या कक्षेत प्रवेश करताना यानाचं आणखी नुकसान झालं. पृथ्वीवर उतरल्यापासून कित्येक दिवस ते यानाची दुरुस्ती करताहेत. बहुतेक काम पूर्ण होत आलं आहे. पण त्या पिवळ्या पट्टीवाचून मात्र काम अडलं आहे. त्यांना तशी पट्टी मिळायला हवी आहे. म्हणजे दुरुस्ती पूर्ण करून त्यांचं यान परत जाऊ शकेल.''

"हे सगळं तुला त्यांची भाषा कळत नसतानाही समजलं?'' अभिरामनं आश्चर्यानं विचारलं.

"हो.'' मान डोलवीत शिरीषनं सांगितलं.

"आश्चर्य आहे! बरं, पण मग पुढं काय झालं?''

"पुढं!'' ती बोलत होती– आणि मी ऐकत होतो! हे चालू असतानाच दारावरची बेल वाजली. तिलाही ती ऐकू गेली असावी. बोलता-बोलता ती थांबली आणि माझ्याकडे बघत राहिली. मी बेलकडे दुर्लक्ष केलं. जरा थांबून ती पुन्हा बोलू लागली. तेवढ्यात पुन्हा बेल वाजली. आणि मग परत-परत वाजत राहिली. वैतागून मी उठलो आणि दार उघडायला गेलो. माझी कामवाली बाई आली हाती. तिला दार उघडून मी परत गेलो, तो पेटी कोरी झाली होती! बटणं खाली-वर करण्याचा खेळ मी थोडा वेळ केला. पण काही उपयोग झाला नाही.'' शिरीषच्या आवाजात निराशा उमटली होती.

“म्हणजे त्यानंतर पुढं काही दिसलं नाही का?”

“सांगतो! पेटी बंद झाल्यावर माझं घड्याळाकडे लक्ष गेलं, दहा वाजले होते. आता घाई करून बँकेत जायला हवं होतं. पेटीचा विचार डोक्यातून काढून टाकून, मी माझी दाढी, अंघोळ वगैरे उरकलं. काम आटोपून मोलकरीणही निघून गेली. मी घराची दारं-खिडक्या लावून घेतल्या. कुलूप हातात घेऊन बाहेर पडणार, तेवढ्यात पेटीवर चित्र दिसू लागलं आणि खेचल्यासारखा मी त्याच्यासमोर जाऊन बसलो! मला बघून ती स्त्री चांगली ओळख असल्यासारखी हसली आणि बोलू लागली. त्यांचं आणि त्यांच्या यानाचं अस्तित्व माझ्याखेरीज दुसऱ्या कुणालाही न समजणं किती महत्त्वाचं आहे ते ती मला समजावून सांगत होती.”

भाषा न समजता याला इतकं सगळं कसं कळलं? – अभिरामच्या मनात आलं. विचार – प्रक्षेपण – टेलिपथी – म्हणतात, ती हीच का? पण टेलिपथीसाठी तर काहीच बोलण्याची आवश्यकता नसते. मग ही काय भानगड आहे? की हे सगळे याच्या मनाचेच खेळ आहेत?...

पण शिरीष तसा समतोल विचारांचा आणि बुद्धिमान तरुण आहे. आपण त्याला लहानपणापासून ओळखतो आहोत. त्याच्या मनाचा तोल ढळून तो बोलतो आहे, असं काही वाटत नाही. मग हे सगळं खरं असेल का?...

शिरीष पुढं सांगत होता. “ती बोलत होती आणि मी भारल्यासारखा होऊन ऐकत बसून होतो. इतक्यात फोन वाजला. ती बोलायची थांबली. फोन करणाऱ्या व्यक्तीचा मला अगदी संताप आला. रागारागानं उठून मी फोन घेतला.

“फोन बँकेतून आला होता. मी परतलो की नाही, बँकेत येणार आहे की नाही याची चौकशी आमचा कॅशिअर करीत होता. त्याचा आवाज ऐकून मी भानावर आलो. घड्याळात पाहिलं, तर अकरा वाजले होते! त्या स्त्रीचं बोलणं ऐकताना मी बाकी सगळं काही विसरलो होतो. ‘मी येतोच आहे’ असं सांगून मी फोन बंद केला, आणि उठून निश्चयपूर्वक पेटी बंद केली. तिची लोंबकळती दांडीच खालच्या बटणातून काढून टाकली. बँकेत गेलो. बँकेत त्या गृहस्थांची हकिगत ऐकली आणि माझ्या लक्षात आलं, की मीही कुणाच्यातरी– त्या परग्रही स्त्रीच्या प्रभावाखाली जातो आहे. म्हणून ही हकिगत तुला सांगायचं ठरवून मी इथं आलो. आणि तरीही ती माझ्या तोंडून चट्‌कन बाहेर पडत नव्हती.”

स्वत:ची हकिगत संपवून शिरीष गप्प झाला. काय बोलावं ते न सुचून अभिरामही काही वेळ गप्प राहिला. मग शेवटी तो म्हणाला, “तुझ्या पेटीवर दिसणारं हे सगळं मीही एकदा बघतो आणि मग.”

“तू बघतो आहेस असं लक्षात आलं, तर पेटीवर काहीच दिसणार नाही!” त्याला अडवीत शिरीषनं शंका बोलून दाखवली.

"ही अडचण काही मोठी नाही. मी कुठंतरी लपून हे सगळं बघू शकेन. यंत्र सुरू केल्यावर खोलीत फक्त तू दिसशील. आणि एखाद्या पडद्याआड किंवा दारामागे लपून मी सगळं बघेन. आपण दोघं मिळून बघू आणि मग पुढं काय करायचं ते ठरवू."

"हां! चालेल. मलाही वाटतं, असंच करावं. केव्हा येशील तू माझ्याकडे?" शिरीषनं विचारलं.

"रात्री दुकान बंद झालं की तुझ्याकडे येतो. नऊ-साडेनऊपर्यंत नक्की."

"ठीक आहे. मी निघतो तर मग आता. खूप कामं पडली आहेत." असं सांगून शिरीषनं अभिरामचा निरोप घेतला आणि अभिरामही गिऱ्हाइकांकडे वळला.

दिवसभर शिरीषचाच विषय अभिरामच्या डोक्यात घोळत होता. रात्री नेहमीपेक्षा थोडं लौकरच दुकान बंद करून तो घरी गेला. कसेबसे चार घास जेवला आणि बाहेर पडला.

त्याची उत्सुकता एव्हाना पुरती ताणली गेली होती. आपल्याला त्या पेटीवर काय दिसेल? आपण लपून बघतो आहे, हे त्या लोकांच्या लक्षात तर येणार नाही ना? – असा विचार करीत तो शिरीषच्या घरापाशी पोहोचला–

– आणि आश्चर्यचकित होऊन उभा राहिला!

घरात संपूर्ण काळोख होता आणि बाहेरच्या दाराला कुलूप लटकत होतं!

अभिरामनं घड्याळ बघितलं. नऊ वाजून पाच मिनिटं झाली होती. नेमका ठरल्या वेळी हा कुठं गेला?

त्या पेटीवर दिसणारं दृश्य आणि ती परग्रही स्त्री आपण केव्हा एकदा बघतो असं त्याला झालं होतं. कदाचित शिरीष कुठंतरी बाहेर गेला असावा. आणि त्याला यायला उशीर असावा. अभिरामनं वाट बघायचं ठरवलं.

शिरीषचं बंगलीवजा घर तसं गावापासून लांब होतं. अगदी जवळ असं दुसरं कुणाचं घर नव्हतं. त्यामुळे कुणाकडे चौकशीही करता येत नव्हती.

थोडा वेळ अभिराम पायऱ्यांवर तसाच उभा राहिला. मग कंटाळून पाय मोकळे करायला म्हणून त्यानं बंगलीभोवती चक्कर मारायचं ठरवलं.

फिरत-फिरत तो मागच्या बाजूला पोहोचला, तेव्हा घरातून कुणाच्यातरी बोलण्याचे अस्पष्ट आवाज ऐकू येत आहेतसं त्याला वाटलं.

शिरीष घरात नाही. आणि बोलण्याचे आवाज कसे येताहेत?

सावध होऊन दबकत-दबकत अभिराम आवाजाच्या रोखानं पुढं सरकला.

स्वयंपाक घराशेजारच्या, फारशा वापरात नसलेल्या अशा कोठीच्या खोलीतून आवाज येत होता!

शिरीषच्या घराची वीटन् वीट अभिरामच्या ओळखीची होती. कोठीच्या खोलीच्या

दोन्ही खिडक्यांच्या लाकडी तावदानांना असलेली भोकं त्याच्या चांगल्याच माहितीची होती.

हलक्या पावलांनी पुढे होऊन त्यानं एका भोकाला डोळा भिडवला.

– आणि थक्क होऊन तो बघत राहिला!

स्टुलावर ती चौकोनी पेटी ठेवून समोर खुर्चीवर शिरीष बसला होता आणि मंत्रमुग्ध झाल्यासारखा पेटीवरच्या दृश्यांकडे बघत होता. खोलीत अंधार होता, पण पेटीतला प्रकाश त्याच्या चेहऱ्यावर पडल्यामुळे त्याची भारल्यासारखी अवस्था स्पष्ट दिसत होती!

ठरलेल्या वेळी घरात अंधार करून, बाहेर कुलूप लावून आणि घराच्या पाठीमागच्या भागात असलेल्या कोठीच्या खोलीत बसून तो गुपचूप ती पेटी बघत होता. याचा अर्थ स्पष्ट होता!

– त्याला अभिरामनं ती पेटी बघायला नको होती!

दुपारच्या त्याच्या वागण्यात आणि आताच्या वागण्यात जमीन-अस्मानाचा फरक होता! हा फरक कशामुळं पडला होता?...

अभिराम विचार करू लागला. असं तर नसेल झालं, न राहवून संध्याकाळी शिरीषनं ते यंत्र सुरू केलं असेल आणि मग त्या स्त्रीचा पगडा त्याच्यावर बसून त्यानं पुढची हालचाल केली असेल...

काही असलं तरी आत्ता त्याला अभिरामची लुडबुड नको होती एवढं नक्की!...

अभिरामनं आता पेटीवर लक्ष केंद्रित केलं.

पेटीवर एका टेकडीचं चित्र दिसत होतं. टेकडी अगदी पृथ्वीवरच्या टेकडीसारखी दिसत होती! तिच्यावरच्या हिरव्या झाडांसकट!

बघता-बघता अभिरामच्या एकदम लक्षात आलं, की ही टेकडी पृथ्वीवरच्या टेकडीसारखी दिसते आहे. कारण ती इथलीच आहे! अगदी आपल्या गावाजवळची! गावाच्या पश्चिमेला असलेली हनुमान टेकडी आहे ही!

एवढ्यात टेकडीचं चित्र पुसलं गेलं आणि त्या जागी एक स्त्री दिसू लागली! शिरीषनं वर्णन केलेली– उंच डोक्याची, मोठ्या लांब डोळ्यांची!

शिरीषकडे बघून ती काहीतरी बोलू लागली. अभिरामनं तिचं बारीक निरीक्षण सुरू केलं. आणि त्याला जाणवलं, की खरोखरच त्या स्त्रीचे डोळे विलक्षण आकर्षक आहेत! तिच्याकडे लावलेली नजर हलवूच नये असं वाटण्याइतके आकर्षक!

त्या स्त्रीचं बोलणं ऐकून की काय, शिरीषनं त्याच्या बोटातली अंगठी काढून पेटीसमोर धरलेली अभिरामला दिसली.

हा काय करतोय? ही अंगठी यानं अशी पेटीसमोर का धरली आहे? ती

पेटीतून तिकडं तर पोहोचणार नाही ना? – असा विचार अभिराम करतो आहे, तोच त्या स्त्रीनं दुर्बिणीसारखी काहीतरी वस्तू अंगठीवर रोखलेली त्यानं बघितली. – हिला ही अंगठी आवडली आहे की काय?

एवढ्यात तिनं ती दुर्बीण टेबलावर ठेवली. शिरीषनं वर्णन केल्याप्रमाणेच कळ दाबून यंत्रावर पडदा सरकवला. आणि हातात पेन्सिलीसारखं काहीतरी घेऊन ती त्यावर काहीतरी रेखाटू लागली!

बघता-बघता पडद्यावर अंगठीचं चित्र तयार झालं!

एकच अंगठी काढून ती थांबली नाही एकामागून दुसरी, दुसरीमागून तिसरी, चौथी, पाचवी...

अभिराम मोजत राहिला!

तिनं अशा बेचाळीस अंगठ्या काढल्या आणि शिरीषकडे वळून ती परत बोलू लागली.

अभिरामला तिचं अक्षरही कळत नव्हतं; पण बोलणं ऐकत राहावंसं वाटत होतं. तिच्या बोलण्याला एक सुरेख नाद होता, एक लय होती.

कोणत्या ग्रहावरून ती आली होती, कुणास ठाऊक! इतक्या लांबच्या प्रवासानंतर तिच्या यानात बिघाड झाला होता. तो आता ती कसा दुरुस्त करणार होती? स्वग्रहावर परत कशी जाणार होती?

तिची अडचण दूर करायला तिला काहीतरी मदत करायला हवी...

हा विचार मनात येताच अभिराम भानावर आला...

आपणही तिच्या प्रभावाखाली जात चाललो आहोत की काय? शिरीषवर तर तिनं उघडउघडच मोहिनी घातलेली होती.

हे बरोबर नाही! कुणाच्याही आहारी असं जाणं चांगलं नाही. शिरीषला तिच्या प्रभावाखालून ओढून काढलं पाहिजे. त्या पेटीसमोर त्याचं बसणं बंद केलं पाहिजे.

पण कसं?....

अभिरामला एक कल्पना सुचली. तो लगबगीनं पुढच्या दारी गेला आणि त्यानं दारावरची बेल दाबली. दोन मिनिटं थांबून परत दोन-तीनदा बेल दाबली आणि तो घराच्या मागच्या दारी येऊन उभा राहिला.

पुढच्या दाराला कुलूप होतं. कोण आलं आहे, हे बघण्यासाठी शिरीषला मागचं दार उघडून बाहेर यायला लागणार होतं.

पण मागचं दार उघडलंच नाही!

थोडा वेळ थांबून अभिराम कोठीच्या खोलीजवळ गेला. खिडकीच्या भोकाला डोळा लावून त्यानं आत पाहिलं.

आत अंधार होता!

यंत्र बंद झालं होतं. मग शिरीष काय करीत होता?

थोडा वेळ वाट बघून अभिराम पुढील दारी गेला. दोन-तीनदा बेल वाजवून तो परत मागच्या दाराशी येऊन उभा राहिला.

पण शिरीष बाहेर आलाच नाही! ते यंत्रही परत सुरू झालं नाही! आता काय करावं?...

आपण घरात असल्याचं कळू नये म्हणून घराला बाहेरून कुलूप लावून आत बसलेल्या माणसाला बाहेर काढणार तरी कसं?

बराच वेळ शिरीषच्या घराभोवती घुटमळून शेवटी कंटाळून अभिराम त्याच्या घरी परतला.

दुसऱ्या दिवशी सकाळी आठ वाजताच अभिराम शिरीषकडे गेला.

तो येईल याची शिरीषला कल्पना होतीच. कारण अभिराम येताच तो म्हणाला. "ये. मला वाटलंच होतं की तू येशील!"

"काल रात्रीही मी आलो होतो ठरल्याप्रमाणे!" त्याच्याकडे रोखून बघत अभिराम म्हणाला.

"काल? - होय, खरंच की! काल आपलं ठरलं होतं नाही का? पण गंमत काय झाली की, संध्याकाळी मी ते यंत्र लावलं. पाच मिनिटं ते चाललं, आणि मग 'खड्-खड्' असा आवाज होऊन जे बंद पडलं, ते काही केल्या परत सुरूच होईना! मी परत-परत प्रयत्न करून जाम वैतागलो. पण ते काही सुरू होईना! शेवटी कंटाळून मी सिनेमाला जाऊन बसलो. तू येणार होतास हे मी विसरूनच गेलो बघ!"

अभिराम बघतच राहिला!

आईनं दिलेला मार आणि मास्तरांनी पिळलेला कानसुद्धा त्याला येऊन सांगणारा त्याचा जिवलग मित्र आज त्याच्याशी निखालस खोटं बोलत होता!

काहीही स्वार्थ साधायचा नसूनसुद्धा!

तो रात्री घरातच होता असं म्हटलं, तर तो नाकबूल होईल आणि वादावादीला सुरुवात होईल, हे अभिरामच्या लक्षात आलं.

शिरीषशी त्याला वाद निर्माण करायचा नव्हता. उलट, त्याच्या कलाकलानं वागून, त्याच्या मनावरचा त्या पेटीचा पगडा कमी करायचा होता. म्हणून नेहेमीच्या आपल्या खेळीमेळीच्या स्वरात तो म्हणाला, "शिऱ्या, एवढा बँकेचा एजण्ट तू! आणि माझ्यासारख्या महत्त्वाच्या माणसाला दिलेली अपॉइंटमेंट विसरतोस म्हणजे कमाल आहे हं तुझी! कसं रे व्हायचं तुझ्या बँकेचं!" असं म्हणून हसत तो पुढं म्हणाला, "ते जाऊ दे! काल मी टल्ला खाऊन परत गेलो ते गेलो. पण आता तरी काही मनोरंजन करशील की नाही माझं? तुझ्या त्या

इंपोर्टेड - म्हणजे चक्क परग्रहावरून इंपोर्टेड टी. व्ही. वर काही चित्रपट वगैरे दाखवशील की नाही?''

''आत्ता? आत्ता तर माझ्याकडे बँकेतले दोघे जण यायचे आहेत. खूप कामं साचून राहिलीयत म्हणून काही फायली घेऊन मी त्यांना घरी यायला सांगितलं आहे.''

''काल तर तू तसं काही बोलला नव्हतास.''

''नाही. आजच सकाळी त्यांना निरोप पाठवला. येतीलच ते दोघं आता एवढ्यात.''

आता मात्र अभिराम गंभीर झाला. त्याला ती पेटी बघता येऊ नये, याची पुरती व्यवस्था शिरीषनं करून ठेवली होती.

मग बोलणं पुढे न वाढवता अभिरामनं त्याचा निरोप घेतला. घरी परतताना त्यानं मनाशी एक निश्चय मात्र केला, शिरीषला कल्पना नसेल अशा वेळी - म्हणजे संध्याकाळी, दुकानाच्या भर गर्दीच्या आणि धंद्याच्या वेळी येऊन या प्रकरणाचा पुरता छडा लावायचा. शिरीषच्या विरोधाला न जुमानता. वाटल्यास त्याच्याशी भांडण करून आपला हेतू साध्य करून घ्यायचा.

शिरीषला दिसलेली ती तबकडी म्हणजे एक अंतराळयान होतं, याबद्दल आता त्यालासुद्धा शंका राहिली नव्हती. शिरीष त्यातल्या माणसांच्या प्रभावाखाली इतका गेला होता, की तो जराही न कचरता निखालस खोटं बोलत होता!

अभिरामचं मन त्याला सांगत होतं, की ही परिस्थिती शिरीषला धोकादायक आहे. म्हणून काहीही करून ते चौकोनी यंत्र ताब्यात घेऊन कुणातरी अधिकारी व्यक्तीकडे जाणं आवश्यक आहे.

पण अधिकारी व्यक्ती म्हणजे कोण?

पोलीस?

पोलीस-कमिशनरांची आणि त्याची थोडीफार ओळख होती. सहज जाऊन गप्पा मारण्याइतकी मात्र नव्हे! पण त्या पेटीसारखी विलक्षण वस्तू घेऊन तो त्यांच्याकडे गेला असता, तर त्यांनी त्याचं म्हणणं नक्कीच ऐकून घेतलं असतं.

घडलेली सगळी हकिगत त्यांच्या कानावर घालायची आणि ती पेटी त्यांना दाखवायची, तीही तातडीनं असा निर्णय अभिरामनं मनाशी घेऊन टाकला, तेव्हा त्याला जरा स्वस्थ वाटलं.

पण पोलीस-कमिशनरांकडे जाण्याची वेळच आली नाही.

संध्याकाळी एका नेहमीच्या गिऱ्हाइकाला निरोप देऊन झाल्यावर अभिराम दुकानाच्या दारात उभा होता. थोड्या वेळानं शिरीषकडे जावं; असा एक अर्धवट विचारही त्याच्या डोक्यात होता. अभिरामचा निरोप घेऊन गिऱ्हाईक दुकानाच्या पायऱ्या उतरू लागलं आणि अभिरामला शिरीष दिसला!

त्याला वाटलं, शिरीष आपल्याकडेच येतो आहे. हात उंचावून शिरीषकडे बघून तो हसला.

पण शिरीषनं त्याच्याकडे बघितलंसुद्धा नाही! कसल्यातरी तंद्रीत असल्यासारखा तो अभिरामच्या दुकानावरून सरळ पुढं चालत गेला.

अभिराम बघतच राहिला!

शिरीष पुढं गेला आणि चार दुकानं टाकून पलीकडे असलेल्या हजारीमल सराफाच्या दुकानात शिरला.

शिरीषच्या विचित्र वागण्याचं आश्चर्य करीतच अभिराम दुकानाकडे वळला. त्यानंतर गिऱ्हाइकांशी बोलताना, इतर कामं करताना त्याचं निम्मं लक्ष शिरीषकडेच लागलेलं होतं.

शिरीषनं असं का केलं?

आपल्या दुकानावरून जाताना आपल्याकडे वळूनसुद्धा पाहिलं नाही!

आपलं हात हलवून हसणं हे त्याला नक्कीच दिसलं असणार; पण त्यानं ओळखसुद्धा दाखवली नाही!

की त्यानं आपल्याला ओळखलंच नाही?

या विचारासरशी अभिराम हादरला. संमोहनाखाली असलेली माणसं अशी वागतात का? शिरीष त्या परग्रही स्त्रीच्या प्रभावाखाली इतका गेला आहे का, की तो आपलीही ओळख विसरला आहे?...

अभिराम भयंकर अस्वस्थ झाला! शिरीषला हजारीमलच्या दुकानात जाऊन अर्धा-पाऊण तास झाला होता. अजूनही कदाचित तो तिथं असेल, त्याला तिथं गाठावं, अशा विचारानं अभिराम नोकराला सांगून दुकानातून बाहेर पडला.

हजारीमलच्या दुकानात नेहमीप्रमाणेच गर्दी होती. "जरा अर्जण्ट काम आहे." असं सांगून अभिरामनं त्याला त्याच्याा गिऱ्हाइकांच्या घोळक्यातून बाजूला काढला. अभिरामचा गंभीर, चिंताक्रांत चेहरा बघून हजारीमल शेठनंही आढेवेढे घेतले नाहीत.

"शिरीष... अंऽ... केळकरसाहेब आले होते का?" अभिरामनं विचारलं.

"हां! आत्ताच पाच-दहा मिनिटांपूर्वी गेले बघा ते." हजारीमलनं सांगितलं.

तो इथं कशाला आला होता? त्यानं काय खरेदी केली? इथून तो कुठं गेला? - पण हे प्रश्न शेठला कसे विचारावे? आणि विचारले, तर तो सांगेल का? अभिराम असा विचार करीत असतानाच शेठ म्हणाला, "काय साहेब, तुमच्या केळकरसाहेबांचं लग्न-बिग्न ठरलं की काय?"

"लग्न? का बरं?"

"नाय - त्यांनी आत्ता पुष्कळ सोनं खरेदी केलं म्हणून विचारलं."

"सोनं खरेदी केलं? पुष्कळ? किती सोनं खरेदी केलं त्यानं?" अभिरामनं विचारलं.

सांगावं की नाही अशी शेठच्या मनाची चलबिचल क्षणभरच झालेली दिसली. मग तो म्हणाला, "दो सौ दहा ग्रॅम सोनं घेतलं बघा साहेब आत्ता त्यांनी. सगळं कॅशनी!"

दोनशे दहा ग्रॅम सोनं? इतकं? आणि तेही 'दोनशे दहा ग्रॅम' असं अर्धवट वजनाचं का? दोनशेच का नाही? या सोन्याचं तो करणार आहे तरी काय? दागदागिने? साखळ्या, गोफ, अंगठ्या...?

अंगठीच्या विचारासरशी अभिरामच्या डोक्यात लख्खकन वीज चमकली!

होय! शिरीषनं अंगठ्यांसाठीच हे सोनं घेतलेलं आहे. त्या परग्रही स्त्रीला हव्या असलेल्या अंगठ्या! बेचाळीस अंगठ्या! तिनं पडद्यावर काढून दाखवलेल्या अंगठ्या!

"पण त्यानं घेतलेल्या सोन्याच्या अंगठ्या करून घेतल्या का?..."

अभिरामनं शेठला विचारलं, "शिरीषनं सोन्याचे दागिने घडवायला टाकलेत का?"

"दागिने वगैरे काही नाही साहेब. तशीच चीप घेऊन गेले बघा ते."

म्हणजे अंगठ्या घडवल्या नव्हत्या!

मग असं तर नसेल, बेचाळीस अंगठ्यांच्या वजनाइतकं सोनं त्या स्त्रीला हवं होतं का?...

म्हणूनच तिनं दुर्बिणीसारख्या यंत्रातून शिरीषच्या अंगठीचं मोजमाप घेतलं आणि त्याच्या बेचाळीसपट सोनं हवं हे सांगण्यासाठी बेचाळीस अंगठ्या काढून दाखवल्या!

शिरीषची अंगठी पाच ग्रॅमची असावी.

त्याच्या बेचाळीस पट म्हणून त्यानं दोनशे दहा ग्रॅम सोनं विकत घेतलं!

हे सोनं तिला कशाला...

पिवळी पट्टी!!

होय! शिरीष सांगत होता, त्याप्रमाणे त्यांच्या यंत्रातली एक पिवळ्या पट्टीची जगा रिकामी आहे, त्यासाठी त्यांना एक पिवळी पट्टी- सोन्याची पट्टी हवी आहे!...

"हो, असंच असणार!" विचारांच्या तंद्रीत अभिराम नकळत उद्‌गारला.

"काय असणार, साहेब?" शेठनं विचारलं.

शेठचा प्रश्न अभिरामपर्यंत पोहोचलाच नाही. शेठकडे पाठ फिरवून, तो शिरीषच्या घराच्या दिशेनं चालू लागला आणि गोंधळलेला शेठ बघतच राहिला.

शिरीषचं घर उघडं होतं, पण घरात शिरीष नव्हता!

त्याच्या नावानं हाका मारीत अभिराम घरभर फिरला. अगदी बाथरूम-संडासाची दारंसुद्धा त्यानं उघडून पाहिली. पण शिरीषचा कुठंही पत्ता नव्हता!

गेला तरी कुठं हा?

विकत घेतलेलं सोनं त्या तबकडीतल्या माणसांपर्यंत पोहोचवायचा प्रयत्न तो नक्कीच करणार.

पण कसा?

तो ते सोनं त्यांना कुठं नेऊन देणार? की ते लोक येऊन सोनं घेऊन जाणार?

शिरीष घरात नाही, म्हणजे तो ते सोनं पोहोचवायलाच तर गेला नाही ना?

पण कुठं?...

शिरीषविषयीच्या प्रचंड काळजीनं अभिरामला घेरून टाकलं. काही वेळ तो गळाठून बसून राहिला. मग एकदम त्याला पेटीची आठवण झाली. शिरीषसंबंधी माहिती मिळायला, तिचा कदाचित काही उपयोग झाला असता.

तो धडपडत उठला. त्यानं घरभर शोधलं; पण ती पेटी काही सापडली नाही!

आता मात्र तो चांगलाच घाबरला.

शिरीष पेटी बरोबर घेऊन गेला होता. पण घर बंद करण्याचं मात्र त्याला भान राहिलं नव्हतं.

थोड्या वेळापूर्वी त्यानं अभिरामलासुद्धा ओळखलं नव्हतं!

काहीही करून त्याला शोधून काढायला हवं होतं. त्या अंतराळयात्रींच्या तावडीतून वाचवायला हवं होतं!

पण त्याला शोधायचं तरी कुठं?

अभिरामला एकदम त्या चौकोनी पेटीच्या पाठीवर पाहिलेली हनुमान टेकडी आठवली आणि खिडकीच्या भोकाला डोळा लावून बघितलेल्या त्या चित्राचा अर्थ अभिरामच्या आत्ता लक्षात आला!

सोनं घेऊन शिरीष हनुमान टेकडीवर जाणार होता!

अभिराम धावतच घराबाहेर पडला. घरी जाऊन त्यानं त्याची मोटारसायकल घेतली आणि हनुमान टेकडीच्या दिशेनं भरधाव सोडली!

एव्हाना अंधार पडायला सुरुवात झाली होती. वाढत्या अंधाराबरोबरच त्याच्या मनातली काळजी आणि धास्तीही वाढत होती.

टेकडीवर जाणारी पाऊलवाट जिथं सुरू होत होती, तिथं उभी असलेली शिरीषची गाडी अभिरामनं दुरूनच ओळखली. गाडीपाशी क्षणभर थांबून त्यानं आत डोकावलं.

आतमध्ये अर्थातच कुणीही नव्हतं!

अभिरामनं मोटार-सायकल तशीच पुढं पाऊलवाटेवर घातली. जवळजवळ

निम्मी चढण संपेपर्यंत त्यानं मोटार-सायकल तशीच दामटली. पण पुढं ती चालवणं अशक्य झालं. तेव्हा त्यानं ती तिथंच एका दगडाला टेकून कशीबशी उभी केली, आणि तो पायी चालू लागला.

या वरच्या भागात झाडंझुडपं कमी होती, पण चढ मात्र जास्त कठीण होता. दहा-पंधरा मिनिटांतच त्याची पुरती दमछाक झाली.

समोर दिसणाऱ्या झाडाच्या बुंध्याला टेकून तो धापा टाकत क्षणभर विसावला. सहज मान वर करून त्यानं टेकडीच्या माथ्याकडे नजर टाकली.

आणि त्याला शिरीषची आकृती दिसली.

"शिरीष!... शिरीष!... अरे शिऱ्या! थांब रेऽ! पुढं जाऊ नकोस... थांब, पुढं जाऊ नकोस!" अभिराम आकान्तानं ओरडला आणि स्वत:ची दमणूक विसरून पळत सुटला.

त्याच्या हाका शिरीषला ऐकू गेल्या की नाहीत, हे कळायला काही मार्ग नव्हता. कारण तो तसाच पुढं चालत रहिलेला दिसला.

"शिरीष!... ए शिरीऽष! थांब! मी येतोय... थांब, पुढं जाऊ नकोस!" पळता-पळताच अभिराम पुन्हा ओरडला.

शिरीषला हाका ऐकू गेल्या असाव्यात. त्याची आकृती थबकलेली दिसली. अभिरामला हायसं वाटलं.

पण इतक्यात शिरीष पुन्हा चालू लागला!

"शिऱ्याऽ! थांब हा! नाहीतर बघ! याद राख, सांगून ठेवतो!" भान विसरून अभिराम तोंडाला येईल ते बोलला- नव्हे, किंचाळला.

पण एव्हाना शिरीष टेकडीवरच्या मोकळ्या सपाट जागेवर पोहोचला होता!

पळून आणि ओरडून अभिराम इतका दमला होता, की श्वास घेणंसुद्धा त्याला मुष्किलीचं होत होतं. अंगाला घामाच्या धारा लागल्या होत्या आणि छाती फुटेलसं वाटत होतं.

टेकडीच्या माथ्यावर दिसणाऱ्या शिरीषच्या आकृतीकडे बघून जिवाच्या आकान्तानं त्यानं परत एकदा हाक मारली : "शिऱ्या!... ए शिरीऽष!"

त्याचे शब्द पुरते विरायच्या आतच अनेक कर्कश शिट्ट्यांचा एकत्र महाकर्कश आवाज कुठूनसा येऊ लागला आणि त्या आवाजाबरोबर तबकडीच्या आकाराचं, दिव्यांनी लखलखलेलं एक प्रचंड धूड टेकडीपलीकडून वर आलं!

दोन्ही कानांवर हात दाबत आणि तोंडानं विव्हळत अभिराम मट्टकन खाली बसला!

ते धूड टेकडीच्या माथ्यावर काही क्षण रेंगाळलं. मग त्याच्या आवाजाची तीव्रता आणखी वाढली!

आपले कान फुटणार आणि मेंदूच्या चिंधड्या-चिंधड्या उडणार, असं अभिरामला वाटत असतानाच, ती तबकडी प्रचंड वेगानं आकाशात झेपावली. काही क्षण ती सुसाटपणे पुढं जाताना दिसली आणि मग एकदम दिसेनाशी झाली!

तबकडी दिसेनाशी झाल्यावर भोवतालचा काळोख फारच गडद वाटू लागला. आजूबाजूचं काहीच दिसेना. काही आवाजही ऐकू येईना. अभिरामला वाटलं, आपण बहुधा ठार बहिरे झालो!

बराच वेळ तो तसाच बसून राहिला. अंगातली सगळी ताकद कुणीतरी शोषून घेतल्यासारखं त्याला वाटत होतं. हात-पाय न हलवता असंच बसून राहावसं त्याला वाटत होतं. काही वेळानं आजूबाजूचं दिसू लागलं. आणखी काही वेळानं आवाजही ऐकू येऊ लागले. तो मग अतिशय कष्टानं उठला आणि पाय ओढत टेकडीच्या माथ्याकडे चालू लागला.

वर काय दिसेल, शिरीष कोणत्या स्थितीत असेल याविषयी कसलाच विचार त्याच्या मनात नव्हता. विचार करण्याइतकी ताकदच त्याच्याजवळ शिल्लक नव्हती.

अभिराम वर पोहोचला तेव्हा वरची सपाट जागा रिकामी होती. चिटपाखरूही तिथं नव्हतं! मात्र वणवा लागून जळालेली जमीन काळी पडावी, तशी तिथली जमीन काळी ठिक्कर झाली होती.

दुसऱ्या दिवशी अभिरामची सगळी हकिगत पोलीस-कमिशनरांनी लक्षपूर्वक ऐकून घेतली. त्याच्याबरोबर जाऊन टेकडीवरचा जळलेला भागही बघितला. पण स्वत:चं काहीच मत त्यांनी व्यक्त केलं नाही. घडलेली हकिगत आणखी कुणाजवळ सांगायला अभिराम धजावला नाही!

दोन दिवसांनी बँकेनं रीतसर तक्रार दाखल केली - बँकेचे तीस हजार रुपये घेऊन बँकेचे एजंट श्री. शिरीष केळकर हे फरारी झाल्याचा गुन्हा पोलिसांनी नोंदवून घेतला!

बेपत्ता इसमांच्या यादीत अजूनही श्री. शिरीष केळकर यांचं नाव समाविष्ट केलेलं आढळतं!

(नवल - दीपावली १९८१)

◆

# एक शेपूट आपल्यालाही

जीन डॉक्टर विश्वकर्मा विधात्यांनी, पिंजऱ्याचं दार उघडलं आणि आपल्या हातातला पिटुकला, जांभळा उंदीर पिंजऱ्यात सोडला. विधात्यांच्या हातातून सुटलेला तो एवढासा उंदीर क्षणभर बावचळला आणि मग त्यानं पिंजऱ्यातल्या बशीत ठेवलेल्या थालीपिठाकडे धाव घेतली. तो थालीपीठ कुरतडून-कुरतडून खाऊ लागला आणि विधाते समाधानानं त्याच्याकडे बघत राहिले.

उंदराच्या प्रत्येक हालचालीबरोबर त्याच्या अंगावरचे मऊ, जांभळे केस मंदपणे चमकत होते.

विधात्यांना वाटलं, की चमक उंदराच्या केसांची नाही तर आपल्या बुद्धिमत्तेची आहे. हा जांभळ्या रंगाचा उंदीर म्हणजे, आपल्या प्रगल्भ बुद्धीची विजयपताका आहे.

आणि आपल्या भावी आयुष्याची निशाणी आहे. आपलं पुढचं आयुष्य असंच चमकदार, रंगतदार आणि असामान्य असणार आहे.

विधाते जरा वेळ पिंजऱ्यातल्या जांभळ्या उंदराकडे बघत तसेच उभे राहिले आणि मग त्यांनी आपला मोर्चा प्रयोगशाळेच्या डाव्या बाजूच्या पिंजऱ्याकडे वळवला. डाव्या बाजूची संपूर्ण भिंत एकावर एक दहा थरांमध्ये रचल्यासारख्या दिसणाऱ्या एका प्रचंड मोठ्या पिंजऱ्यानं व्यापली होती. प्रत्येक थरात अनेक छोटे-छोटे पिंजरे होते आणि त्या सर्व पिंजऱ्यांमध्ये उंदीर होते. वेगवेगळ्या जातींचे, वेगवेगळ्या आकारांचे आणि वेगवेगळ्या रंगांचे!

इंद्रधनुष्यात सात रंग असतात; पण विधात्यांच्या उंदरांमध्ये पस्तीस रंगछटा होत्या. पिवळ्या, सोनेरी, हिरव्या, लाल, निळ्या अशा अनेक रंगांचे ते उंदीर होते. त्यात फक्त जांभळ्या रंगाचा उंदीर नव्हता. कारण जांभळा रंग मिळवण्यात त्यांना

सतत अपयशच येत होतं. उंदराच्या डीएनएवर प्रयोग करून त्याची काटछाट करून, एखाद्या जीनची जागा बदलून असे अनेक प्रयोग करून त्यांनी उंदराच्या अंगावरच्या केसांचा आणि डोळ्यांचा रंग स्वतःला हवा तसा मिळवण्यात यश प्राप्त केलं होतं. गेली सात वर्षं त्यांचे हे प्रयोग सुरू होते आणि त्या काळात त्यांनी पस्तीस रंगछटांचे उंदीर निर्माण केले होते; पण जांभळा रंग मात्र त्यांना काही केल्या मिळत नव्हता.

आता ती उणीवही दूर झाली होती. त्यांच्या प्रयोगातल्या एका निळसर रंगाच्या उंदरीनं चार दिवसांपूर्वी जांभळट रंगाची, पाच पिल्लं दिली होती. त्यातली चार पिल्लं मेली होती, पण एक जगलं होतं आणि चार दिवसात त्याच्या केसांचा जांभळा रंगही स्पष्ट झाला होता.

डॉ. विधात्यांना जग जिंकल्याचा आनंद झाला होता.

आपण आपल्या या संशोधनाच्या बळावर खरोखरच सगळं जग जिंकू शकू, किंवा खरं म्हणजे जग विकत घेऊ शकू, असा त्यांना विश्वास वाटत होता.

आपल्या रंगीबेरंगी उंदरांवरून समाधानाची एक नजर फिरवून विधाते खोलीबाहेर पडले. त्या प्रशस्त प्रयोगशाळेला त्यांनी कुलूप लावलं आणि ते ऑफिसमध्ये आले. ऑफिसमधले बाकीचे लोक काम संपवून गेलेले होते; पण समीर मात्र अजून काम करत होता. तो त्यांच्या हाताखाली संशोधन करत होता आणि त्यातल्या त्यात त्यांचा समीरवरच विश्वास होता. अर्थात संपूर्ण विश्वास ते कुणावरही टाकत नसत.

त्यांच्या नवीनतम संशोधनाची टिपणं संगतवार लावून तो ती फाईल करत होता. न कंटाळता तास न् तास अभ्यास किंवा काम करण्याचा समीरचा स्वभाव त्यांना नेहमी आवडत असे; पण आता मात्र त्याला काम करताना पाहून त्यांच्या कपाळाला आठ्या पडल्या. त्यांना अनुप्रिताला फोन करायचा होता आणि त्यासाठी त्यांना एकांत हवा होता.

"तुझं झालं नाही का अजून?" त्यांनी समीरला विचारलं.

समीर त्याच्या हातातले प्रयोगाचे कागद वाचण्याला गुंगला होता. त्यानं दचकून वर पाहिलं आणि तो म्हणाला,

"सर, या तुमच्या दहा तारखेच्या टिपणांमध्ये काहीतरी राहिल्यासारखं वाटतंय. मधला एखादा दुवा सुटल्यासारखं..."

"ते राहू दे. काय राहिलं आहे ते नंतर बघू. आत्ता सगळं आवरून ठेव. मला ऑफिस बंद करायचं आहे." विधाते म्हणाले. त्यांच्या प्रयोगांच्या नोंदींमध्ये ते मुद्दामच काही महत्त्वाच्या गोष्टी गाळत असत. त्यांची टिपणं वाचून दुसऱ्या कोणाला त्यांचं संशोधन चोरता येऊ नये म्हणून ते ही काळजी घेत. संशोधनातला अत्यंत महत्त्वाचा भाग फक्त त्यांच्या मेंदूतच नोंदलेला असे.

समीरनं घाईघाईनं समोरचे कागद आवरले आणि ते निघून गेला. तो जाताच त्यांनी दार लावून घेतलं आणि अनुप्रिताचा नंबर फिरवला.

स्वत:च्या नखांवरचा रंग काढत, अनुप्रिता कोचावर रेललली होती. रात्री पार्टीला जाताना ती शेवाळी रंगाचा पोशाख घालणार होती आणि त्याच्याशी जुळणारा रंग लावण्यासाठी आधीचा रंग काढायला हवा होता. कपड्यांशी केसांचा रंग जुळणारा असावा म्हणून सकाळीच तिनं ब्युटी पार्लरमध्ये जाऊन केस सोनेरी रंगवून घेतले होते; पण नखांचं रंगकाम मात्र तिथे करून घेतलं नव्हतं. तेवढीच पैशाची बचत झाली होती.

खरं म्हणजे प्रसाधनाचं सगळंच काम पार्लरमध्ये करून घ्यायला तिला आवडलं असतं. तिचं सदिर्य त्यामुळे कितीतरी जास्त खुलून दिसलं असतं. तिचा गोरापान वर्ण, मुलायम त्वचा, निळसर हिरवे डोळे, फिकट-तपकिरी, मऊ केस या सगळ्या गोष्टी निसर्गदत्त होत्या; पण त्यांच्यावर झळाळी येत होती, त्या नजरेत भरत होत्या, त्या मात्र प्रसाधनामुळे. आपला सुंदर चेहरा आणि सुंदर शरीर विविधरंगी कपड्यांनी आणि प्रसाधनानं सजवावं, नटवावं आणि मोहक विभ्रमांनी पुरुषांना आकर्षून घ्यावं, हा तिचा छंद होता.

आणि त्याचबरोबर तिच्या ध्येयाप्रत पोहोचण्याचा तो मार्गही होता.

आपल्या अप्रतिम लावण्याला वैभवाचं कोंदण हवंच, असं तिचं स्पष्ट मत होतं आणि म्हणून एखादा गडगंज श्रीमंत नवरा मिळवण्यासाठी ती प्रयत्नशील होती. पण अजून तिच्या प्रयत्नांना म्हणावं तसं यश येत नव्हतं. तसे तिच्यामागे अनेक पुरुष होते; पण त्यांच्यापैकी कोणीही तिला हवा तितका श्रीमंत नव्हता!

खरं म्हणजे, सर्वसाधारणपणे ते सगळेच श्रीमंत होते. काही चांगले प्रसिद्ध पुरुषही होते. एक जण हिऱ्यांचा मोठा व्यापारी होता. एकाच्या मँगेनीजच्या खाणी होत्या आणि एक जण तर नोबेल पारितोषिक विजेता जगप्रसिद्ध शास्त्रज्ञ होता. पण अनुप्रिताचं ध्येय फार उच्च होतं. तिला जगातील पहिल्या-दुसऱ्या क्रमांकाचा श्रीमंत पुरुष पती म्हणून हवा होता आणि त्यासाठी स्वत:ला जास्तीत जास्त मोहक, जास्तीत जास्त आकर्षक बनवण्याचा तिचा प्रयत्न सतत चालू होता.

रात्रीच्या पार्टीला कोण कोण श्रीमंत आणि प्रसिद्ध लोक येणार आहेत, ते आठवत, ती नखांचा रंग काढत असतानाच फोन वाजला. जरा वैतागूनच तिनं फोन उचलला.

"हॅलो, मी ॲना बोलतेय."

"हं, हॅलो अनु, मी विश्व बोलतोय. तू आत्ता इकडे येऊ शकशील का?" विधाते म्हणाले आणि त्यांच्या लक्षात आलं, की बोलताना सुरुवातीला आपलं

चुकलं. अनुप्रिताला आपण 'ॲना' असं न म्हणता तिला न आवडणाऱ्या 'अनु' या बाळबोध नावानं संबोधलं.

डॉ. विधात्यांचा आवाज ऐकून अनुप्रिताच्या कपाळावर आठी पडली होती. विधाते तिच्यासाठी अगदी वेडे झाले होते, हे तिनं कधीच ओळखलं होतं. स्वत:च्या मित्र-मैत्रिणींमध्ये ती त्यांचा उल्लेख 'वेडा विधाता' असाच करत असे. पण तिनं त्यांना झटकून मात्र टाकलेलं नव्हतं. त्यांच्या नावाभोवती नोबेल पारितोषिकाचं वलय होतं आणि त्यांच्याशी लग्न करण्याइतके ते श्रीमंत नसले तरी लहान-मोठ्या हौशी पुरवण्याइतका पैसा त्यांच्याकडे नक्कीच होता.

"आत्ता? आत्ता कशाला?" तिनं नाराजीच्या सुरात विचारलं. म्हाताऱ्याचं इतकं तातडीचं काय काम होतं कुणास ठाऊक!

"अगं, तुला एक गंमत दाखवायचीय!"

"कसली गंमत? आत्ता मला अगदी वेळ नाहीये. कितीतरी कामं पडली आहेत."

"अगं, मी तुझा जास्त वेळ मुळीच घेणार नाही. अर्ध्या तासात घरी परत जाशील तू."

"पण एवढं काय महत्त्वाचं काम आहे? उद्या आलं तर नाही का चालणार? उद्या बघीन की मी तुमची काय ती गंमत."

"उद्याच काय, यापुढे कधीही आलीस तरी तुला गंमत बघायला मिळेल. तुलाच काय यापुढे सर्वांनाच ही गंमत बघता येईल. आणि ॲना... मला बहुतेक आणखी एक नोबेल मिळेल."

आता मात्र अनुप्रिताची उत्सुकता चाळवली गेली.

"काय आहे तरी काय एवढं?" तिनं विचारलं.

"तू ये इकडे म्हणजे मी तुला प्रत्यक्षच दाखवतो. सर्वांत आधी तुलाच ती दाखवायची इच्छा आहे माझी."

"बरं. येते मी. पण मला परत यायचं आहे हं लगेच." असं म्हणत अनुप्रितानं नखांचं काम थांबवलं आणि ती उठली.

विधात्यांनी प्रयोगशाळेचं दार उघडलं आणि त्यांच्या मागोमाग अनुप्रितानं आत प्रवेश केला. त्यांनी भराभर दिव्यांची बटणं दाबून उजेड केला आणि अनुप्रिता बघतच राहिली.

खोलीतल्या अनेक पिंजऱ्यांमध्ये विविध रंगांचे, लहान-मोठे उंदीर बागडत होते. कोणी पळत होते, कोणी उड्या मारत होते. कोणी चढत होते, तर कोणी कुरुकुरु खात होते. त्यांच्या हालचालींनी आणि आवाजांनी सगळी खोली चैतन्यानं भरून गेली होती.

चकित होऊन अनुप्रिता बघत राहिली.

विधाते उंदरांच्या रंगावर प्रयोग करत आहेत आणि त्या प्रयोगशाळेतून माणसाच्या केसांचा रंग तसा बदलता येईल अशी त्यांना खात्री आहे, हे तिला माहीत होतं. दोन-अडीच वर्षांपूर्वी एकदा त्यांनी तिला प्रयोगशाळेत आणून हिरव्या आणि फिक्या निळ्या रंगाचे उंदीर दाखवलेही होते. एक नवल म्हणून तिनं ते उंदीर कुतूहलानं न्याहाळलेही होते. पण त्यांच्या प्रयोगाची इतकी प्रगती झाली असेल; याची मात्र तिला कल्पना नव्हती. खरं म्हणजे तिनं त्याबाबत काही विचारच कधी केलेला नव्हता.

न राहवून ती पिंजऱ्याजवळ गेली आणि ते विविधरंगी उंदीर न्याहाळू लागली. इंद्रधनुष्यातले सगळे रंग आणि त्यांच्या अनेक छटा असलेले उंदीर तिथे होते. त्यांच्या हालचालींनी अंगावरचे केस चमकत होते. उंदरांच्या अंगावर नेहमी असणाऱ्या केसांप्रमाणे ते राठ, चरबरीत नव्हते तर अगदी मऊ, मुलायम होते. गडद-हिरवा, फिका-गुलाबी, काळपट-लाल असे काही रंगांचे केस तर अतिशय सुंदर दिसत होते.

''आणि हा माझा सर्वांत नवीन यशस्वी प्रयोग.'' असं म्हणत विधात्यांनी तिला उजवीकडे स्वतंत्रपणे ठेवलेल्या पिंजऱ्याकडे नेलं. पिंजऱ्यातला पिटुकला उंदीर इकडून-तिकडे उड्या मारून पळत होता आणि त्याचे जांभळे केस सुंदर चमकत होते.

''आता पूर्ण तीन डझन रंगछटा झाल्या. शिवाय एक महत्त्वाची गोष्ट तुझ्या लक्षात आली का?''

''कोणती गोष्ट?''

''या सगळ्या उंदरांच्या डोळ्यांचा रंग त्यांच्या केसांच्या रंगांशी जुळणारा आहे.''

''खरंच?'' असं आश्चर्यानं उद्गारून अनुप्रिता त्या जांभळ्या उंदराला बारकाईनं बघू लागली.

त्याच्या डोळ्यांचा रंग खरोखरच काळपट-जांभळा होता!

ती मग पिंजऱ्या-पिंजऱ्याशी जाऊन पाहू लागली. उंदरांच्या डोळ्यांचे गडद गुलाबी, फिके-हिरवे, केशरी, काळपट-लाल असे विविध रंग होते. अंगावरच्या केसांपेक्षा ते थोडे कमी-अधिक गडद होते; पण केसांच्या रंगाशी जुळणारे होते.

माणसांच्या, विशेषत: स्त्रियांच्या डोक्यावर असे सुंदर केस आणि जुळणाऱ्या रंगाचे डोळे असले तर!

अनुप्रिताचे स्वत:चे केस तपकिरी होते आणि फारसे चमकदारही नव्हते. त्यामुळे मधूनमधून ती आपले केस रंगवून घेत असे. कधी निळसर-काळे, कधी

सोनेरी तर कधी चमकदार-पांढरे. पण त्यासाठी तिला बराच खर्च करावा लागत असे. शिवाय थोड्याच दिवसांत तो रंग कमी होऊ लागत असे. आपले केस सुंदर, सोनेरी रंगाचे नाहीत याची तिला नेहमी हळहळ वाटत असे. पण ही गोष्ट काही आपल्या हातातली नाही म्हणून ती स्वत:च्या मनाचं समाधान करत असे.

आता मात्र ही गोष्ट हातातली होईल असं वाटत होतं.

गडद-सोनेरी केस, अगदी फिक्या रंगाची गुलाबी छटा असलेले केस, किंचितशी जांभळी छटा असलेले पांढरे केस आणि या रंगांशी जुळणाऱ्या रंगांचे डोळे असलेल्या तरुणींचे चेहरे ती कल्पनेनं रंगवू लागली आणि तिला वाटू लागलं, की छान चमक असलेले, कुठल्याही रंगाचे केस फार सुंदर दिसतील.

पण उंदरांना विविध रंगांमध्ये रंगवण्यात यशस्वी झालेल्या डॉ. विधात्यांना माणसांच्या बाबतीत कितपत यश आलं होतं?

"उंदरांवरचे तुमचे प्रयोग खूपच यशस्वी झालेले दिसताहेत. त्याबद्दल तुमचं मन:पूर्वक अभिनंदन बरं का डॉक्टर! मला खात्री आहे, की मानवी जीन्सवरचे तुमचे प्रयोगही असेच यशस्वी होतील."

अनुप्रिता असं म्हणाली तशी विधाते मजेनं हसले. आता खरी ती चकित होणार होती.

"यशस्वी होतील, नाही. यशस्वी झाले आहेत."

"म्हणजे?"

"म्हणजे मानवी केसांना आणि डोळ्यांना हवा तो रंग देण्यात मी यशस्वी झालो आहे. बारा वेगवेगळे रंग मला मिळाले आहेत आणि माझी खात्री आहे, की थोड्याच दिवसांत सगळ्या छत्तीस रंगांची निर्मिती करण्यासाठी आवश्यक ते काटेकोर तंत्र मला अवगत होईल आणि मग आपल्या अपत्याचं सौंदर्य खुलवण्यासाठी त्याच्या केसांचा रंग कसा असावा हे ठरवण्याचं स्वातंत्र्य त्याच्या आई-वडिलांना मिळेल."

"खरंच?"

"अगदी खरं. मात्र त्यासाठी गर्भधारणेच्या आधीपासून त्या दोघांना माझ्या नजरेखाली उपचार करून घ्यावे लागतील. आज हयात असलेल्या व्यक्तींना माझ्या संशोधनाचा उपयोग नसला तरी पुढच्या पिढ्या सुंदर बनण्यात, त्यांचं सौंदर्य खुलण्यात मात्र माझ्या या प्रयोगांचा मोठा वाटा असेल." विधाते अभिमानानं म्हणाले.

अनुप्रिता विचार करू लागली. विधाते म्हणत होते, ते खरं असलं तर आपल्या अपत्याचा केसांचा रंग आपल्याला आवडेल असा असावा म्हणून खूप आई-वडील विधात्यांचे उपचार करून घ्यायला तयार झाले असते. इतरांचं सोडा, तिनं स्वत:ही

असे उपचार करून घेतले असते. आपल्याला होणाऱ्या मुलांचे केस सोनेरी असावेत यासाठी खर्च करायला तिनं मागे-पुढे पाहिलं नसतं.

आणि तिच्यासारख्या हजारो, लाखो, नव्हे करोडो स्त्रिया जगभरात असणार होत्या.

विधात्यांच्या संशोधनाला प्रसिद्धी मिळताच उपचारासाठी त्यांच्या दारात रांग लागणार होती. प्रसिद्धी आणि पैसा यांचा नुसता पाऊस पडणार होता!

"तुमचे हे मानवी प्रयोग मला नाही दाखवणार?" विधात्यांच्या हातात हात घालत अनुप्रितानं लाडिकपणे विचारलं.

"दाखवणार आहे तर! पण हे प्रयोग अतिशय गुप्तपणे चालले आहेत. ते ठिकाण इथून बरंच लांब आहे आणि तुला तर आता वेळ नाहीये ना?"

"खरं म्हणजे नाही आहे. पण आता माझी उत्सुकता मला स्वस्थ बसू देणार नाही. तुमचं हे अलौकिक यश डोळे भरून पाहिल्याशिवाय मला चैन पडणार नाही. त्यासाठी कितीही दूर जावं लागणार असलं तरी हरकत नाही. तुमच्याबरोबर कुठेही, कितीही दूर येण्याची माझी तयारी आहे."

सूचक बोलत अनुप्रिता त्यांच्या अंगावर रेलली, तशी विधाते सुखावले, उत्तेजित झाले आणि तिला नीट कवेत घेत म्हणाले,

"तिथे जाऊन यायला चार-पाच तास लागतील. चालेल?"

"इश्श्. चालेल की. न चालायला काय झालं?"

तिनं असं म्हणताच त्यांनी प्रयोगशाळेच्या त्या दालनातले दिवे मालवले आणि बाहेर पडून प्रयोगशाळेला कुलूप ठोकलं. अनुप्रिताला शेजारी बसवून त्यांनी गाडी फाटकातून बाहेर काढली, तेव्हा फाटकावरच्या सुरक्षा रक्षकानं केलेला सलाम त्यांना दिसलाच नाही, इतके ते खुशीत होते.

आठच दिवसांनी एका मोठ्या पत्रकार परिषदेत विधात्यांनी आपल्या संशोधनाची माहिती जगासमोर ठेवली. त्याच वेळी वेगवेगळ्या, बारा रंगांचे केस असलेली लहान बाळं आणि त्यांचे पालकही त्यांनी हजर केले. दोन महिन्यांपासून ते चौदा महिन्यांपर्यंत वयं असलेली ती गुटगुटीत, गोजिरवाणी, चमकदार रंगीत केसांची बाळं आणि आनंदात असलेले त्यांचे पालक बघून जमलेले सर्वच जण खूप प्रभावित झाले.

विधात्यांच्या पत्रकार-परिषदेचं दूरचित्रवाणीवरूनही प्रसारण चालू होतं. परिषद संपण्यापूर्वीच दूरचित्रवाणीच्या कार्यालयातले, विविध वृत्तपत्रांच्या कार्यालयांमधले एवढच नव्हे, विधात्यांच्या प्रयोगशाळेतलेही फोन खणखणू लागले.

आणि दुसऱ्या दिवसापासून विधात्यांच्या दाराशी खरोखरच लोकांची रांग लागली.

कोणाला सोनेरी केस हवे होते. कोणाला लालसर तपकिरी, कोणाला काळेभोर तर कोणाला निळी झाक असलेले काळे. ज्या केसांनी आपण अधिक सुंदर दिसू असं वाटत होतं, तसे केस आपल्या अपत्याचे असावेत, अशी त्या साऱ्यांची इच्छा होती. स्वत:चं अपुरं स्वप्न पूर्ण करण्याचा एक नवीनच मार्ग त्या लोकांना सापडला होता.

विधात्यांना आणि त्यांच्या संशोधनाला प्रचंड प्रसिद्धी मिळाली; पण त्याचबरोबर त्यांच्यावर बरीच टीकाही झाली. स्वत:च्या ज्ञानाचा, बुद्धीचा, वेळेचा वापर त्यांनी अशा क्षुल्लक गोष्टीच्या संशोधनासाठी केला म्हणून अनेकांनी त्यांना धारेवर धरलं. जगात अजून अनेक रोग असाध्य असताना, त्यांच्यावर मात करण्याचा मार्ग शोधून काढण्याऐवजी अगदी अनावश्यक अशा संशोधनात त्यांच्यासारखा शास्त्रज्ञ रमतोच कसा? असाही प्रश्न अनेकांना पडला.

पण या टीकेचा काहीही परिणाम, त्यांच्या संशोधनाचा लाभ घेऊ इच्छिणाऱ्यांवर मात्र झाला नाही. त्यांची संख्या रोज वाढतच होती.

पंधराच दिवसांनी अनुप्रितानं स्वत:पेक्षा पस्तीस वर्षांनी मोठ्या असलेल्या डॉक्टर विश्वकर्मा विधात्यांशी लग्न केलं. आणि मग दोघांनी मिळून विधात्यांच्या शोधाचं पद्धतशीर मार्केटिंग सुरू केलं.

त्यांनी आधी न्यूयॉर्कमध्ये स्वत:चं 'अनुरंजनी' उपचार केंद्र उघडलं. त्याला इतका भरघोस प्रतिसाद मिळाला, की वर्षभरातच त्यांची सतरा केंद्रं अमेरिकेत आणि दहा युरोपात सुरू झाली. प्रत्येक केंद्र म्हणजे पैसा मिळवून देणारी टांकसाळच होती, कारण स्वत:ची हौस, स्वत:ची अपूर्ण इच्छा आपल्या अपत्यांवर लादण्यासाठी भरपूर खर्च करणाऱ्यांची संख्याही जगात भरपूर होती.

अशीच अकरा-बारा वर्षं गेली. डॉ. विधाते आणि सौ. विधाते हे दांपत्य आता जगातील सर्वाधिक श्रीमंत माणसांपैकी पहिल्या पाचांत गणलं जाऊ लागलं. अनुरंजनी केंद्रांचा व्याप सांभाळताना नवीन काही प्रयोग करायला विधात्यांना आता वेळच नव्हता. आणि आता त्यांना त्याची गरजही भासत नव्हती.

लहान मुलांच्या डोक्यावर विविध रंगांचे केस असणं ही सर्वसामान्य बाब झाली होती. विधात्यांनी निर्मिलेल्या केशरंगांपैकी काही रंग खरोखरच सुंदर दिसत. अशा सुंदर रंगांचे केस दिसले, की विधात्यांचा ऊर अभिमानानं भरून येई.

विधाते न्यूयॉर्कच्या त्यांच्या मुख्य कार्यालयात बसले होते. त्यांच्या शोधाची माहिती त्यांनी जगापुढे ठेवली, त्याला आज बरोबर बारा वर्षं पूर्ण झाली होती. या बारा वर्षांत त्यांना सर्व काही मिळालं होतं. पैसा, प्रसिद्धी, सुंदर पत्नी आणि एक सुंदर गुटगुटीत मुलगी. तिचे केस त्यांनी विशेष प्रयत्नांनी रंगवले होते. तिचे सोनेरी छटा असलेले, किंचित गुलाबीसर रंगाचे, मऊ रेशमी, कुरळे, केस तिच्या गोऱ्यापान

रंगाला अतिशय शोभून दिसत होते. ती मोठी झाल्यावर आपल्या आईपेक्षाही जास्त सुंदर दिसली असती, यात शंका नव्हती.

आपल्या कर्तृत्वाचा आणि भाग्याचा विचार करत, विधाते समाधानात बुडालेले असतानाच त्यांच्या खोलीचं दार उघडून त्यांची सेक्रेटरी मारिया घाईघाईनं आत आली. ती परवानगी न घेता आत आल्यामुळे विधात्यांच्या कपाळाला आठ्या पडल्या. पण त्यांनी काही म्हणण्यापूर्वीच ती घाईनं म्हणाली,

"सर, मिसेस् मेसन तुम्हाला भेटायला आल्या आहेत. त्या माझं काही ऐकून घ्यायलाच..."

"आधी वेळ ठरवल्याशिवाय मी कोणाला.."

"सर, त्या काही ऐकायलाच तयार नाहीत... त्या सरळ..."

ती असं म्हणत असतानाच खोलीचं दार धाडकनं उघडून मिसेस मेसन आत आली. त्यांच्याबरोबर त्यांची मुलगीही होती.

मिसेस मेसनला पाहताच विधात्यांनी तिला ओळखलं. ती त्यांच्या प्रयोगातल्या बारा दांपत्यांपैकी होती. म्हणजे तिची मुलगी आता साधारण तेरा वर्षांची होती.

तारुण्याच्या उंबरठ्यावर उभ्या असलेल्या त्या मुलीकडे विधाते जरा लक्षपूर्वक पाहू लागले. वयाच्या मानानं ती थोराड वाटत होती. चांगली रसरशीत दिसत होती आणि तिचे हिरवे केस तिला शोभून दिसत होते.

विधाते सुखावले.

"काय म्हणता मिसेस मेसन? तुमची मुलगी चांगलीच उंच झालेली आहे. छान दिसते आहे. सुंदर तरुणींच्या..."

"डॉक्टर, तुम्ही आधी ताबडतोब तिला तपासा." मिसेस मेसन ताणलेल्या आवाजात म्हणाली.

"का, काय झालं?"

"तुमच्या सेक्रेटरीला इथून जायला सांगा आणि आधी माझ्या रुबीला तपासा." मिसेस मेसनचा चढलेला आवाज ऐकून मारिया बाहेर गेली.

विधाते म्हणाले,

"तिला काही होतं आहे का? तसं असलं तर तुम्ही तिला मेडिकल डॉक्टरकडे न्यायला पाहिजे."

"मेडिकल डॉक्टर काय इलाज करणार आहे? तिला जे झालं आहे किंवा होतं आहे ते तुम्हीच निस्तरायला हवं आहे. कारण ते तुमचंच कर्तृत्व आहे."

"काय म्हणताय काय तुम्ही? उगाच काहीतरी बोलू नका. माझं कर्तृत्व म्हणजे?" भांबावून आणि जरा रागावून विधाते म्हणाले.

"ये गं इकडे." असं म्हणून मिसेस मेसननं मुलीला स्वतःकडे ओढलं, तशी

ती एकदम रडू लागली आणि ''आई गं, नको नं, नको दाखवूस'' असं म्हणू लागली.

तिच्या आईनं तिला विधात्यांकडे पाठ करून उभं केलं आणि तिच्या रडण्या-भेकण्याकडे लक्ष न देता तिचा स्कर्ट खसकन् वर केला. तिचे आतले कपडे दिसू लागले.

विधाते लाजेनं गोरेमोरे झाले. आणि खुर्चीतून ताडकन उठून उभे राहत म्हणाले.

''हे काय चाललंय, मिसेस मेसन? स्वतःच्या मुलीला..''

''तुम्ही स्वतःच बघा. त्याशिवाय तुमची खात्री पटणार नाही.'' असं म्हणून मिसेस् मेसननं त्यांचा हात हातात घेतला आणि रुबीच्या कमरेच्या जरा खाली टेकवला.

''हे फार झालं. तुम्ही ताबडतोब..'' बोलता-बोलता विधाते थबकले आणि त्यांनी खाली आपल्या हाताकडे बघितलं.

हाताला काहीतरी मोठं टेंगूळ लागत होतं.

म्हणजे रुबीला खरंच काहीतरी दुखणं झालं होतं तर!

काय झालं होतं? मोठा ट्यूमर होता का? की दुसरं काही?

त्यांनी नीट चाचपून पाहायला सुरुवात केली. स्वतःची लाज, शरम ते विसरले. रुबीला मदत करायला हवी, एवढाच विचार त्यांच्या मनात शिल्लक राहिला.

''मिसेस् मेसन. काय झालं आहे हिला? तुम्ही एखाद्या चांगल्या डॉक्टरला..''

''तिला शेपूट येतं आहे.'' एकेका शब्दावर जोर देत मिसेस मेसन ठामपणे म्हणाली आणि विधाते जागच्याजागी उडाले. रुबी आता ओक्साबोक्शी रडू लागली.

''आँ? शेपूट!.. अहो काहीतरी काय बोलताय?

''काहीतरी बोलत नाहीये. गेल्या कित्येक दिवसांपासून मी तिला काय झालं आहे याची काळजी करत तिच्यावर लक्ष ठेवून आहे. तिला ट्यूमर वगैरे काही झालेला नाही.''

''तुम्हाला कसं कळेल तिला काय झालं आहे ते? त्यासाठी तज्ज्ञ डॉक्टरची गरज आहे.''

''जागेवर बसा डॉक्टर!'' हेटाळणीच्या सुरात मिसेस मेसन म्हणाली, ''आणि मी काय म्हणते ते नीट ऐकून घ्या. मी रुबीची आई आहे. तिची प्रत्येक बारीक-सारीक गोष्ट, तिच्या शरीरातला प्रत्येक बदल मला माहीत आहे.''

''पण म्हणून....''

''रुबी आता वयात येऊ लागली आहे. त्याच्या नेहमीच्या खुणा तिच्या अंगावर दिसू लागल्या आणि त्याच वेळी तिचा कमरेखालचा भाग जाड होऊ लागला. आधी

**एक शेपूट आपल्यालाही । १४९**

मला वाटलं, की काहीतरी गाठ येते आहे. पण थोड्याच दिवसांत माझ्या लक्षात आलं की ती गाठ नाही तर तिथे शरीराची निकोप वाढ होते आहे. त्या वेळी मी तिला एका डॉक्टरकडे नेण्याचा गाढवपणा केला. त्यानं तिला तपासली आणि मग तिच्याकडे चमत्कारिक नजरेनं पाहत तिला काही झालं नसल्याचं सांगितलं.''

''अहो, पण तेवढ्यावरून...''

''आता तो भाग आणखी वाढला आहे. पुढे थोडा निमुळता झाला आहे आणि त्याच्यावर लवही आली आहे.''

''पण...''

''वाढणारा भाग म्हणजे शेपूट आहे याविषयी माझी खात्री झाली आहे. आणि म्हणून मी तुमच्याकडे आले आहे.''

''पण... मी काय करू शकणार आहे याबाबत? मी काही औषधोपचार करणारा डॉक्टर नाही.''

''ते मला माहीत आहे. पण या गोष्टीला तुम्हीच जबाबदार आहात आणि म्हणूनच तुम्हीच ती निस्तरली पाहिजे.''

''तुम्ही सरळ-सरळ आरोप करता आहात माझ्यावर!''

''होय. अगदी स्पष्ट आरोप करते आहे. केसांना हवा तो रंग मिळवून देण्यासाठी म्हणून तुम्ही जीन्सवर, जनुकांवर जे प्रयोग केलेत, त्याचा परिणाम आहे हा.''

''काहीतरी बोलू नका. गेली हजारो वर्षं तरी माणसाला शेपूट नाही आहे. तेव्हा माझ्या प्रयोगामुळे जीन्सवर परिणाम होऊन शेपूट येणं अशक्य आहे.''

''का अशक्य आहे? सुप्तावस्थेतला एखादा जीन तुमच्या उपचारामुळे कार्यान्वित झाला असेल आणि त्यामुळे...''

''तसं असतं तर जन्मतःच या मुलांना शेपटी फुटली असती.''

''कदाचित असं झालं असेल की... तुमच्या प्रयोगांनी पूर्ण सुप्तावस्थेतला एखादा किंवा अनेक जीन्स थोडेसे डिवचले गेले असतील आणि वयात येताना शरीरात निर्माण होणाऱ्या हार्मोन्समुळे ते पूर्ण कार्यान्वित झाले असतील. त्याचा परिणाम म्हणून..''

''काहीतरी बोलू नका. तुम्हाला या विषयातली काही माहिती नाही. संपूर्ण मानवी डीएनएच्या आराखड्याचा खूप सखोल अभ्यास कितीतरी संशोधक आज जगभर करत आहेत. अनेक रोगांना जबाबदार असलेले जीन्स आणि त्यांच्या जागा आता निश्चित समजलेल्या आहेत. त्यात शेपटीचा जीन...''

''ते मला काही माहिती नाही. तुमच्यामुळेच माझ्या मुलीची अशी चमत्कारिक अवस्था झाली आहे. तेव्हा त्याच्यावर इलाजही तुम्हीच केला पाहिजे.''

''छे.छे. माझा याच्याशी काही संबंध नाही.''

"माझ्याबरोबरच माझ्या मैत्रिणीनं, बार्बरानंही तुमच्या प्रयोगात भाग घेतला होता. तिची मुलगी माझ्या रुबीपेक्षा सहा महिन्यांनी लहान आहे. तिलाही रुबीसारखंच... टेंगूळ यायला लागलं आहे. त्यामुळेच माझी खात्री पटली आहे की तुम्हीच याला जबाबदार आहात."

"अहो पण.." हबकलेले डॉ. विधाते असं म्हणत असतानाच मिसेस मेसन उठून उभी राहिली. अजूनही मुसमुसत असलेल्या रुबीला ओढत, दाराकडे नेत ती म्हणाली,

"रडतेस काय अशी? रडून काय होणार आहे? हे एवढे जगप्रसिद्ध जीन डॉक्टर आहेत आणि स्वतःची जबाबदारी त्यांना टाळता येणार नाही. त्यांनी जर काही इलाज सुचवला नाही तर.."

मग डॉक्टर विधात्यांकडे वळून ती म्हणाली.

"लक्षात ठेवा डॉक्टर, माझ्याशी गाठ आहे. मी तुम्हाला अशी सोडणार नाही."

खोलीचं दार आपटून मिसेस् मेसन रुबीला घेऊन निघून गेल्यावरसुद्धा कितीतरी वेळ विधाते सुन्नपणे बसून होते.

त्यानंतर मिसेस मेसननं विधात्यांच्या पिच्छाच पुरवला. दर चार-आठ दिवसांनी ती फोन करून, त्यांची बदनामी करण्याची धमकी देऊ लागली. महिनाभरानं तिच्या मैत्रिणीनंही विधात्यांची भेट घेतली आणि ती वारंवार त्यांना येऊन भेटू लागली. आणखी दोन महिन्यांनी एका मुलाचे आई-वडील त्यांना येऊन भेटले. बरोबर त्यांचा तेरा-चौदा वर्षांचा मुलगाही होता. त्याला तपासल्यावर त्यालाही शेपूट येतं आहे हे विधात्यांच्या लक्षात आलं आणि आपणच त्याला जबाबदार आहोत, हेही त्यांना मान्य करावं लागलं.

त्यांनी स्वतःच्या मनाशी ही कबुली दिली आणि त्यांची झोपच उडाली.

त्यांनी केलेल्या उपचारांमुळे रंगीबेरंगी केस आणि डोळे असलेल्या सर्व मुलांना शेपूट फुटणार होतं! आणखी काही वर्षांत हजारो शेपूटधारी मुलं-मुली दिसू लागणार होती.

त्यांची पुढची प्रजाही पुच्छधारी असणार होती की काय?

आणि विधात्यांच्या दृष्टीनं सर्वांत महत्त्वाची गोष्ट म्हणजे त्यांच्या लाडक्या, सुंदर पाच वर्षांच्या गोंडस मुलीलाही काही वर्षांनी शेपूट फुटणार होतं!

तो विचारही त्यांना सहन होईना. काहीतरी उपाय शोधून काढायला हवा होता. विधाते झटून कामाला लागले. आपल्या प्रयोगाच्या सगळ्या नोंदींच्या सगळ्या वह्या त्यांनी काढल्या आणि प्रयेगात त्यांचं कुठे चुकलं असावं ते शोधून काढण्याच्या प्रयत्नाला ते लागले.

पण थोड्याच दिवसांत त्यांच्या लक्षात आलं, की ही गोष्ट आता अशक्य आहे. आपलं संशोधन कोणी चोरू नये म्हणून त्यांनी त्यांच्या नोंदींमध्ये मुद्दामच काही त्रुटी ठेवलेल्या होत्या. त्या भरून काढण्यासाठी आवश्यक ती माहिती त्यांनी स्वत:च्या स्मरणात ठेवलेली होती.

आणि त्यापैकी काही भाग ते संपूर्णपणे विसरले होते!

गेल्या दहा वर्षांमध्ये तो भाग आठवण्याची कधी गरजच पडली नव्हती. येणाऱ्या दांपत्यांवर करायच्या उपचारांचं तंत्र ठरून गेलं होतं आणि त्याप्रमाणे सुरळीत काम चालू होतं. उपचारांमागची तात्त्विक बैठक, त्यामागची थिअरी तपासण्याची किंवा जाणून घेण्याचीसुद्धा काही आवश्यकता कधी भासली नव्हती.

म्हणजे आता त्याबाबत काही करणं अशक्य होतं!

नवीन दांपत्यावर उपचार करणं विधात्यांनी तातडीनं थांबवलं. त्याबरोबर अनुप्रिताचं आणि त्यांचं कडाक्याचं भांडण झालं. कारण पैशांचा ओघ थांबला होता आणि तिला त्याचं कारण काही कळलं नाही.

घाबरलेल्या, गोंधळलेल्या आणि रागावलेल्या पालकांनी विधात्यांकडे येण्याचं प्रमाण रोज वाढू लागलं आणि एक दिवस या गोष्टीला वर्तमानपत्रातून वाचा फुटली.

त्याबरोबर जगभर प्रचंड गदारोळ माजला.

विधात्यांना गाठण्यासाठी, त्यांची मुलाखत घेण्यासाठी वार्ताहरांचा लोंढा त्यांच्या न्यूयॉर्कच्या ऑफिसच्या दिशेनं वाहू लागला. पण विधाते त्यापूर्वीच तिथून नाहीसे झाले होते.

एका गावाहून दुसऱ्या गावाला, कधी एका ठिकाणी दोन दिवस तर कधी चार दिवस असं करीत विधात्यांनी महिनाभराचा काळ काढला. या काळात अनुप्रितानं जाहीर मुलाखत देऊन विधात्यांनी आपल्याला भुलथापा देऊन आपल्याशी लग्न केल्याचं आणि आता आपण घटस्फोट घेत असल्याचं जाहीर केलं. हा वार विधात्यांच्या अगदी वर्मी लागला. आणि वार्ताहरांपासून सुटण्यासाठी पळण्याचं त्यांनी थांबवलं. कारण कुणासाठी आणि कशासाठी एवढी यातायात करायची, हेच त्यांना कळेनासं झालं. कॅलिफोर्नियात एका आडबाजूला दाट झाडीत लपलेला त्यांचा एक बंगला होता. ते तिथे जाऊन राहिले आणि उदासपणे दिवस कंठू लागले.

एके दिवशी ते सुन्नपणे आपल्या अभ्यासिकेत बसलेले असताना त्यांना दूरवरून काहीतरी कोलाहलाचा आवाज ऐकू येऊ लागला. आधी त्यांनी त्याकडे लक्ष दिलं नाही. पण आवाज हळूहळू वाढू लागला. तो आपल्या घरच्या दिशेनं येतो आहे, हे लक्षात आल्यावर ते उठून बाहेर आले.

त्यांच्या घराकडे येणाऱ्या, झाडीत लपलेल्या रस्त्यावरून आवाज येत होता. हळूहळू आवाज मोठा होत गेला आणि रस्त्याच्या वळणावर लोक दिसू लागले.

लोकांची संख्या वाढत गेली आणि हळूहळू लोकांचा एक मोठा जमाव त्यांच्या घराकडे येत असल्याचं स्पष्ट झालं. चकित होऊन विधाते बघत राहिले.

त्या जमावात वार्ताहर तर नक्कीच होते. शिवाय इतरही अनेक स्त्री-पुरुष आणि बारा-चौदा वयोगटातली मुलं होती.

आणि ते सगळे मिळून त्यांना जाब विचारायला येत होते!

विधात्यांना दरदरून घाम फुटला. त्या जमावानं त्यांचं काय करायचं ठरवलं होतं? घाबरून विधाते वळले आणि घरात गेले. पण त्यांना सुरक्षित वाटेना. ते मागच्या दारातून बाहेर पडले आणि मागच्या झाडीतून पळत सुटले. पळताना त्यांना वाटू लागलं, आपल्यालाही एक शेपूट फुटलं तर किती बरं होईल! भोवतालच्या झाडांवरून उड्या मारत आपण या साऱ्यांपासून दूर पळून जाऊ शकू. एक शेपूट आपल्यालाही...

(विज्ञानयुग - दीपावली १९९६)

◆

# केले तुका...

डॉ. पीटर विंडमार्क यांची गाडी त्या भव्य इमारतीच्या पोर्चमध्ये येऊन थांबली तशी सुरक्षा कर्मचाऱ्यांनी तिच्याभोवती कडं केलं. डॉ. विंडमार्क गाडीतून उतरताच बिग्रेडियर कार्पेटर त्यांच्या स्वागतासाठी पुढे झाले. त्यांना बघून डॉक्टरांनी हसून हस्तांदोलन केलं तरी खरं म्हणजे ते थोडेसे दबकले होते. आपल्या स्वागताला बिग्रेडियर दर्जाचा अधिकारी हजर असेल असं त्यांना वाटलं नव्हतं.

डॉ. विंडमार्कना घेऊन बिग्रेडियर इमारतीत शिरले आणि अनेक सुरक्षा तपासण्यांमधून पार पडून ते दोघे तळघरातल्या अति सुरक्षित अशा कॉन्फरन्स हॉलमध्ये पोहोचले. तिथे हजर असलेल्या व्यक्तींना पाहून डॉक्टर आणखीच दबकले; पण त्याचबरोबर आपलं संशोधन फार महत्त्वाचं आहे, याची त्यांना जाणीव झाली. राष्ट्रपती, पंतप्रधान, त्यांचे संरक्षण सल्लागार आणि लष्करातले तीनही विभाग प्रमुख तिथे हजर होते. त्या सर्वांना डॉक्टरांनी अभिवादन केलं. त्यांना प्रति अभिवादन करीत पंतप्रधान म्हणाले, ''डॉ. विंडमार्क आम्ही तुमच्या संशोधनाची माहिती घ्यायला फार उत्सुक आहोत; पण त्याआधी मला तुमचं अभिनंदन करू द्या. तुमच्या या कामामुळे आपल्या देशाकडे अतिशय परिणामकारक असं अस्त्र उपलब्ध होणार आहे.''

''मी आपला आभारी आहे'' मान तुकवून अभिनंदनाचा स्वीकार करत डॉक्टर म्हणाले, ''आणि आमच्या खटपटीत आम्हाला बरचसं यश आलेलं आहे, बऱ्याच प्रयत्नांनी आम्हला ब्रेकथ्रू मिळाला आहे हे खरं आहे; पण अजून आमचं संशोधन पूर्ण झालं असं मला वाटत नाही. त्यामुळे इतक्यात त्याचा विचार एक अस्त्र म्हणून करणं बरोबर होणार नाही.''

''तुमचं म्हणणं अगदी योग्य आहे'' पंतप्रधान म्हणाले. ''आज आपण इथे

एकत्र जमलो आहोत ते फक्त तुमच्या आत्तापर्यंतच्या कामाची माहिती करून घेण्यासाठी. तुमच्या कामाविषयी आम्हा सर्वांना फार आदर आहे. जनुक अभियांत्रिकीच्या, जेनेटिक इंजिनिअरींगच्या क्षेत्रात आज आपण जगात सर्वांत अग्रेसर आहोत, ते तुमच्यासारख्या थोर संशोधकांमुळे. आम्हाला फक्त तुमचा नवीन शोध काय आहे हे जाणून घ्यायचं आहे.''

''ठीक आहे.''

डॉ. विंडमार्कनी बरोबर आणलेली छोटी ब्रीफकेस उघडली आणि त्यातून काही पुस्तिका बाहेर काढल्या. उपस्थित असलेल्या सर्वांना त्यांनी एक-एक पुस्तिका वाटली. मग एक पुस्तिका स्वत: घेतली आणि ते म्हणाले,

''बेसिक जीन रीसर्च अँड इंजिनिअरींग या आमच्या संस्थेत गेली कित्येक वर्षं वेगवेगळ्या रोगांवरती संशोधन चालू आहे हे आपणा सर्वांना माहीत आहेच. रोगजंतूच्या डी.एन.ए.मधलं स्थान आणि त्या जनुकांमुळे येणारे गुणधर्म यांचा अभ्यास करतानाच जनुकांचं स्थान बदललं किंवा जनुकांच्या संख्येत काही बदल केला किंवा दोन वेगवेगळ्या जंतूंमधली जनुकं एकत्र आणली तर त्याचे काय परिणाम होतात याचा अभ्यास आमचे संशोधक करतात, असं अगदी थोडक्यात आमच्या संशोधनासंबंधी सांगता येईल.''

''तुमचं सध्याचं संशोधन प्लेग जंतूंविषयी आहे ना?'' हातातली पुस्तिका चाळत राष्ट्रपतींनी विचारलं.

''होय. प्लेग हा जगातून जवळजवळ नामशेष झालेला रोग आहे. अर्थात, अजूनही दर वर्षी काही थोड्या लोकांना प्लेग होतो. कधी त्यात पाच-दहा माणसं मरतातही. पण पूर्वीसारखी प्लेगची मोठी साथ मात्र आता येत नाही, कारण त्यावरची परिणामकारक औषधं आज उपलब्ध आहेत.''

''असं असूनही १९९४ मध्ये भारतातल्या सुरत शहरात न्युमॉनिक प्लेगची साथ आली होती.'' हवाई दल प्रमुख म्हणाले.

''खरं आहे. पण ती साथ नैसर्गिक नसून मुद्दाम पसरवण्यात आली असावी असा संशय आहे आणि त्यासाठी रशियातल्या एका संशोधनशाळेतले प्लेगजंतू एखाद्या अतिरेकी संघटनेनं वापरले असावेत असा अंदाज आहे. कारण जगात अनेक ठिकाणी असलेल्या जैविक संशोधन शाळा हीच आता प्लेगजंतू निश्चितपणे मिळण्याची ठिकाणं आहेत.''

''आमच्या संस्थेतही त्यांचा बराच मोठा साठा आहे. अर्थात, आमची सुरक्षा व्यवस्था अत्यंत कडक आणि कार्यक्षम असल्यामुळे तिथे काही गडबड होण्याची शक्यता नाही.'' डॉक्टर म्हणाले.

''डॉक्टर, प्लेगजंतूंमध्ये तुम्ही कोणते बदल घडवून आणले, ते तुम्ही आम्हाला

अगदी साध्या भाषेत सांगा बुवा'' किंचित हसत आणि हातातली पुस्तिका समोरच्या टेबलावर टाकत पंतप्रधान म्हणाले, ''या पुस्तिकेतलं बरंचसं आमच्या डोक्यावरूनच जातंय.''

''सांगतो. प्लेगजंतूंच्या डीएनए मधल्या जनुकांची कापाकापी करून आणि इतर जंतूंमधल्या जनुकांची ठिगळं काही ठिकाणी लावून आम्ही असा जंतू तयार केला आहे, की ज्याच्यामुळे जगात एक नवीनच रोग निर्माण होऊ शकेल.''

''नवीन रोग?''

''हो आणि हा रोग इतक्या तीव्र स्वरूपाचा असेल आणि इतक्या झपाट्यानं पसरू शकेल की त्याच्यामुळे मोठ्या प्रमाणावर मनुष्यहानीची खात्री देता येईल... अगदी कमी खर्चात आणि कमी वेळात.''

''युद्धासाठी अगदी उत्तम अस्त्र!'' लष्करप्रमुख उद्गारले.

''पण याबाबतचं आमचं संशोधन अजून पूर्ण झालेलं नाही. प्लेकॉनच्या .... या नवीन रोगाला आम्ही प्लेकॉन नाव दिलं आहे, कारण त्यात प्लेग, कॉलरा आणि न्युमोनिया या तिन्ही रोगांची लक्षणं आढळून येतात. सडकून ताप भरतो, ग्रंथी सुजून गाठी येतात, छाती कफानं भरून खोकला सुरू होतो. आणि शिवाय जुलाब, उलट्या यांनी माणूस हैराण होऊन जातो. तर या प्लेकॉनच्या जंतूंबाबतचं आमचं ज्ञान अजून अपुरं आहे असं मला वाटतं. त्याच्यावर हमखास लागू पडेल असं अँटिबायोटिक आम्हाला सापडलेलं नाही. शिवाय पिढी-दर पिढी त्यात काय बदल होतील त्याचा अभ्यास अजून झालेला नाही. शिवाय....

''युद्धात जैविक अस्त्रं वापरायला आंतरराष्ट्रीय कायद्यानं बंदी आहे ना?' राष्ट्रपती म्हणाले.

''अर्थात'' पंतप्रधान म्हणाले. ''या अस्त्राचा वापर करणं मानवताविरोधी आहे आणि अशी अस्त्रं कुठल्याही युद्धात वापरली जाणार नाहीत हे बघणं ही आपल्यासारख्या प्रगत देशाची नैतिक जबाबदारी आहे. आपण तर अशी अस्त्रं कधीच वापरणार नाही. पण... निकराची वेळ आली तर... म्हणून असं काहीतरी अमोघ अस्त्र आपल्याजवळ असायला हवं.''

''पण अजून आमचं संशोधन त्या टप्प्यापर्यंत पोहोचलेलं नाही.''

''तुम्ही म्हणता ते बरोबर आहे. आज आपली ही बैठक आहे, ती फक्त तुमच्या संशोधनाची माहिती घेण्यासाठी. केवळ आमची उत्सुकता आम्हाला गप्प बसू देत नाही म्हणून तुम्हाला भेटायला बोलावलं'' पंतप्रधान म्हणाले.

मग पुढे बराच वेळ प्लेकॉनविषयी चर्चा चालू राहिली. त्याचा प्रसार कसा होऊ शकेल, त्याची प्रमुख लक्षणं कोणती, त्याच्यावर संभाव्य औषधं कोणती असतील, कोणत्या वयोगटाच्या व्यक्ती त्याला लौकर बळी पडण्याची शक्यता

आहे, इत्यादी अनेक बाबींची चर्चा झाल्यावर कॉफीपान झालं आणि बैठक समाप्त झाली. सर्वांचा निरोप घेऊन परत जाताना डॉ. विंडमार्कच्या मनात शंकेची पाल चुकचुकत होती. आपलं संशोधन अजून अपुरं आहे असं आपण पुन: पुन्हा सांगूनसुद्धा या विषयाची इतकी चर्चा का करण्यात आली?

डॉ. विंडमार्क गेल्यावर लष्करप्रमुख, राष्ट्रपती आणि पंतप्रधान यांची महत्त्वाची चर्चा सुरू झाली.

नैसर्गिक वातावरणात प्लेकॉनची वाढ, प्रसार आणि प्रतिकार यांचा अभ्यास करण्यासाठी जगातल्या कोणत्या भागात त्याचा प्रयोग करायचा?

एक प्रभावी अस्त्र म्हणून प्लेकॉनचा वापर भविष्यात होऊ शकणार होता, मात्र त्यासाठी त्याचा वापर करण्याचा अनुभव घेणं आवश्यक होतं आणि युद्ध सुरू होण्याची शक्यता वाटत होती. त्यामुळे प्लेकॉनचा प्रयोग करणं आवश्यकच होतं.

पण तो कुठे करायचा?

भौगोलिक परिस्थिती, हवामान, प्रयोगाची कुणाला शंका येऊ नये म्हणून आवश्यक असणारा प्रशासनाचा गलथानपणा, लोकवस्तीची घनता या सर्व बाबींचा विचार करता, जगातले तीन-चार देशच या प्रयोगासाठी उपयुक्त ठरत होते.

या सर्वांच्या जोडीला आंतरराष्ट्रीय राजकारणातली उपद्रवक्षमता लक्षात घेता एकाच देशाचं नाव पुढे येत होतं. त्या नावाविषयी सर्वांचं एकमत झालं. आणखीही एक गोष्ट एकमतानं ठरवण्यात आली. डॉ. विंडमार्क यांची बदली करायची. 'बेसिक जीन रिसर्च अँड इंजिनिअरींग' च्या प्रमुखपदावरून त्यांना 'जैविक संशोधन सल्लागार समिती' च्या प्रमुखपदी बढती द्यायची.

तनुजा शाळेतून घरी आली, तेव्हाच तिचं अंग कसकसत होतं; पण ती काही बोलली नाही. कारण संध्याकाळी पाणीपुरी खायला जायचं असं तिचं आणि तिच्या मैत्रिणींचं कालच ठरलं होतं. कधी नव्हे ते तिच्या आईनं चटकन परवानगी दिली होती आणि चटकन दहा रुपयेही काढून दिले होते. नाहीतर गेले नऊ-दहा महिने ती तनुजाला एक पैसाही इकडे-तिकडे खर्चू देत नव्हती. त्याला तिचाही नाईलाज होता. दहा महिन्यांपूर्वी कुशाबा एका अपघातात वारल्यापासून घरातला कमावता माणूस गेला होता. नवरा गेल्यावर मिळतील ती स्वयंपाकाची, धुण्यापाण्याची कामं करून मंजुळा कसाबसा स्वत:चा आणि लेकीचा खर्च भागवत होती. तनुजाची शाळा मात्र तिनं बंद पडू दिली नव्हती. नववीपर्यंत आलेल्या तनुजाला काहीही करून बारावीपर्यंत शिकवायची असा तिचा निर्धार होता. पण परिस्थितीमुळे तिचा हात मात्र सतत तंग असायचा.

पंधरा दिवसांपूर्वी जागेच्या शोधात एक गोरापान, मळक्या कपड्यातला तरुण

त्यांच्या शंकरनगर झोपडपट्टीत फिरताना बघून, तिनं त्याची चौकशी केली होती. त्यानं आपलं नाव 'रणधीर' असल्याचं सांगितलं होतं आणि राहायला जागा मिळेल का, म्हणून विचारलं होतं. मंजुळेची पत्र्याची झोपडी तशी मोठी होती आणि कुणीतरी पोटभाडेकरू ठेवावा, असा विचार तिच्या मनात काही दिवसांपासून घोळत होता. तिनं रणधीरला आपल्या झोपडीत नेलं होतं आणि अर्धी जागा त्याला भाड्यानं देण्याची तयारी दाखवली होती. मधोमध तरटाचा पडदा टांगून, झोपडीचे दोन भाग करता आले असते. त्याला ये-जा मात्र खिडकीतून करावी लागणार होती. रणधीरची त्याला तयारी होती. नाहीतरी पत्र्याच्या खिडकीला गज नव्हतेच, मात्र तरटाच्या पडद्याऐवजी त्यानं स्वत:च्या खर्चानं पत्र्याचं पक्कं पार्टिशन उभं केलं होतं. डिपॉझिट म्हणून त्यानं मंजुळेला हजार रुपयेही दिले होते. हातात पैसे आल्यामुळे तिनं आनंदानं तनुजाला खाऊसाठी दहा रुपये दिले होते.

खूप दिवसांनी बाहेर खाण्याची आणि भटकण्याची मजा करायला मिळणार असल्यानं स्वत:ला बरं वाटत नसल्याचं तनुजानं कोणालाच सांगितलं नाही. ती संगीता, मनीषा आणि गौरी अशा चौघीजणी संगीताकडे जमल्या आणि गप्पा मारत खिदळत चौपाटीवर गेल्या. तिथे समुद्रात पाय बुडवून उभ्या राहिल्या, एकमेकींच्या अंगावर पाणी उडवलं, शिंपले शोधून बघितले, थोडा वेळ गप्पा मारत वाळूत बसल्या आणि मग पाणीपुरी खायला गेल्या. एव्हाना अंधार पडला होता. दिव्याच्या उजेडात तनुजाचा चेहरा चांगलाच टापसलेला आणि लाल दिसतो आहे, हे आधी गौरीच्या लक्षात आलं.

"अगं, असं काय दिसतं आहे तुझं तोंड तनु? बरं नाही वाटत का तुला?" तिनं विचारलं.

"नाही, बरं आहे." तनुजानं मान हलवत सांगितलं. खरं तर एव्हाना तिला चांगलीच थंडी वाजू लागली होती, डोकं दुखू लागलं होतं, हातपाय जड झाले होते आणि पोटातही मळमळायला लागलं होतं. "पण मला काही खायला नको."

"का ग? पाणीपुरी नाही खायची तुला?" संगीतानं विचारलं आणि तनुजाच्या कपाळाला हात लावला. कपाळ चांगलंच कढत लागलं, तशी तिनं हात चटकन मागे घेतला आणि ती उद्गारली,

"अगं, हिला चांगलाच ताप आला आहे." "अगं बाई, खरंच, चांगलाच ताप आहे." असे वेगवेगळे उद्गार काढून त्या मैत्रिणींनी तनुजाच्या ताप येण्यावर शिक्कामोर्तब केलं. मग त्यांचं खाण्यात लक्ष लागेना. कशीबशी एकेक प्लेट पाणीपुरी खाऊन त्या तनुजाला घेऊन तिच्या घरी गेल्या.

हुडहुडी भरलेल्या तनुजाला बघून आईनं अंथरूण घातलं आणि तिच्या अंगावर गोधडी पांघरत ती म्हणाली,

"ताप असताना आणि बाहेरचं कशाला खाल्लंस गं?"

"तिनं नाही खाल्लं काकू." गौरी म्हणाली.

"खरंच का?" असं मंजुळा विचारते आहे, तोच तनुजा क्षीण आवाजात म्हणाली,

"आई गं, मला ओकारी होणार वाटतंय!"

"ओकारी होणारेय! थांब, थांब." असं म्हणून मंजुळानं एक मोठसं पातेलं घेतलं आणि ते तनुजासमोर धरलं. सार्वजनिक मोरी झोपडीपासून दूर होती.

तनुजानं पातेलं घाईनं ओढून घेतलं आणि ती त्यात भडाभडा ओकली. आणि मग कसंबसं तोंड पुसून अंगातलं त्राण गेल्यासारखी ती आडवी पडली.

तिच्या मैत्रिणींनी मग हळूहळू काढता पाय घेतला.

मंजुळा जरा वेळ लेकीजवळ बसली. मग तिनं चार घास खाऊन घेतले आणि तिनं आपलंही अंथरूण पसरलं. उद्या तनुजासाठी औषध आणलं पाहिजे असा विचार करतच तिला झोप लागली.

तिला जाग आली, ती तनुजाच्या खोकल्यांनं. ती तटकन उठून बसली आणि तिनं दिवा लावला. तनुजा डोळे मिटून झोपेतच जोरजोरात खोकत होती. तिला बराच कफ झाल्यासारखा आणि तो सुटत नसल्यासारखा वाटत होतं.

"तनु, ए तनु, जागी हो. उठून बस, म्हणजे कफ सुटेल" असं म्हणत मंजुळा तिला हलवू लागली, तेव्हा तिचं अंग इतकं गरम लागलं की मंजुळानं हात चट्कन मागे घेतला आणि मग तिच्या लक्षात आलं, तनुजा तापाच्या ग्लानीत आहे!

डॉक्टरला बोलवायला हवं. पण आता अपरात्री डॉक्टर येईल का? आणि त्याला बोलवायला कोण जाणार? रणधीर जाईल?

"रणधीर भैया, अहो रणधीर भैया" मंजुळानं चार-सहा हाका मारल्या. काही उत्तर आलं नाही, तेव्हा तिनं पत्र्यावर जोरजोरात थापा मारल्या. तरीही काही हालचाल ऐकू येत नाही असं पाहून तिनं बाहेर जाऊन बघितलं, तो खिडकीला बाहेरून कुलूप होतं. रणधीर खोलीत नव्हता.

शेवटी मंजुळानं तनुजाच्या कपाळावर थंड पाण्याची पट्टी ठेवली आणि ती काळजी करत जागत बसली. उजाडेपर्यंत तनुजाला दोन उलट्या आणि एक जुलाबही झाला, पण ताप कमी झाला नाही की ग्लानी उतरली नाही.

सकाळ होताच मंजुळानं शेजारच्या भीमाला डॉ. सावंतांकडे पाठवलं. डॉक्टरांचा दवाखाना झोपडपट्टीला लागून होता आणि दवाखान्याच्या वरच ते राहत असत. झोपडपट्टीतील निम्मे-अधिक रहिवासी त्यांचेच पेशंट होते. भीमानं सांगितलेल्या माहितीवरून अंदाजानं औषध घेऊन ते तनुजाला बघायला आले.

ग्लानीत असलेल्या, तापानं फणफणलेल्या तनुजाला तपासताना त्यांच्या लक्षात आलं, की तिच्या काखेत, जांघेत आणिक कानामागे गाठी आल्या आहेत. ते दचकले. १९९४ मधला सुरतेचा प्लेग त्यांना आठवला.

"तुमच्याकडे उंदीर मेले आहेत का?" त्यांनी विचारलं.

"आता, साहेब उंदीर तर असतातच" मंजुळानं बापुडेपणानं सांगितलं.

"पण मेलेला उंदीर घरात पडला आहे का?"

"नाही."

डॉक्टरांनी परत एकदा तनुजाला तपासलं, काहीतरी इंजेक्शन दिलं आणि औषध लिहून देत सांगितलं.

"या गोळ्या आणा. दिवसातून चार वेळा दोन-दोन गोळ्या द्या आणि संध्याकाळी मला येऊन सांगा, तिची प्रकृती कशी आहे ते."

डॉक्टरांच्या बरोबर भीमाही झोपडीबाहेर पडला. डॉक्टरांनी गाठी चाचपून बघणं, उंदीर मेलेले आहेत का विचारणं, या गोष्टीचा अर्थ त्याच्या लक्षात आला होता. आणि त्यानं काढता पाय घेतला होता.

तनुजाला प्लेग झाला आहे अशी बातमी मग तासाभरात सगळ्या झोपडपट्टीत पसरली. दुसरा एखादा आजार असता तर अनेकजण मंजुळाच्या मदतीला धावून आले असते. पण प्लेगच्या धास्तीनं कोणीही फिरकलं नाही. मंजुळा बिचारी एकटीच काळजी करत आणि टिपं गाळत बसली. पण तिला फार वेळ काळजी करावी लागली नाही. भर दुपारी तीनच्या सुमारास तनुजाचं प्राणोत्क्रमण झालं.

मंजुळा वेडीपिशी झाली. त्या आवेगात तिला स्वत:च्या अंगात ताप भरत असल्याचंही लक्षात आलं नाही. तनुजा गेल्याचं कळल्यावर लाजेकाजेस्तव शेजारी गोळा होऊ लागले. तिचा अंत्यविधी उरकण्याच्या आतच मंजुळा तापानं फणफणली आणि तनुजाचा अंत्यविधी उरकून परत आलेल्यांना तिच्यासाठी डॉक्टरला बोलावायला धावावं लागलं.

मंजुळाबरोबरच तनुजाच्या तीनही मैत्रिणी आणि झोपडपट्टीतले आणखी पंधरा-वीसजण तापानं फणफणले. सर्वांची लक्षणं सारखीच होती. डॉक्टरांच्या प्रयत्नांना दाद न देता चोवीस तासांत आणखी तेराजण मृत्यूमुखी पडले. त्यात मंजुळाही होती.

आता मात्र लोक चांगलेच घाबरले. हा नक्कीच प्लेग होता आणि तो झपाट्यानं पसरत होता. तिसऱ्या दिवशी जवळजवळ सत्तर-पंचाहत्तर लोक आजारी पडले तेव्हा चंबूगबाळे घेऊन, लोक झोपड्या सोडून, पळून जाऊ लागले.

सनसनाटी बातमीच्या वासावरच असणाऱ्या काही वार्ताहरांना ही बातमी लागली आणि दुसऱ्या दिवशीची वर्तमानपत्रं प्लेगच्या बातम्यांनी भरून गेली.

हळूहळू असं लक्षात आलं, की केवळ शंकरनगर मध्येच नव्हे, तर मुंबईतल्या आणखी चार झोपडपट्ट्यांमध्ये प्लेग पसरला आहे आणि लोक हजारोंच्या संख्येने पळून जात आहेत. पण या वेळचा प्लेग थोडा वेगळा आहे आणि अतिशय तीव्र स्वरूपाचा आहे. पळण्याची तयारी करणारे कित्येक लोक रोगानं ग्रासल्यामुळे स्टेशनवर, बसस्टँडवर, रस्त्यात बेशुद्ध पडत आहेत आणि मरत आहेत.

आता झोपड्यांमधलेच नव्हे तर पक्क्या घरांमध्ये राहणारे लोकही घाबरले. कोणी कुणाकडे जाई-येईना. दुकानं, ऑफिसं ओस पडू लागली. रोग्यांना तपासणारे कित्येक डॉक्टरही आजारी पडू लागले.

मुंबईबरोबर इतरही मोठ्या शहरांमधल्या झोपडपट्ट्यांमध्ये प्लेग पसरल्याच्या बातम्या येऊ लागल्या. या वेळची साथ इतकी जबरदस्त होती की नव्वद टक्के रुग्ण मृत्युमुखी पडले होते. कुठलंही अँटिबायोटिक लागू पडत नव्हतं. हा प्लेग नसावा, कारण या रोगाची लक्षणं काहीशी वेगळी आहेत असं काही डॉक्टर म्हणत होते तर काहींच्या म्हणण्याप्रमाणे तो प्लेगच होता. वाद जोरात चालू होता, पण रोगावर इलाज मात्र सापडत नव्हता.

मुंबईत प्लेग पसरल्याची बातमी वर्तमानपत्रांमध्ये छापून आल्याबरोबर जगभर परत एकदा खळबळ माजली. विमान कंपन्यांनी भारतातल्या सेवा तातडीनं रद्द केल्या. अनेक कंपन्यांनी आपले कर्मचारी भारताबाहेर काढून नेले. भारतीय बंदरांमध्ये उभ्या असलेल्या जहाजांनी घाईनं बंदरं सोडली. भारतातली घाण, अव्यवस्था, लोकसंख्येची दाटी यांची जगभर छी: थू होऊ लागली. १९९४ मधलीच घाणीची, गर्दीची छायाचित्रं, परदेशी प्रसारमाध्यमं परत छापू लागली, दाखवू लागली. कारण बातम्या गोळा करण्यासाठी किंवा चित्रीकरणासाठी जायला वार्ताहर धजेनासे झाले.

भारताकडे मदतीचा ओघ वाहू लागला. उपयोगी न पडणारी अँटिबायोटिक्स वापरलेले कपडे आणि अन्नधान्य या गोष्टींची गरज किती आहे हे, लक्षात न घेताच अनेक श्रीमंत देश मदत पाठवू लागले.

भारतातून बाहेर मात्र एक कणही पडेना. संपूर्ण देशाला जणू क्वारंटाईन करण्यात आलं. भारतातून टपालही बाहेर जाईना. वारा मात्र इकडून-तिकडे वाहू शकत होता. जमलं असतं तर प्रगत देशांनी त्यालाही क्वारंटाईन केलं असतं.

भारतात प्लेग पसरल्याची बातमी आणि प्लेगची लक्षणं वाचून डॉ. विंडमार्कना धक्काच बसला. बातमीवरून तो रोग प्लेकॉन असावासं वाटत होतं. पण असं कसं शक्य आहे? प्लेकॉनचा प्रयोग अपुरा आहे, अशी स्पष्ट सूचना आपण पंतप्रधानांना दिली होती. त्या सूचनेकडे त्यांनी दुर्लक्ष तर नव्हतं केलं?

ते बेचैन झाले. त्यांची सूचना डावलून जर प्लेकॉनचा वापर केला गेला

असला तर ते फार धोकादायक होतं. ज्यावर औषध नाही असा महाभयंकर रोग आज भारतात पसरला असला तरी उद्या तो जगभर पसरणार नाही असं कशावरून? शिवाय त्याच्याशी सामना करायला म्हणून जे औषधपाणी केलं जातं आहे, ते रिचवून तो आणखी किती बलवान होईल ते परमेश्वरसुद्धा सांगू शकणार नाही.

पण आपल्याला शंका येते आहे तसं खरंच घडलं आहे का? की भारतात पसरलेला नुसता प्लेग आहे?

खरं काय ते शोधून काढल्याशिवाय त्यांना चैन पडेना. ''बेसिक जीन रीसर्च अँड इंजिनिअरींग'' च्या प्रमुखपदी त्यांच्या जागी आलेल्या डॉ. ब्रूबेकरना ते चांगले ओळखत होते. त्यांनी ब्रूबेकरना फोन लावला. आधी थोडं इकडचं-तिकडचं बोलल्यावर मग ते हळूच म्हणाले.

''बाकी भारतात तुमच्या प्लेकॉननं चांगलाच धुमाकूळ घातला आहे. कुणाला पत्ता न लागू देता इतका यशस्वी प्रयोग केल्याबद्दल अभिनंदन.''

डॉ. ब्रूबेकर खुश झाल्यासारखे हसले आणि म्हणाले.

''सर, खरं श्रेय तुमचं आहे. कारण मूळ शोध तुमचा आहे.''

त्यांच्या उत्तरानं विंडमार्क अवाक् झाले आणि त्यांनी फोन ठेवून दिला.

डॉ. ब्रूबेकर अतिशय खुशीत होते. प्रत्यक्ष डॉ. विंडमार्कनी, प्लेकॉनच्या जनकानं यशस्वी प्रयोगाबद्दल त्यांचं अभिनंदन केलं होतं. प्लेकॉनवर मात करणाऱ्या औषधाचा त्यांनी चालवलेला शोध लौकरच सफल होईल, अशी त्यांना आशा होती. तसं झालं की त्यांना नोबेल पारितोषिकसुद्धा मिळायला हरकत नव्हती.

त्यांनी सेक्रेटरीला बोलावून काही सूचना दिल्या आणि मग प्रयोगशाळेकडे निघाले. आजचा संपूर्ण दिवस आता तिथेच घालवायचा, असं त्यांनी ठरवलं होतं.

ते प्रयोगशाळेच्या दारात आले आणि त्यांना जाणवलं की आपल्या पायांखालची जमीन थरथरते आहे. हे काय होतं आहे असं त्यांच्या मनात येतं असतानाच सगळी इमारत हादरू लागल्याचं आणि पडझड सुरू झाल्याचं त्यांच्या लक्षात आलं. भूकंप होतो आहे आणि तातडीनं आपण इमारतीबाहेर पडलं पाहिजे, असा विचार त्यांच्या मनात येत असतानाच समोरची भिंत त्यांच्या अंगावर झुकल्याचं त्यांना दिसलं आणि मग पुढचं काही त्यांना जाणवलंच नाही.

जवळजवळ मिनिटभर तो भूकंप चालू राहिला. जमीन कापायची थांबली तेव्हा संशोधनशाळा जमीनदोस्त झाली होती. नंतरच्या दोन दिवसात लहान-मोठे मिळून आणखी सत्तर धक्के बसले आणि जवळजवळ संपूर्ण शहर उद्ध्वस्त झालं.

तो भूकंप रिश्टर स्केलवर ८.५ तीव्रतेचा होता आणि त्यानं त्या अतिप्रगत

देशातली अनेक गावं, पूल, रेल्वे मार्ग उद्‌ध्वस्त केले.

आणि संशोधनशाळेत बंदिस्त असलेल्या प्लेकॉनच्या साठ्यामधले जंतू मुक्त संचाराला मोकळे झाले!

डॉ. विंडमार्कनी खोलीत येऊन दार लावून घेतलं. खरं म्हणजे दार नसतं लावलं तरी चाललं असतं. कारण त्यांच्यामागे कोण खोलीत येणार होतं? शहराच्या या भागात आता इतके कमी लोक शिल्लक होते, की कधी कधी चार दिवस दुसऱ्या माणसाचं तोंडसुद्धा दिसत नसे. तो प्रचंड भूकंप झाल्याला आता अडीच वर्षं उलटली होती. भूकंपाने मोठी प्राणहानी झाली होती. पण नंतरची प्राणहानी तर अकल्पनीय होती. प्लेकॉनची साथ वाऱ्यासारखी देशभर आणि देशाबाहेर जगभर पसरली होती. कोट्यवधी माणसं मेली होती आणि अजूनही मरत होती. रोगावरचा उपाय कोणाजवळ नव्हता. आणि कोण कोणाला क्वारंटाईन करणार, असा प्रश्न होता.

सर्व सुधारणा थांबल्या होत्या, उद्योगधंदे थंडावले होते. संपर्क यंत्रणा कोलमडल्या होत्या, अन्नधान्य पुरेसं पिकत नव्हतं. कारण हे सगळं करायला माणसंच पुरेशी नव्हती.

पण आश्चर्यकारकरीत्या भारतातल्या परिस्थितीत मात्र सुधारणा होत असल्याचं सहा महिन्यांपासून ऐकू येऊ लागलं होतं. असं कशामुळे घडत होतं? त्या लोकांची रोगप्रतिकारशक्ती वाढली होती का? की त्यांना काही नवीन औषध सापडलं होतं? प्लेकॉनसाठी अँटिबायोटिक औषधांचा वापर कधीच बंद करण्यात आला होता, कारण त्यांचा काही उपयोग नाही, हे लक्षात आलं होतं. मग भारतीय लोकांचा रोग कशानं बरा होत होता?

त्यांच्या देशात एक बरीच पुरातन उपचारपद्धती अस्तित्वात आहे असं डॉ. विंडमार्क ऐकून होते. त्या उपचारपद्धतीत काही प्रभावी औषधं होती का? असली तर त्यांची माहिती करून घेणं आवश्यक होतं.

डॉक्टरांनी टेबलावरचा दिवा पुढे ओढला. त्याची वात सारखी करून तो काडीनं पेटवला आणि मग लेखन-साहित्य पुढे ओढलं. ते, भारतीय आरोग्यखात्याला पत्र लिहिणार होते. त्या पुरातन उपचारपद्धतीची त्यांना माहिती करून घ्यायची होती. भारत सरकारकडून आपल्या पत्राला उत्तर येईल, याची त्यांना खात्री होती कारण त्यांचं नाव जगप्रसिद्ध होतं.

त्यांना खात्री वाटत नव्हती, ती एकाच गोष्टीची. रोगग्रस्त देशाकडून आलेलं टपाल भारतात स्वीकारलं जाईल की नाही याची.

पण प्रयत्न करून बघणं त्यांचं कर्तव्य होतं.

(धनंजय - दीपावली १९९५)

◆

## हा हन्त हन्त....!

"महादेवा, तुझ्या साक्षीनं आम्ही गांधर्व विवाह करीत आहोत. आमच्यावर तुझी कृपादृष्टी सदैव असू दे."

प्लॅस्टिक फुलांचा हार धरलेल्या हातांनीच निखिलनं महादेवाच्या पिंडीला नमस्कार केला आणि घुंघट ओढून शेजारी उभ्या असलेल्या कमलाकडे तोंड वळवलं. क्षणभर तिची काहीच प्रतिक्रिया दिसली नाही. मग सावकाश तिनं हात वर केले आणि हातातला प्लॅस्टिक फुलांचा हार निखिलच्या गळ्यात घातला.

निखिलनं सुटकेचा श्वास सोडला. हातातला हार त्यानं कमलाच्या गळ्यात घातला आणि तिचा घुंघट वर उचलला. आता यापुढे तो तिला घुंघट घेऊ देणार नव्हता, कारण आता तो कोणी परका नव्हता. ते दोघं पतिपत्नी होते.

आणि ज्याच्यासाठी तिनं घुंघट घ्यावा असा दुसरा पुरुष जगात नव्हता.

त्याच्याखेरीज दुसरा कोणी पुरुष आता अस्तित्वातच नव्हता आणि कमलाखेरीज दुसरी स्त्री नव्हती.

निदान दुसरी कोणी माणसं जिवंत असल्याचं चिन्ह गेल्या चार महिन्यांत त्यांना आढळलं नव्हतं, एवढं खरं.

चार महिन्यांपूर्वी माणसांनी गजबजलेली शहरं, खेडी, रस्ते आता ओस पडले होते. माणसंच नव्हेत, तर इतर प्राणीही नामशेष झाले असावेतसं वाटत होतं. कुठे चिटपाखरूसुद्धा आढळून येत नव्हतं. वेड लागण्याजोगी परिस्थिती होती. पण त्याला वेड लागलं नव्हतं याचं एकमेव कारण होतं कमला. त्याच्या सुदैवानं ती तरी जिवंत होती. त्याला अचानक भेटली होती आणि वेडेपणाच्या सीमारेषेवरून तो परत आला होता.

ती त्याला भेटली, तो दिवस त्याला पक्का आठवत होता. स्फोटानंतरचा

चौदावा दिवस होता तो. तो प्रचंड स्फोट झाला, तेव्हा तो 'स्टार माइन्स'च्या आठव्या खाणीत तिसऱ्या लेव्हलवर काम करत होता. त्या लेव्हलवर प्रस्तर फोडताना आलेल्या अडचणी दूर करण्यासाठी त्याला मुद्दाम पाचारण करण्यात आलं होतं. आपल्या कामात तो इतका बुडला होता, की दुपारच्या जेवणाची सुट्टी झाली आणि त्याच्या मदतीला असलेले सहकारी जेवायला गेले, तरी तो तसाच काम करत राहिला होता.

आणि अचानक तो प्रचंड स्फोट झाला होता. सगळं जग हादरल्यासारखं त्याला वाटलं होतं. त्यापूर्वी दीड वर्षापासून तिसरं महायुद्ध सुरू होतं. प्रचंड जीवितहानी, वित्तहानी सुरू होती. रासायनिक, जैविक अस्त्रं वापरल्याचे आरोप दोन्ही बाजूंच्या राष्ट्रांनी एकमेकांवर केले होते. जगातले जवळजवळ सर्वच देश युद्धात उतरले होते. भारतही त्याला अपवाद नव्हता.

मात्र अणुबाँब किंवा न्यूट्रॉन बॉम्बचा वापर करायला दोन्ही बाजू कचरत होत्या.

पण मग झालेला प्रचंड स्फोट कशाचा होता? न्यूट्रॉन बॉम्बचा? अणुबॉम्बचा? की आणखीच एखाद्या नवीन, भयानक अस्त्राचा?

निखिलच्या मनात हे विचार येत असतानाच त्याची शुद्ध हरपली होती.

तो शुद्धीवर आला, तेव्हा सगळीकडे अंधार होता. त्याच्या कपाळावरचा दिवा विझलेला होता. त्यानं तो काढून हातात घेतला आणि परत सुरू करण्याचा प्रयत्न केला. तो लागला नाही, तेव्हा तो तसाच अंधारात चाचपडत निघाला. तिसऱ्या लेव्हलवरच्या मुख्य बोगद्यात तो आला आणि स्तंभित होऊन बघत राहिला.

बोगद्यात बसवलेले दिवे व्यवस्थित चालू होते आणि त्या उजेडात ठिकठिकाणी निपचित पडलेले कामगार दिसत होते. निखिलनं त्यांपैकी एक-दोघांना हलवून उठवण्याचा प्रयत्न केला, पण उपयोग झाला नाही. त्यांची शरीरं स्पर्शाला थंड लागत होती. नाडी बंद होती.

त्यानं घाईघाईनं सर्वांची नाडी बघितली. कोणाचीच नाडी लागत नव्हती आणि शरीरं थंड पडली होती. निखिल धडपडत लिफ्टमधून वर आला.

वरचं दृश्य तर बघवत नव्हतं. सर्वत्र कामगारांची कलेवरं पडलेली होती. खाणीत, ऑफिस, कॅन्टीन, कामगारांना बसण्याची जागा सगळीकडे प्रेतं पडलेली होती. जेवणाची सुट्टी असल्याने मधेमधे उघडे डबेही दिसत होते.

वेड्यासारखा धावत निखिल जवळच्या स्टाफ क्वार्टर्सकडे गेला. तिथली परिस्थिती वेगळी नव्हती. घरोघरी पुरुष, स्त्री, मुलं, पाळीव कुत्री, मांजरं, पोपट मरून पडलेले होते.

पायातलं त्राण संपून निखिल तिथल्याच एका घरासमोर मट्कन खाली बसला.

मनाच्या सुन्न अवस्थेतून तो बाहेर आला, तेव्हा संध्याकाळ झाली होती. आसमंतात चिटपाखरूही नव्हतं.

त्याच्या घरी काय झालं होतं? जाऊन बघायला हवं होतं. ऑफिससमोर उभ्या असलेल्या अनेक मोटारगाड्यांपैकी एकीत तो बसला. किल्ली नव्हती, तरी थोड्याशा खटाटोपानंतर त्याला गाडी सुरू करता आली. भेदरलेल्या मनानं तो गावाकडे निघाला.

तो घरी पोहोचला तेव्हा त्याची भीती खरी असल्याचं त्याला आढळून आलं. त्याचे वडील, पत्नी, दोन्ही मुलं यापैकी जिवंत कोणीच नव्हतं. शेजारीपाजारीही तशीच स्थिती होती. पण सगळी यंत्रं मात्रं सुरळीत चालू होती. घरातला रेफ्रिजरेटर सुरू होता. दिवे, पंखे लागत होते.

घरातल्या आणि शेजारपाजारच्या फर्निचरची एक मोठी चिता त्यानं रचली. घरातल्या माणसांचे आणि आसपासचे आठ-दहा देह त्यानं ठेवून ती पेटवून दिली. रात्रभर तो त्या चितेशेजारी बसून राहिला.

सकाळी त्यानं घरातलं आवश्यक ते सामान बरोबर घेतलं. जवळच्या पेट्रोलपंपावर स्वत:च पेट्रोल भरून घेतलं आणि तो निघाला. कुठे जायचं ते काहीच नक्की नव्हतं. मात्र आसपासच्या मृत वातावरणापासून पळून जायचं, एवढं नक्की होतं.

पण थोड्याच दिवसांत त्याच्या लक्षात आलं, की तो त्या सगळ्यापासून पळू शकत नव्हता कारण गावोगावी तीच परिस्थिती होती. माणसं, पशू, पक्षी, कीटक मरून पडलेले होते. वनस्पतीही मेल्याची चिन्हं हळूहळू दिसू लागली होती. कित्येक झाडाझुडपांची पानं गळून पडली होती. रोपांनी माना टाकल्या होत्या. मोठमोठे वृक्ष मात्र उभे होते. त्यांचा पर्णसंभार गळून पडत होता, पण मेलेले वृक्ष उन्मळून पडायला मात्र अजून बराच अवकाश होता.

सर्व निर्जीव सृष्टी मात्र अबाधित होती.

आणि शिल्लक असलेल्या सर्व संपत्तीचा मालक तो एकटा होता!

हे लक्षात आलं, तेव्हा त्याला वेड्यासारखं हसूच यायला लागलं होतं आणि त्या हसण्याचं रूपांतर रडण्यात केव्हा झालं, ते त्याचं त्यालाही कळलं नव्हतं. रडण्याचा भर ओसरल्यावर तो पुढे निघाला होता.

शक्यतो वाटेतली गावं टाळून तो पुढे जात राहिला. कारण सर्व गावांमधून आता प्रचंड दुर्गंधी येऊ लागली होती. असाच तो मध्यप्रदेशाच्या सीमेवर कुठेतरी असताना एका पर्णहीन वृक्षाखाली बसलेली 'ती' त्याला दिसली होती. चौदा दिवसांत त्याला दिसलेली ती पहिली जिवंत व्यक्ती होती.

निखिलनं करकचून ब्रेक लावला होता आणि आश्चर्यानं काही वेळ तो नुसताच तिच्याकडे बघत राहिला होता. अंगावरच्या कपड्यांची शुद्ध नाही, केसांच्या झिपऱ्या

झालेल्या आणि चेहऱ्यावर वेडसर भाव घेऊन ती बसली होती. निखिल तिच्याजवळ गेला, तशी त्याच्याकडे बघून ती ओरडायला लागली. त्यानं तिच्याशी बोलण्याचा प्रयत्न केला, तेव्हा ती पळून जाऊ लागली. शेवटी त्यानं सरळ तिला उचलली आणि गाडीत टाकली. इतक्या दिवसांनी भेटलेल्या जिवंत व्यक्तीला तो असं पळून जाऊ देणार नव्हता.

त्याला जुजबी वैद्यकीय माहिती होती. आवश्यक वाटणारी काही औषधं त्यानं बरोबर घेतलेली होती. त्यातून त्यानं ट्रान्क्विलायझरच्या गोळ्या तिला जबरदस्तीनं खाऊ घातल्या आणि तिला घेऊन तो पुढे निघाला. दोन दिवस त्यानं तिच्यावर गोळ्यांचा मारा केला. जबरदस्तीनं तिला जेवूखाऊ घातलं आणि झोपेच्या गोळ्यांनी तिला सक्तीची झोपही घ्यायला लावली. तिसऱ्या दिवशी तिच्या चेहऱ्यावरचा वेडसरपणा जाऊन तिथे शहाणपणाची चाहूल दिसू लागली. तिला आसपासची जाण आली. शेजारी बसलेल्या निखिलची जाणीव झाली.

आणि तिनं कपाळावर घुंघट ओढला!

निखिलनं हळूहळू तिची माहिती काढून घ्यायला सुरुवात केली. हिंदी-मराठी-गुजराती अशी मिश्र भाषा बोलली, तर तिला कळत होती.

ती, तिचा नवरा आणि दोन मुलं अस तिचं कुटुंब होतं. जो प्रचंड स्फोट झाला तेव्हा ती कुठे होती, काय करत होती, कशी वाचली आणि निखिलनं तिला पाहिलं, त्या ठिकाणी ती कशी पोहोचली, हे काहीच तिला आठवत नव्हतं.

तिची हकिकत ऐकताना निखिलला त्याची मुलं आणि पत्नी आठवली. पुरुष संतती होण्याची खात्री देणारं एक औषध काही वर्षांपूर्वी बाजारात आलं होतं. ते औषध घेतल्यानं प्रसूतीच्या वेळी भयंकर रक्तस्राव होऊन आईच्या जिवाला धोका निर्माण होतो हे माहीत असूनसुद्धा खूप स्त्रिया ते औषध घेत होत्या आणि जगातली पुरुषांची संख्या दिवसेंदिवस वाढली होती.

कमलानं असं काही औषध घेतल्यामुळे तिला दोन्ही मुलं झाली होती का?

निखिलनं स्वत:चा प्रश्न मनातच ठेवला.

पुढे काही दिवस मग एकमेकांची ओळख करून घेण्यात गेले. त्यांचा प्रवास मात्र सुरूच राहिला. एखादं मोठं गाव लागलं, की ते गरजेच्या वस्तू तिथल्या दुकानांमधून, घरांमधून उचलून आणत आणि पुढे चालू लागत. गावापासून लांब एखाद्या पडक्या देवळात, झाडाखाली किंवा गुहेत ते रात्र काढत.

घडलेल्या घटनेचा त्यांना बसलेला धक्का हळूहळू कमी झाला, तशी स्वत:च्या राहणीकडे, कपड्यांकडे, स्वच्छतेकडे त्या दोघांचं लक्ष जाऊ लागलं. हळूहळू दोघांची मन:स्थिती बरीचशी मूळपदावर आली.

आणि निखिलच्या लक्षात आलं, की कमला चांगली सुस्वरूप आहे, तिचं हसणं लाघवी आहे, आवाज मधुर आहे. ती शेजारी बसलेली असली की आपल्याला बरं वाटतं, पण तिनं 'भैया' म्हणून हाक मारलेली आपल्याला मुळीच आवडत नाही.

त्या दोघांचा परिचय वाढू लागल्यावर ती सहजपणे त्याला 'भैया' म्हणू लागली होती. ती हाक त्याला बोचू लागली होती. शेवटी एक दिवस त्यानं न राहून तिला सांगितलं होतं, ''मला भैया म्हणू नकोस.''

''भैया म्हणू नको? का बरं भैया?''

''मी तुझा भैया नाही म्हणून!''

''मला ते माहीत आहे. पण तुम्ही माझ्या भावासारखे माझ्या पाठीशी...''

''नाही'' निखिल ओरडला. ''मी तुझा भाऊ नाही. तुझ्या भावासारखाही नाही. जगात दुसरी काही नाती नाहीत का?''

कमला गप्प बसली होती आणि मग गंभीरपणे म्हणाली होती, ''मी विवाहित आहे. दोन मुलांची आई आहे. तुम्ही काय म्हणताय ते मला कळतंय.''

''मग?''

''मी त्यातली नाही''

''त्यातली नाही म्हणजे?''

''पतीखेरीज बाकी सर्व पुरुष माझे भाऊ आहेत.''

''अगं, पण तुझा नवरा आता जिवंत नाही.''

''म्हणून मी माझा पत्नीधर्म सोडून देऊ? आणि मग मेल्यावर त्यांना तोंड कसं दाखवू? ते माझी तिकडे वाट बघत असतील. आणि...''

बोलता-बोलता ती एकदम रडायलाच लागली होती. निखिल तेव्हा गप्प बसला होता; पण नंतर परत त्यानं तिला समजावण्याचा प्रयत्न केला होता. त्यांच्या दुर्दैवानं ते दोघंच आता जगात उरले होते. पण त्यातल्या त्यात सुदैव असं की ते स्त्री-पुरुष होते. एकमेकांना पूरक होते. त्यांनी एकमेकांशी लग्न करणं सुखावह ठरणार होतं. नुसतं त्यांच्या सुखासाठी नव्हे तर अपत्यजन्मासाठी, प्रजोत्पत्तीसाठी ते आवश्यक होतं.

कमला एकदम संतापली होती. ''माझ्या आईनं मला असा अधर्म कधी शिकवला नाही. स्त्रीचा विवाह आयुष्यात एकदाच होत असतो.'' ती म्हणाली होती आणि कपाळावरचा घुंघट तिनं आणखीच पुढे ओढला होता.

''हा तुझा धर्म बरोबर आहे, पण आज परिस्थिती संपूर्ण बदलली आहे. आपण दोघंच उरलो आहोत. तेव्हा परिस्थितीप्रमाणे आपण बदलायला नको का? आपल्या धर्मानं बदलायला नको का? शेवटी धर्म हा माणसासाठी असतो'' तो म्हणाला.

"स्वत:च्या धर्माप्रमाणे वागताना मरण आलं तरी बेहत्तर असं मी आजवर शिकले. सोयीप्रमाणे धर्म बदलतो तो माणूस कसला?" कमला ठामपणे म्हणाली, तशी त्यानं हताशपणे मान हलवली होती. तिचे आणि त्याचे विचार अगदी वेगवेगळ्या पातळ्यांवर होते. तिला कसं समजवावं ते त्याला कळेना.

"कमला, अगं केवळ आपल्या सोयीसाठी किंवा सुखासाठी मी हे म्हणत नाही. भविष्याच्या दृष्टीनं आपलं मीलन आवश्यक आहे. अपत्यजन्मासाठी, मानववंश या पृथ्वीवरून नष्ट होऊ नये म्हणून तरी आपण एकत्र यायला हवं."

ती एकदम गप्प झाली होती. रात्रभर तिनं काय विचार केला कुणास ठाऊक; पण दुसऱ्या दिवशी सकाळी तिनं लग्नाला संमती दिली आणि वाटेत लागलेल्या पहिल्या देवळात ते विवाहबद्ध झाले.

घराकडे परतताना निखिलला हे सगळं आठवत होतं. कमलाला दिवस गेल्यावर त्यानं एका गावाजवळच्या बंगल्यात घर थाटलं होतं. तिचे दिवस भरत आले होते. पाळणा आणि इतर काही गरजेच्या वस्तू आणण्यासाठी तो सकाळी गावात गेला होता. परतताना त्याच्या गाडीनं त्याला त्रास दिला होता आणि त्यामुळे तिची दुरुस्ती करून परतायला त्याला संध्याकाळ झाली होती.

निखिलनं पुढच्या दाराशी गाडी उभी केली आणि सामान तसंच गाडीत ठेवून तो आत शिरला. कमलाची हालचाल कुठेच दिसत नव्हती. तिला हाका मारत तो बेडरूममध्ये शिरला आणि हबकून तिथेच उभा राहिला. खोलीत रक्ताचं थारोळं जमलं होतं आणि कमला डोळे मिटून निपचित पडली होती.

"कमला, कमला..." तिला हाका मारत त्यानं तिला हलवली. धावत जाऊन बाथरूमधून पाणी आणून त्यानं तिच्या डोक्यावर शिंपडलं आणि परत तो वेड्यासारखा तिला हाका मारू लागला.

मधेच तिने डोळे उघडले, तशी त्याच्या जिवात जीव आला. "काय झालं कमला?" त्यानं विचारलं.

"दु:ख करू नका. मी तुमची इच्छा पूर्ण केली आहे. माझ्या जाण्याचं वाईट वाटून..."

"नाही नाही, तू बरी होशील. मी औषध देईन तुला."

तिनं क्षीणपणे मान हलवली. "नाही. मी औषध घेतलं होतं... मुलगा होण्याचं. तुमचा वंश चालू राहण्यासाठी. तुमच्या वंशाचा दिवा मी... तुम्हाला" बोलता बोलता तिनं डोळे फिरवले आणि मान टाकली.

वंशाचा दिवा? कमलाच्या पलीकडे दुपट्यात गुंडाळलेल्या छोट्याशा गाठोड्याकडे निखिलचं प्रथमच लक्ष गेलं.

त्याचा वंश चालू राहावा म्हणून कमलानं मुलगा होण्याची व्यवस्था केली

होती. मानववंश सुरू राहण्याविषयी तो जे बोलला होता, ते तिच्या लक्षातच आलं नव्हतं. त्याचा वंश चालू राहावा अशी त्याची इच्छा आहे असं ती समजली होती आणि तिनं त्याला वंशाचा दिवा दिला होता!

थरथरत्या हातांनी निखिलनं दुपट्यात गुंडाळलेल्या आपल्या मुलाला उचललं आणि हताशपणे तो त्याच्याकडे बघत राहिला.

जगात आता ते दोन पुरुषच उरले होते!

(सृष्टीज्ञान - दीपावली १९८५)

◆

# पीक

दिल्लीतल्या कन्व्हेन्शन सेंटरवरची वर्दळ एकदम वाढली होती. कारण आजपासून तीन दिवस तिथे एक आंतरराष्ट्रीय परिषद भरणार होती. जागतिक धान्योत्पादन कसं वाढवावं, या विषयावर त्या परिषदेत सांगोपांग चर्चा होणार होती. उपाय सुचवले जाणार होते. जबाबदाऱ्यांची वाटणी केली जाणार होती.

पृथ्वीचं वाढतं तापमान, सतत बदलणारं हवामान, पाण्याचं वाढतं दुर्भिक्ष, जमिनीवर अनेक ठिकाणी होणारं समुद्राचं आक्रमण, या सगळ्यांच्या जोडीला अनेक भागात सतत सुरू असलेल्या संघर्षामुळे होत असलेलं शेतीचं नुकसान, यामुळे जगात अन्नधान्याची टंचाई सतत वाढत होती. अति गरीब देशांमध्ये नव्हे, तर गरीब, पण प्रगतीच्या मार्गावर असलेल्या देशांमध्येही पाण्यावरून वेगवेगळ्या समाजांमध्ये रण माजू लागलं होतं आणि धान्याची गोदामं लुटली जाऊ लागली होती.

धान्योत्पादन वाढवणं निकडीचं होतं. आणि मोठा जागतिक संघर्ष पेटण्यापूर्वीच ते व्हायला हवं होतं.

परिषदेचं कामकाज ठरलेल्या वेळेला सुरू झालं. स्वागत, विषयप्रवेश, विशेष तज्ज्ञ व्यक्तींची थोडक्यात ओळख, वगैरे सगळे प्राथमिक उपचार उरकल्यावर अध्यक्षांनी सूत्रं हातात घेतली. ते सभेला उद्देशून बोलायला सुरुवात करणार, तोच सभागृहातली चार माणसं उठून उभी राहिली. त्यांच्या पोशाखावरून ते अरब आहेत, हे दिसत होतं आणि त्यांच्या समोरच्या डेस्कवर असलेल्या पाट्यांवरून ते सौदी अरेबियाचे प्रतिनिधी आहेत, हे कळत होतं.

चार माणसं एकदम उठून उभी राहिलेली पाहून, अध्यक्ष बोलायचे एकदम थांबले. सभागृहातल्या सगळ्यांच्या नजरा त्या चौघांकडे वळल्या आणि सर्वांच्या

मनात एकच प्रश्न उभा राहिला, "हा काय प्रकार आहे? काही घातपात तर?.."

तेवढ्यात त्या चौघांपैकी एक जण बोलू लागला, "महाशय, आपल्या भाषणात व्यत्यय आणला याबद्दल आम्ही दिलगीर आहोत. पण आम्हाला जे सांगायचं आहे ते इतकं महत्त्वाचं आहे, की चर्चेला सुरुवात होण्यापूर्वीच ते सर्वांसमोर मांडलं जावं आणि सर्वांनी त्याच्यावर विचार करावा, असं आम्हाला वाटतं. कारण अन्नधान्याच्या समस्येवरचं ते उत्तर आहे. अशा परिषदांची यापुढे गरजच पडणार नाही. म्हणून..."

सभागृहात एकदम खळबळ माजली.

हा अरब प्रतिनिधी काय म्हणतोय?... त्याच्याकडे उत्तर आहे म्हणजे?... व्यासपीठावरही कुजबूज सुरू झाली.

सर्वांत आधी बोलू द्यावं असं म्हणतोय हा. पण वक्त्यांचा क्रम तर आधीच ठरलेला आहे. तो मोडून...

थोड्या विचारानंतर अध्यक्षांनी त्याला पुढे येऊन त्याचं म्हणणं मांडायला परवानगी दिली आणि सुरक्षारक्षकांच्या गराड्यात ते चौघेही अरब व्यासपीठावर पोहोचले. त्यांच्यापैकी त्यांचा म्होरक्या पुढे झाला. पण बाकीचे तिघे मात्र एका बाजूला उभे राहिले. म्होरक्यानं आधी अध्यक्षांचे आभार मानले आणि मग ध्वनिक्षेपक हातात घेतला. मध्येच घुसून प्रथम बोलायची संधी घेतल्याबद्दल, त्यानं आधी दिलगिरी व्यक्त केली आणि मग तो पुढे बोलू लागला, "मी वाळवंटी प्रदेशातला आहे आणि अन्न आणि पाणी या आमच्या सततच्या समस्या आहेत. गेली काही वर्षं जगभरात असलेल्या टंचाईमुळे तर आमच्यापुढची समस्या फारच विक्राळ रूप धारण करू लागली होती. पण दहा-बारा महिन्यांपूर्वी आमच्यावरच्या या वाढत्या संकटाचं निवारण करण्याचा मार्ग आम्हाला सापडला. इतर देशांनाही त्याची माहिती द्यावी म्हणून आम्ही परिषदेला आलो आहोत.

जागतिक अन्नटंचाईच्या भीषण समस्येवर उपाय आहे, तो म्हणजे गव्हाची एक नवी जात. गव्हाच्या यापूर्वीच्या उत्तम जातींच्या तीनपट उत्पादन या जातीच्या गव्हापासून मिळू शकतं. शिवाय एका वर्षात तीन वेळा हे पीक घेता येतं, तेही अत्यंत कमी पाण्यावर. त्यामुळे आमच्या देशातही आम्हाला हा गहू पिकवता आला आहे. जोराचा पाऊस पडणाऱ्या काळात याचं पीक बहुधा घेता येणार नाही. पण इतर काळात मात्र केव्हाही तो वाढू शकतो, हे आम्ही अनुभवलं आहे."

मग त्यानं बाजूला उभ्या असलेल्या तिघांना पुढे बोलावलं आणि व्यासपीठावर पाठीमागे असलेल्या पडद्यावर प्रक्षेपणाची व्यवस्था करण्यासाठी बाजूला तयार असलेल्या तंत्रज्ञांनाही त्यानं बोलावलं. तंत्रज्ञांनी पुढे येऊन प्रक्षेपणाची व्यवस्था करून दिली. मग एका अरबानं त्याच्याजवळच्या पाकिटातून एक सीडी काढून प्रक्षेपकात घालून प्रक्षेपक सुरू केला.

गव्हाच्या रसरशीत, हिरव्या रंगाच्या गवताचं शेत मंद वाऱ्यावर डुलताना पडद्यावर दिसू लागलं. जरा वेळानं त्याची जवळून काढलेली चित्रफीत दिसू लागली. आणि मग गव्हाच्या ओंब्या अगदी जवळून दिसू लागल्या. ओंब्यांचा फुगीरपणा, टपोरलेपणा आणि जाडी त्या चित्रफितीतूनही जाणवत होती.

चित्रफीत तिथेच थांबवून एका अरबानं व्यासपीठावरच्या टेबलावर एक मोठा कागद पसरला आणि सर्व शरीर झाकणाऱ्या, आपल्या मोठ्या अंगरख्यातून त्यानं एक मोठी पिशवी बाहेर काढली. तिचं बांधलेलं तोंड मोकळं केलं आणि उंच धरून ती वाकडी केली. त्याबरोबर टपोऱ्या, मोठ्या, रसरसशीत, सोनेरी दिसणाऱ्या गव्हाच्या दाण्यांची जाड धार खालच्या कागदावर पडू लागली.

व्यासपीठावर आणि सभागृहात एकदम खळबळ माजली. अचानक असं कोणी, असं काही करेल, अशी कोणालाच कल्पना नव्हती. पण कोणी काही म्हणण्यापूर्वीच गव्हाचा तो वर्षाव थांबला.

अरब म्होरक्यानं ध्वनिक्षेपक परत हातात घेतला आणि तो म्हणाला, "गव्हाची ही जात अगदी नवीन असल्यामुळे आम्ही त्याच्या सगळ्या प्राथमिक चाचण्या केल्या आहेत. त्याच्यात पोषणमूल्यं भरपूर आहेत."

मग मागच्या पडद्यावर गव्हातल्या पोषणमूल्यांचा तक्ता दिसू लागला. सभागृहातले सगळे तो तक्ता वाचत असतानाच तो पुढे म्हणाला, "आता तुम्ही बघितलेला गहू हा तिसऱ्या पिकातला आहे. आणि तो पहिल्याइतकाच दळदार आणि मोठा आहे. मला वाटतं, जगातल्या सर्व देशांनी जर या गव्हाची लागवड केली तर अन्नसमस्या सुटू शकेल. इथे जमलेल्या सर्व देशांच्या प्रतिनिधींना नमुना म्हणून देण्यासाठी आम्ही काही पोती गहू आणलेला आहे आणि बियाणं म्हणून योग्य त्या किमतीत विकण्यासाठी आमची तयारी सुरू आहे. त्यासाठी आधी मागणी नोंदवून...."

सभागृहात परत एकदा गडबड सुरू झाली. सगळे एकदमच बोलायचा प्रयत्न करू लागले. हातवारे करू लागले. कोणी-कोणी उठून व्यासपीठाकडे जाण्याचा प्रयत्न करू लागले.

अध्यक्षांनी ध्वनिक्षेपक हातात घेतला आणि ते ओरडून लोकांना शांत करण्याचा प्रयत्न करू लागले. व्यवस्थापकांपैकी काही जण लोकांमध्ये फिरून त्यांना गप्प बसवू लागले. हळूहळू सभागृहात शांतता निर्माण झाली. पण उभे राहिलेले काहीजण उभेच होते. आणि त्या सर्वांना लगेच बोलण्याची संधी हवी होती.

पाळीपाळीनं सर्वांना बोलावण्याचं अध्यक्षांनी मान्य केलं, तेव्हा कुठे ते सगळे खाली बसले. मग आधी मोठ्या राष्ट्रांच्या प्रतिनिधींना बोलावलं गेलं.

अमेरिकेचा प्रतिनिधी बोलू लागला, "माझ्या सौदी अरेबियन मित्रानं आता दाखवलेला गहू खरोखरच भरपूर पोषणमूल्यं असलेला आणि भरपूर पीक देणारा

आहे. पण ही जात त्यांनी विकसित केल्याचा दावा मात्र चुकीचा आहे. आमच्या शेतीतज्ज्ञांनी अथक परिश्रमानंतर ही जात विकसित केली आहे आणि अमेरिकेलाच नव्हे, तर सर्व जगाला या संशोधनाचा फायदा मिळावा आणि अन्नसमस्या सुटावी म्हणून आम्ही अत्यंत कमी दरात तो विकायला तयार आहोत.''

अमेरिकेनंतर चीन, रशिया, फ्रान्स, ब्राझील अशा अनेक देशांचे प्रतिनिधी बोलले. प्रत्येकानं सांगितलं, गव्हाची ही नवीन जात आम्हीच विकसित केली आहे. चीनच्या प्रतिनिधीनं तर सांगितलं, ''आम्ही गव्हाबरोबरच तांदळाचीही नवीन जात विकसित केली आहे. कमी पाण्यावर वर्षातून चारदा होणारी आणि भरघोस पीक देणारी.''

मग भारताचं प्रतिनिधित्वं करणारे अण्णा चौधरी बोलायला उभे राहिले. ते म्हणाले, ''मी जास्त काही बोलत नाही. एवढंच सांगतो, की गव्हाची ही जात आमच्याकडेही आली आहे. पण ती आम्ही विकसित वगैरे केलेली नाही. ती आपोआपच उगवून आली आहे.''

सभागृहात एकदम शांतता पसरली. मग एकेक जण काहीतरी म्हणू लागला.

''आपोआप? म्हणजे काय?''

''आम्ही तर बऱ्याच संशोधनानंतर हे यश मिळवलं आहे.''

''आमच्या बियाण्याची चोरून आयात करून तर...''

''कोणीतरी हौसेनं किंवा चुकून हा गहू स्वत:बरोबर इकडे आणला असला तर...''

''थांबा, थांबा, आम्ही कोणाचंही संशोधन चोरलेलं किंवा वाईट मार्गानं मिळवलेलं नाही. आमच्या शेतांमध्ये, मोकळ्या वावरांमध्ये, एवढंच नव्हे, तर अगदी ओसाड माळांवरसुद्धा हे पीक आपोआप उगवून आलं,'' अण्णा म्हणाले.

''असं कसं होईल? इतक्या मोठ्या प्रमाणात...''

''असं झालं आहे. आधी आम्हाला वाटलं होतं, की कोणत्यातरी मोठ्या देशातल्या संशोधनाचे प्रयोग आमच्या लोकांवर केले जात आहेत. आमच्याकडची ढिसाळ व्यवस्था बघता ते काही अशक्य नाही. पण आता माझ्या लक्षात आलं आहे, की तसं काही नाही. आणि.... आमच्याप्रमाणेच इतर अनेक देशांमध्ये हा गहू आपोआप पसरला आहे.''

''आपोआप? असं कसं होईल?''

''आम्ही बऱ्याच संशोधनानंतर आणि परिश्रमांनंतर ही जात विकसित केली आहे. आणि तुम्ही म्हणता...''

असं आणि याच प्रकारचं बोलणं थोडा वेळ सुरू राहिलं आणि मग हळूहळू सभागृह शांत झालं.

गव्हाची एक नवीनच जात सगळीकडे, म्हणजे अक्षरश: जगभरात पसरली आहे. आणि आपण बियाणं म्हणून तो गहू कोणालाही विकू शकणार नाही, हे एव्हाना सर्व प्रतिनिधींच्या लक्षात आलं होतं.

सर्वांचं बोलणं थांबल्यावर मग अण्णा चौधरी परत बोलू लागले,

"आता प्रश्न असा आहे, की एकाएकी गव्हाची एक नवीन जात सगळीकडे कशी पसरली? आपल्यापैकी कोणीही ती विकसित केलेली नाही."

बोलता-बोलता अण्णा थबकले आणि त्यांनी सभागृहावरून एक नजर फिरवली. आपण ती जात विकसित केली आहे असा दावा अजूनही कोणी करतं आहे का, हे त्यांनी आजमावलं. पण कोणी तसं काही म्हटलं नाही, तेव्हा ते पुढे म्हणाले, "एक नवीनच जात सर्वत्र साधारण एकाच वेळेला पसरते याचा अर्थ स्पष्ट आहे. कोणीतरी मुद्दाम हे बियाणं सगळीकडं पसरवलं आहे. वाऱ्यावर उधळून दिलं आहे आणि त्यामुळे ते सगळीकडे पोहोचलं आहे."

"असंच काही म्हणता येणार नाही," एक प्रतिनिधी म्हणाला, "असलेल्या जातींमध्ये नैसर्गिकरीत्या संकर होऊन किंवा बदल होऊन नवीन जात निर्माण होऊ शकते."

"बरोबर आहे. पण या प्रकियेला खूप वेळ जावा लागतो. हा बदल अगदी हळूहळू होत असतो हे आपल्या सर्वांना माहीत आहे."

"मग तुमचं काय म्हणणं आहे? कोणीतरी मुद्दाम हे बियाणं सगळीकडे पसरवलं आहे?"

"कसं शक्य आहे? एकदम जगभर त्याचा प्रसार करणं?"

"आणि कोणीही झालं तरी ते कशासाठी करेल? त्यासाठी केवढी प्रचंड यंत्रणा लागेल?"

"मुख्य म्हणजे असं करून कोणाचा काय फायदा होणार आहे?"

अनेक प्रश्न होते. पण उत्तर मात्र एकही नव्हतं. कोणाहीजवळ नव्हतं. पुढचे दोन दिवस चर्चेचा मुख्य मुद्दा 'गव्हाची नवीन जात' हाच राहिला. आणि शेवटी असं ठरलं, की हा गहू आणि चीनच्या म्हणण्याप्रमाणे तिथे निर्माण झालेला नवीन जातीचा तांदूळ, ही धान्यं वापरायला आणि त्यांची लागवड करायला हरकत नाही असं परिषदेतर्फे जाहीर करावं. जागतिक अन्नतुटवडा त्यामुळे कमी-कमी होत जाईल.

नाहीतरी अनेक भागांतले लोक ही धान्यं वापरायला लागले होते. त्यांची पैदासही करू लागले होते. त्यासाठी त्यांनी काही कोणाच्या परवानगीची वाट पाहिली नव्हती.

जागतिक अन्नधान्य परिषदेत झालेल्या चर्चेची आणि घेतलेल्या निर्णयाची बातमी प्रसारमाध्यमांनी प्रसृत केली. ती बघितली आणि मार्कंडेय मराठे एकदम अस्वस्थ झाला.

हे काय चाललं होतं? सर्वस्वी नवीन आणि रहस्यमयरीतीनं निर्माण झालेलं धान्य सर्वांनी खावं असं हे तज्ज्ञ का सांगत होते?

त्याच्या शेतातही गव्हाची ही रहस्यपूर्ण जात उगवत होती. पण तो ती त्याच्या मजुरांना उपटून टाकायला लावत होता. त्यासाठी खर्च करत होता. स्वतः देखरेख करत होता. गेले आठ-दहा महिने त्याला हे तण काढून टाकावं लागत होतं. त्याच्या नेहमीच्या पिकांवर ज्वारी, तूर, भुईमूग यांच्यावर परिणाम होत होता, तरी त्यानं हा नवीन गहू आपल्या शेतात पिकू दिला नव्हता.

अर्थात, त्याच्या या कट्टर विरोधाला कारण होतं. ते म्हणजे त्याबाबतचा त्याचा अनुभव.

आपला अनुभव कोणातरी अधिकारी व्यक्तिला सांगितला पाहिजे, जगभर पसरणारं हे पीक वेळीच खच्ची केलं पाहिजे, असं त्याला आता तीव्रतेनं वाटू लागलं.

पण कोणाला सांगायचं?

बराच विचार करून, तो दुसऱ्या दिवशी जिल्हाधिकारी कचेरीत गेला. जिल्हाधिकारी नेहमीप्रमाणेच खूप कामात होते. पण मार्कंडेय त्यांना माहीत होता. एक 'प्रागतिक शेतकरी' म्हणून त्याची ख्याती होती. त्यामुळे समोरच्या कागदांमधलं डोकं वर केल्यासारखं करून, त्यांनी मार्कंडेयला बसायला सांगितलं आणि ते म्हणाले, "बोला मराठेसाहेब, काय काम काढलंत?"

"मी त्या गव्हाच्या आणि तांदळाच्या नवीन जातींविषयी थोडं बोलायला आलोय."

"मला वाटतं, तुम्हाला शेतीखात्याच्या अधिकाऱ्यांना भेटायचं आहे."

"पण.... म्हणजे मला..."

"मी चिठ्ठी देतो. ती घेऊन तुम्ही थेट मंत्रालयात जा." एक कागद पुढे ओढून, त्यावर काहीतरी लिहित जिल्हाधिकारी म्हणाले, "तुम्ही यांना भेटा."

त्यांनी परत समोरच्या कागदांमध्ये डोकं खुपसलेलं पाहून मार्कंडेय नाइलाजानं उठला आणि बाहेर पडला. आता त्याच्या हातात निदान जिल्हाधिकाऱ्यांची एक चिठ्ठी तरी होती.

चिठ्ठी घेऊन तो मंत्रालयात पोहोचला, तेव्हा त्याला ज्या अधिकाऱ्यांना भेटायचं होतं, ते चार दिवसांच्या दिल्ली भेटीवर गेल्याचं कळलं. ते आल्यावर त्यांनीही त्याला एक चिठ्ठी देऊन दुसऱ्या एका अधिकाऱ्यांकडे पाठवलं. त्यानं सचिवाकडे, सचिवानं दिल्लीच्या केंद्रसरकारच्या अधिकाऱ्याकडे, असं करत-करत शेवटी या विषयातल्या तज्ज्ञाकडे म्हणून, तो अण्णा चौधरींकडे येऊन पोहोचला, तेव्हा तब्बल दहा दिवस उलटून गेले होते.

अण्णा चौधरींनाही कामाची गडबड होतीच. पण एक मराठी शेतकरी इतक्या दुरून आपल्याला भेटायला आला आहे, बऱ्याच प्रयत्नांनी तो आपल्यापर्यंत पोहोचला आहे हे कळल्यावर त्यांनी हातातलं काम बाजूला ठेवलं आणि हसतमुखानं म्हणाले, "बोला, इतक्या दुरून तुम्ही आलात, तेव्हा काही विशेष? तुमच्या भागात यंदा पीकपाणी कसं आहे? गव्हाची नवीन जात तुम्ही पेरलीत की नाही?"

"तेच बोलायला आलो आहे, साहेब मी. हा नवीन गहू, नवीन तांदूळ पेरू नये, त्यात काहीतरी गडबड आहे असं..."

"गडबड? कसली गडबड? अहो, खूप उत्पन्न देतात ह्या जाती. शिवाय अगदी कमी पाण्यावर आणि सर्व प्रकारच्या हवामानात वाढतात... खरंच, आता या जातींना काहीतरी नाव द्यायला हवं. नुसतं 'नवीन जात' असं म्हणून चालणार नाही. नाही का?" हसल्यासारखं करत अण्णा म्हणाले.

"साहेब, तांदळाचं मला माहीत नाही. पण गव्हाची ही जात बरोबर नाही. माझ्या शेतातही उगवून येतो हा गहू. पण मी ते सगळं तण काढून टाकायला लावतो."

"अरे, असं करता? इतकी फायदेशीर जात..."

"पण ही जात आली कुठून साहेब? आणि एकदम सगळीकडे पसरली कशी? हे... हे फार अनैसर्गिक वाटत नाही तुम्हाला?"

"असं आहे, मराठेसाहेब... गव्हाच्या आधीच्या असलेल्या जातींमधूनच ही नवी जात उत्क्रांत झाली असणार. निसर्गात अशी उत्क्रांती चालूच असते आणि हा गहू सगळ्या प्रतिकूल परिस्थितीशी सामना करून टिकून राहण्याइतका टणक असल्यामुळे त्याचा सगळीकडे वेगानं प्रसार झाला असणार. आणि असं झालं हे बरंच झालं की."

"पण वेगानं म्हणजे इतक्या वेगानं? एकदम जगभर? तेही कोणी मुद्दाम लागवड न करता?"

"अहो, चांगलं झालं की हे आपल्या दृष्टीनं."

"नाही साहेब, हे इतकं चांगलं नाही झालेलं आणि सहजही नाही झालेलं.... माझा अनुभव सांगतो मी तुम्हाला. म्हणजे हे आपोआप, नैसर्गिकरीत्या घडलेलं नाही हे तुम्हालाही पटेल."

"सांगा, सांगा." हातातल्या घड्याळाकडे एक चोरटा दृष्टिक्षेप टाकत अण्णा म्हणाले. हा मार्कंडेय मराठे चांगलाच विक्षिप्त आहे आणि त्याचं आपल्याकडे फारसं काही काम नाही, अशी त्यांची खात्री पटत चालली होती.

"आठ-दहा महिन्यांपूर्वीची गोष्ट आहे," मार्कंडेय सांगू लागला, "मी माझ्या शेतातल्या छोट्या घरात वस्तीला होतो. उन्हाळ्याचे दिवस होते. शेतात काहीच

पीक उभं नव्हतं. आता पावसाला जरा सुरुवात झाली की कोणतं पीक घ्यावं, या विवंचनेत मी होतो. कारण ज्वारी, गहू, तूर, सगळ्याच पिकांची पैदास दर वर्षी कमी-कमी होत चालली होती. पाऊस तर अलीकडे अगदी बेभरवंशाचा झाला होता. त्यामुळे पुढच्या चिंतेनं मी जागाच होतो. अंथरुणात लोळून कंटाळा आला म्हणून मी दार उघडून बाहेर आलो.

"…. बाहेर अंधूक ताराप्रकाश पसरला होता. चांदणं नव्हतं. समोरच्या मोकळ्या शेताकडे नुसता बघत मी उभा असताना मला जाणवलं, की काहीतरी अगदी बारीक आवाज येत आहे. एखादं ड्रिल, पंप किंवा असंच काहीतरी यंत्र सुरू असल्यासारखा. आवाज अगदी सूक्ष्म होता.

"….मग माझ्या लक्षात आलं, की तो आवाज उंचावरून येतो आहे आणि इकडून-तिकडे असा फिरतो आहे. आवाज कुठून येतो आहे आणि कसला आहे, हे बघण्यासाठी मी आवाजाच्या दिशेनं फिरू लागलो. पण तेवढ्यात तो आवाज थांबलाच. दुसऱ्या दिवशी सकाळी मी शेतात चक्कर मारली. पण कुठेच काही दिसलं नाही. आणि मग दोन दिवसांनी सगळं शेत उगवलं. सगळीकडे बारीक-बारीक अंकुरांनी जमिनीतून डोकं वर काढलं.

"…. मी, माझे नोकर, असे सगळे मनाशी नवल करू लागलो. आणि आमच्या कानांवर आजूबाजूच्या बातम्या येऊ लागल्या. माझ्या शेतातच नव्हे, तर गावच्या सगळ्याच शेतांमध्ये नवीन काहीतरी अंकुरलं होतं. उन्हाळ्याच्या, पाणी नसतानाच्या दिवसांत.

"… हे अंकुर आहेत तरी कसले, हे कळावं म्हणून मी एका भागातलं हे तण तसंच ठेवलं. पण बाकी सगळं शेत तेव्हाच नांगरून काढलं. जरा कठीण गेलं. पण हे कसलंतरी धान्य किंवा गवत मला माझ्या शेतात नको होतं.

"… मग काही दिवसांनी एका बाजूला ठेवलेल्या त्या गवताला ओंब्या आल्या. त्यात गव्हाचे दाणे भरू लागले. मग मी तेही उपटून टाकलं. असला चमत्कारिक गहू मला नको होता."

"म्हणजे या गव्हाची लागवड मुद्दाम कोणीतरी तुमच्या शेतात केली, गुपचूप अपरात्री येऊन, असं तुम्हाला म्हणायचं आहे का?"

"हो. माझी तशी खात्रीच आहे."

"पण तुम्हाला कोणी दिसलं नाही ना तेव्हा? किंवा काही यंत्र वगैरेसुद्धा दिसलं नाही. आणि मला सांगा, तुमचा फायदा करून देण्यासाठी गुपचूप येऊन तुमच्या शेतात असं चांगलं बियाणं कोण पेरून जाईल? असा तुमचा कोणी हितचिंतक आहे का?"

"नाही. पण अचानक सगळीकडे ह्या नव्या जाती कशा पसरल्या?"

“नैसर्गिक उत्क्रांती असणार ही. निसर्गात असे जनुकीय बदल होत असतातच.”

“पण ते फार सावकाश होतात. इतक्या सावकाश की पुष्कळदा ते होण्यासाठी शतकांचा काळ जावा लागतो.”

“कदाचित, या नव्या जातीही कित्येक वर्षांपासून उत्क्रांत होत आल्या असतील. आणि आता त्या आपल्या लक्षात आल्या असतील... पण आपण ही चर्चा कशासाठी करतो आहोत? आपल्या सर्वांच्या फायद्याची असलेली गोष्ट सामोरी आली असताना तिच्याविषयी शंका-कुशंका काढणं काही बरोबर नाही. जागतिक अन्नसमस्येनं अक्राळविक्राळ रूप धारण करण्याआधीच आपल्याला तिचं उत्तर सापडलं आहे. यासाठी आपण निसर्गाचे आभारच मानायला हवेत.”

“नाही साहेब, अचानक सगळ्या जगभर अंकुरलेलं हे पीक म्हणजे काहीतरी संकट आहे असं मला वाटतं. पुढच्या अरिष्टाची ती नांदी आहे. एखाद्या परग्रहावरून तर ही...”

“मराठेसाहेब, तुमच्याशी आणखी चर्चा करायला मला आवडलं असतं. पण काय आहे, मला एक मीटिंग आहे.” मनगटावरच्या घड्याळात बघत अण्णा चौधरी म्हणाले, तेव्हा मग नाइलाजानं मार्कंडेय उठला आणि त्यांचा निरोप घेऊन बाहेर पडला.

पण त्याचं समाधान झालं नव्हतं.

घरी परतल्यावर तो त्याच्या मित्रांशी, परिचितांशी या विषयावर बोलला. पण त्याच्या मनातल्या शंकांशी कोणीच सहमत झालं नाही. उलट, आता शेतात भरपूर पीक मिळतं म्हणून सगळे शेतकरी खुश होते आणि इतरांना त्यावर फारसा विचारच करायचा नव्हता.

मग त्यानं शोधमोहीमच सुरू केली. आपल्या विचारांशी सहमत असलेलं कोणी आहे का, हे तो इंटरनेटवर शोधू लागला. आणि त्याला माहीत असलेल्या कृषी-संस्थांशी त्यानं पत्रव्यवहार सुरू केला.

बऱ्याच प्रयत्नांनी असे काही लोक त्याला सापडले. आणि त्यानं त्यांची एक संघटना तयार केली. नवीन जातीच्या गहू-तांदूळ या पिकांमुळे होणाऱ्या परिणामांवर आणि त्यांच्या प्रसारावर लक्ष ठेवण्याचं काम करायचं, असं संघटनेनं ठरवलं. संघटनेचे सभासद थोडे होते; पण देशोदेशी विखुरलेले होते. आणि विक्षिप्त, संशयी आणि चिंतातुर व्यक्ती म्हणूनच ते सगळीकडे ओळखले जात होते.

भरपूर उत्पन्न देणाऱ्या जातींची लागवड सगळीकडे सुरू झाली आणि दोनच वर्षांत जगातली अन्नधान्याची टंचाई संपली. एवढंच नव्हे तर, अगदी गरीब देशांकडेसुद्धा जादा धान्यसाठे असू लागले. सर्वांच्या पोटाला भरपूर मिळू लागलं आणि जगातली अशांतताही कमी होऊ लागली.

माणसाची प्राथमिक, मूलभूत गरज विनासायास भागू लागल्यामुळे की काय, भांडणं कमी होऊ लागली. वाद सामोपचारानं मिटू लागले. युद्ध सुरू होण्याची लक्षणं दिसताच समेट घडवून आणण्याचे प्रयत्न होऊ लागले आणि ते यशस्वीही होऊ लागले.

पूर्वी कधीही नव्हती, इतकी शांतता आणि सद्भाव जगात नांदू लागले.

राष्ट्रा-राष्ट्रांतली तेढ हळूहळू संपुष्टात आली. सीमावाद मिटले. शत्रुराष्ट्रापासून संरक्षण आवश्यक आहे आणि त्यासाठी पुरेशी सुरक्षाव्यवस्था आपल्याजवळ हवी, ही भावनाही कमी-कमी होत गेली. संरक्षणावर होणारा खर्च बहुतेक राष्ट्रांनी कमी केला आणि तो विकासाकडे वळवला. युद्धप्रसंग ओढवण्याची शक्यता कमी झाल्यामुळे सैन्य-दलांकडे असलेलं मोठं मनुष्यबळही विकासाच्या कामासाठी वापरण्यात येऊ लागलं.

उपासमारीच्या आणि त्यामुळे भीषण कलहाच्या उंबरठ्यावर येऊन ठेपलेल्या जगाला वाचवण्यासाठीच धान्याच्या नवीन जाती निर्माण झाल्या, अशी बहुतेकांची खात्री पटली होती. कोणी त्यासाठी आकाशातल्या बापाचे आभार मानत होते, कोणी अल्लाचे, कोणी ईश्वराचे, तर कोणी निसर्गाचे.

सगळे खुश होते. समाधानात होते.

खुश नव्हता, तो मार्कंडेय आणि त्याच्यासारखेच त्याचे संघटना-मित्र. ते नवीन जातीचे धान्य खात नव्हते. अचानक उद्भवलेल्या या जातीविषयी त्यांच्या मनात अजूनही शंका होत्या. आणि नेहमीच्या सवयीची ज्वारी-बाजरीसारखी धान्यं खाण्याचं त्यांनी सोडलेलं नव्हतं. पण अशांची संख्या थोडी होती. जगाच्या लोकसंख्येतलं त्यांचं प्रमाण नगण्य होतं आणि ते विखुरलेले होते.

मार्कंडेयाच्या शेताच्या पूर्वेला नामा कांदळेचं वावर होतं. जेमतेम तीन एकरांचा तो तुकडा होता आणि तो मोठा करण्यासाठी त्याचे सतत प्रयत्न सुरू असायचे. दोघांच्या शेतांमधल्या बांधाची जागा हलवून मार्कंडेयाच्या शेतातली थोडी जागा आपल्या वावरात घेण्याचा प्रयत्न तो मधूनमधून करत असे. अशा एका प्रयत्नात मार्कंडेयाच्या वडिलांनी त्याला रंगेहाथ पकडला होता, तेव्हा झालेल्या मारामारीत त्यांच्या डोक्याला जबर मार बसला होता. तेव्हापासून ते अंथरुणाला खिळले होते आणि पुढे वर्षभरात देवाघरी गेले होते. तेव्हापासून मार्कंडेयाचा नामावर राग होता. दोघांच्यातून विस्तव जात नव्हता.

एक दिवस शेतात फेरी मारत असताना मार्कंडेयाला नामाचे काही मजूर बांधापाशी काहीतरी करताना दिसले. आणि त्याच्या डोक्यात तिडीक उठली. त्यानं स्वतःच्या चार माणसांना हाक मारली आणि त्यांना घेऊन तो बांधापाशी गेला. बांधाचे दगड उपटून काढण्याचं काम करत असलेल्या मजुरांवर लक्ष ठेवत, नामाही तिथे उभा होता.

"हे काय चाललंय?" मार्कंडेयानं रागानं विचारलं.

त्याच्याकडे बघत, चक्क हात जोडत नामा म्हणाला, "बांध परत पहिल्या जागी करतोय."

"म्हणजे?" नामाची माणसं बांधाचे दगड त्याच्या वावरात थोडे आतल्या बाजूला लावत असलेले बघून मार्कंडेयानं गोंधळून, पण तरीही रागातच विचारलं.

"आमची हद्द खरं म्हणजे थोडी आतच होती. मग मध्यंतरी ती जरा पुढे सरकवली होती. ती आता..."

"वावरांची हद्द पुढे सरकवण्याचा तुझा धंदा जुनाच आहे, नामा. माझे वडील त्यापायी गमावले मी. आता हे कसलं नवीन नाटक आहे तुझं?"

"नाटक नाही मालक" जोडलेल्या हातांनीच नामा अजिजीनं म्हणाला, "आमची चुकी झाली होती. ती आता दुरुस्त करतो आहे. चुकीची माफी करा जी."

काय बोलावं ते मार्कंडेयाला कळेना. नामाचं इतकं अजिजीचं बोलणं तो प्रथमच ऐकत होता. आणि त्यानं 'मालक' म्हणणं तर अगदीच अनपेक्षित होतं. नेहमी गुर्मीत असणारा आणि मारामारीला सतत तयार असणारा नामा, इतका कसा बदलला?

काही न बोलता, तो जरा वेळ काम बघत उभा राहिला. आणि मग पाठ फिरवून चालू लागला, तेव्हा नामाचे शब्द त्याच्या कानावर पडले– "उद्या सकाळपर्यंत होऊन जाईल बघा काम."

दुसऱ्या दिवशी सकाळी त्यानं शेतात जाऊन बघितलं, तेव्हा दोघांच्या शेतांमधला बंधारा खरोखरच चार-पाच फूट पलीकडे सरकलेला होता. त्याची शेतजमीन अचानक, अनपेक्षितपणे वाढली होती. पण त्यामुळे आनंद होण्याऐवजी मार्कंडेयाला बेचैनी झाली.

असं कसं झालं? भांडखोर, मारामारी करणारा आणि लोभी, लबाड असा नामा इतका कसा बदलला? फक्त नामाच नव्हे, तर गावातल्या इतरही माणसांचे स्वभाव बदलले असल्याचं त्याच्या लक्षात आलं. काही पिढीजात वैरं मिटली होती. जमिनींचे तंटे कोर्टात न जाता सुटले होते. उत्सवांच्या निमित्तानं खूप मोठ्या आवाजात कर्णे वाजवून आसपासच्या सगळ्या जनतेला त्रास देणं थांबलं होतं. इतकंच नव्हे, तर रात्री दोन-तीन वाजेपर्यंत डिस्कोमध्ये जल्लोश करणारे तरुणही आता रात्री दहा-साडेदहा वाजताच घरी परतू लागले होते. आणि मुकाट झोपू लागले होते.

हे सगळं हळूहळू घडत आलं होतं. पण ते घडत होतं, हे मात्र नक्की.

माणसांचे स्वभाव इतके कसे बदलत आहेत? नवीन धान्यांच्या – त्या धान्यांना, आता 'वरदान गहू' आणि 'वरदान तांदूळ' अशी नावं देण्यात आली होती सततच्या सेवनामुळे तर नाही?

नक्कीच तसंच असणार. आपण जे काही खातो-पितो, त्याचा आपल्या शरीर मनावर सतत परिणाम होतच असतो. म्हणून तर सात्त्विक, राजस आणि तामस अशा तीन प्रकारात आहार विभागलेला असतो.

वरदान धान्यांच्या सततच्या सेवनामुळे मनुष्य स्वभावच बदलतो आहे, अशी मार्कंडेयाला खात्री वाटू लागली. त्याच्या संघटनेतल्या मित्रांपुढे त्यानं ती बोलून-लिहून प्रकट केली. पण इतर कोणाजवळ मात्र तो काही बोलला नाही. कारण जर तो एखाद्याजवळ असं काही बोलला असता, तर त्या माणसानं म्हटलं असतं, ''अरे, असं खरंच होत असलं तर बरंच आहे की! माणसाचा स्वभाव शांत, समाधानी होतो आहे ही किती चांगली गोष्ट आहे. हल्ली किती शांतता आहे सगळ्या जगात. तंटे-बखेडे, युद्ध, मारामाऱ्या किती कमी झाल्यात.''

आणखी वर्षभरानं जगातल्या सगळ्या मोठ्या आणि प्रगत देशांनी संरक्षणखर्चात मोठी कपात करण्याचं एकमतानं मान्य केलं. वेगवेगळ्या देशांच्या पृथ्वीभोवती प्रदक्षिणा घालत असलेल्या हजारो उपग्रहांपैकी कित्येक उपग्रह हेरगिरीसाठी वापरले जात होते. कित्येक उपग्रह अवकाशातल्या घडामोडींवर लक्ष ठेवत होते. आता या सर्वांची आणि त्यांच्यावर होणाऱ्या प्रचंड खर्चाची गरज नव्हती. अनेक राष्ट्रांनी आपल्या बऱ्याच उपग्रहांना काम बंद करण्याचे संदेश पाठवले आणि ज्यांचं काम सुरू ठेवण्यात आलं, त्यांच्याकडून येणाऱ्या माहितीचं विश्लेषण संथ गतीनं होऊ लागलं. कारण आता या सगळ्यांची गरज राहिली नव्हती. पृथ्वी खऱ्या अर्थानं 'वसुधैव कुटुंबकम्' झाली होती. कधी नव्हे, इतकी शांतता पृथ्वीवर नांदत होती. परिणामस्वरूप विविध कलांची झपाट्यानं वाढ होऊ लागली. विविध कलाविष्कारांना उधाण आलं. माणसाचा बराचसा काळ काव्य-शास्त्र-विनोदात जाऊ लागला आणि बराच काळ झोपेतही जाऊ लागला. सर्वसाधारणपणे माणसं पूर्वीपेक्षा जास्त झोपू लागली. एका संशोधन संस्थेनं त्यासंबंधीची आकडेवारी जाहीर केली. त्यानुसार माणूस सरासरी दहा-बारा तास झोपू लागला होता.

एकंदरीत पृथ्वीवासी आनंदात होते. मार्कंडेयासारख्यांना लोक आता चक्रम म्हणू लागले होते, चिंतातुर जंतू म्हणू लागले होते. त्यांच्या तोंडावर त्यांना हसू लागले होते.

या सगळ्या शांत, सुखी वातावरणाला एके दिवशी तडा गेला.

पृथ्वीच्या रोखात काहीतरी, कुठल्यातरी वस्तू झपाट्यानं अंतरिक्षातून चाल करून येत असल्याचा संदेश अनेक देशांच्या, अजूनही अवकाशात असलेल्या उपग्रहांवरून येऊ लागले. उपग्रहांवरच्या यंत्रणांनी पाठवलेल्या संदेशाचं विश्लेषण केल्यानंतर शास्त्रज्ञ आधी बुचकळ्यात पडले. त्यांच्या आतापर्यंतच्या गणिताप्रमाणे अवकाशातून झपाट्यानं प्रवास करीत येणारी कुठलीच वस्तू – धूमकेतू, उल्का,

एखाद्या मोहिमेवरून परतणारं यान – पृथ्वीजवळच्या अंतरिक्षात असायला नको होती.

मग, हे काय होतं? निरीक्षणांतली काही चूक तर नव्हती? की उपग्रहातल्या एखाद्या यंत्रणेत बिघाड झाल्यामुळे हे चुकीचे संदेश येत होते?

सगळी निरीक्षणं पुन्हा घेण्याचे संदेश उपग्रहांना पाठवले गेले. आणि नवीन मिळालेल्या माहितीचं परत परत विश्लेषण केलं जाऊ लागलं. इतर कोणा देशांच्या उपग्रहांकडूनही असे संदेश येत आहेत का, याची विचारणा एकमेकांना केली जाऊ लागली.

पृथ्वीच्या अर्ध्या भागात तेव्हा रात्र होती. तिथल्या केंद्रांमधले रात्रपाळीत कामावर असणारे शास्त्रज्ञ पेंगत होते. पृथ्वीकडे काहीतरी वस्तू वेगानं येत आहे, हे ऐकल्यावर ते खडबडून जागे झाले. पण ही गंभीर बाब आहे असं मात्र त्यांनाही वाटलं नाही. मिळालेली माहिती परत एकदा तपासून पाहायचा सल्ला त्यांनी दिला आणि त्यांच्या उपग्रहांवरून आलेल्या संदेशांवर ते नजर फिरवू लागले, तेव्हा त्यांच्या लक्षात आलं, की त्यांच्या यंत्रणांनीही त्यांच्याकडे तसेच संदेश धाडले होते. रात्र असलेल्या भागातली चार आणि दिवस असलेल्या भागातली तीन अशा सगळ्याच केंद्रांमध्ये हे संदेश येत होते. म्हणजे पृथ्वीच्या सर्वच बाजूंनी काहीतरी वस्तू पृथ्वीकडे येत होत्या.

सर्व केंद्रांमधल्या शास्त्रज्ञांनी आपल्या वरच्या अधिकाऱ्यांशी संपर्क साधायचा प्रयत्न सुरू केला. पण वरती संपर्क होईपर्यंत बहुमोल मिनिटं वाया गेली.

वरच्या अधिकाऱ्यांनी त्यांच्यावरच्या अधिकाऱ्यांशी, त्यांनी आणखी एक पायरी वर असं करत, निर्णयक्षम अधिकाऱ्यापर्यंत ही माहिती पोहोचायला काही तास लागले. कारण उपग्रहांकडून येणाऱ्या माहितीचा क्रम हा प्राथमिकतेच्या यादीत बराच खाली होता. प्रत्येक अधिकाऱ्यानं समोरचं काम हातावेगळं करूनच या माहितीकडे लक्ष दिलं होतं.

पृथ्वीच्या दिशेनं अनेक बाजूंनी काही वस्तू झपाट्यानं येत आहेत, या गोष्टीचा गंभीरपणा लक्षात येताच देशोदेशींच्या सरकारांनी एकमेकांशी तातडीनं संपर्क साधून याबाबत काय करायचं, याचा विचार सुरू केला आणि या येणाऱ्या अनाहूत पाहुण्यांशी आधी संपर्क साधण्याचा प्रयत्न करायचा, ते न जमल्यास अण्वस्त्रांनी त्यांच्यावर हल्ला करायचा आणि त्यांना नष्ट करायचं, मात्र हे युद्ध पृथ्वीच्या वातावरणाबाहेरच करायचं. नाहीतर सर्व पृथ्वीवर अणुसंसर्ग पसरेल, असा निर्णय घेण्यात आला.

पण तो घेण्यासाठी काही तासांचा बहुमोल वेळ खर्ची पडला. वेगानं विचार करून चुटकीसरशी निर्णय घेण्याची क्षमता, आता फार कमी माणसांच्यात शिल्लक

राहिली होती. आणि लढण्याची इच्छा व तयारी तर कोणाचीच नव्हती.

अवकाशात अणुयुद्ध करू शकण्याची क्षमता दोन देशांमध्ये होती. त्यासाठीचे त्यांचे आराखडे तयार असत. नियमित सरावही केला जाई. पण गेल्या काही वर्षांमध्ये सर्वत्र शांततेचं वातावरण असल्यामुळे असा सरावही केला गेला नव्हता.

अनाहूत पाहुण्यांशी संपर्क साधण्याच्या प्रयत्नांना अजिबात प्रतिसाद मिळाला नाही. वेगवेगळ्या प्रकारे आणि वेगवेगळ्या माध्यमांमधून प्रक्षेपित केलेल्या संदेशांना काहीच प्रतिसाद मिळाला नाही. ते संदेश त्या वस्तूंपर्यंत पोचत होते की नाही, तेही कळलं नाही.

आणि मग शेवटचा उपाय, म्हणून अण्वस्त्रं सिद्ध करण्यात आली. त्यांची तोंडं अवकाशाच्या दिशेनं येणाऱ्या वस्तूंच्या रोखानं सज्ज करण्यात आली. पण या उपायाच्या यशस्वीतेची कोणालाच खात्री वाटत नव्हती.

अण्वस्त्रांनी मारा करावा की नाही, याचा निर्णय घेण्यासाठी दोन्ही देशांच्या राष्ट्रप्रमुखांची चर्चा सुरू झाली. ती खूप वेळ चालूच राहिली. 'हल्ला करावा' असं कोणीच म्हणेना. पृथ्वीवर नांदत असलेल्या शांततेचा भंग करण्याची इच्छा आणि हिंमत दोघांतही नव्हती आणि तेवढ्यात ती यानं पृथ्वीच्या वातावरणात बरीच खालपर्यंत येऊन पोहोचली. शेवटच्या टप्प्यात त्यांचा वेग एकदम वाढला होता.

ज्या ज्या देशांच्या हद्दीत ती आली, त्या देशांनी विविध प्रकारच्या मिसाइल्स आणि रॉकेट्सनी त्यांच्यावर हल्ला केला. पण त्यामुळे त्यांच्यावर ओरखडासुद्धा उठला नाही.

एकूण सतरा यानं सतरा देशांच्या राजधान्यांमध्ये मुख्य संरक्षण केंद्रांसमोर अलगद उतरली. एखाद्या रॉकेटच्या आकाराची आणि निळसर चंदेरी रंगाची ती यानं जमिनीवर टेकली. थोडी हलून-डुलून स्थिर झाली आणि मग स्तब्ध उभी राहिली. प्रत्येक यानाच्या दिशेनं रोखलेली शस्त्रास्त्रं तशीच रोखलेली ठेवून सगळे सुरक्षा कर्मचारी बघत राहिले.

भारताचे तीनही सेवादलप्रमुख, संरक्षणमंत्री, पंतप्रधान, सुरक्षा सल्लागार, अशा सर्वांची तातडीने बोलावलेली बैठक चालू असतानाच इमरतीसमोरच्या पटांगणात हे यान उतरलं. बैठकीच्या कक्षात बसवलेल्या दूरदर्शन संचावर तिथलं दृश्य दिसत होतं. यान खाली उतरून स्थिरावलं आणि बघणारे सगळे अवाक् होऊन बघत राहिले.

आता काय होणार आहे?

हे यान कुठून आलं आहे? कशासाठी आलं आहे? आत कोण आहे? कोणी आहे की नाही? की ते निर्मनुष्य आहे?

त्या यानाला दरवाजा-खिडकी असं काही असल्याचं दिसत तरी नव्हतं.

यानातून कोणीतरी बाहेर येईल किंवा दुसरी काहीतरी हालचाल होईल, म्हणून जरा वेळ वाट बघून संरक्षणमंत्र्यांनी सांगितलं, ''त्यांच्यावर गोळीबार करायला सांगा. चारही बाजूंनी यानाला वेढून गोळीबार करत हल्ला करा.''

''सर, मला नाही वाटत त्याचा काही उपयोग होईल. आपल्या अत्याधुनिक मिसाइल्सचाही यानावर परिणाम झाला नाही. नुसत्या गोळीबारानं किंवा हातबॉम्बनंही काही होणार नाही.'' स्थल सेनाप्रमुख म्हणाले आणि इतरांनी त्याला मान डोलावली.

पण काहीतरी करायला तर हवं होतं. पंतप्रधानांनी अमेरिकेच्या राष्ट्राध्यक्षांशी तातडीनं फोन जोडायला सांगितला आणि तिन्ही सेनाप्रमुखांनी आपसांत विचार करून ठरवलं की तिन्ही दलांमधल्या काही अधिकाऱ्यांनी बंदुका रोखून यानाजवळ जाऊन त्याची तपासणी करावी.

ठरल्याप्रमाणे, 'प्रत्येक दलातले दोन-दोन' असे सहा अधिकारी दबकत-दबकत आणि प्रचंड मानसिक ताणाखाली यानाजवळ गेले. कोणत्याही क्षणी यानातून हल्ला होईल, अशा भीतीपोटी त्यांनी यानाची बाहेरून तपासणी केली आणि ते घाईघाईनं परत आले.

यानातून काहीच हालचाल झाली नाही. मग मोठ्या कर्ण्यांमधून यानाला धमकीवजा सूचना देण्यात आल्या. पण यानावर परिणाम शून्य. ते तसंच, मंद चमकत, स्तब्ध उभं होतं.

मग त्याच्यावर नुसतीच नजर ठेवून, वाट बघत राहण्याखेरीज काही करू नये असं ठरलं.

एव्हाना अमेरिकेच्या राष्ट्राध्यक्षांशी पंतप्रधानांचं बोलणं झालं होतं. पेंटॅगॉनसमोर उतरलेलं यानही असंच नुसतं ढिम्म उभं होतं.

ही यानं कुठून आणि कशासाठी आली आहेत, याचा अंदाज कोणालाच येत नसला तरी एक गोष्ट मात्र नक्की होती, पृथ्वीपेक्षा अधिक प्रगत अशा एखाद्या ठिकाणाहून ती आली होती. त्यामुळे ती सहजपणे पृथ्वीपर्यंत पोहोचली होती आणि आधीच ठरवून ठेवल्याप्रमाणे नेमकी संरक्षण-केंद्रांसमोर उतरली होती.

एव्हाना, भारतात उतरलेल्या यानाला बघायला हजारो लोक गोळा झाले होते. यान आकाशात दिसू लागल्यापासून लोकांमध्ये खळबळ माजली होती. आणि दिल्लीतल्या संरक्षण केंद्राच्या दिशेनं ते उतरू लागल्यावर, सगळे घाबरून आपापल्या घरांमध्ये आणि कार्यालयांमध्ये जाऊन लपले होते. यान खाली उतरून बराच वेळ होऊन गेला, तरी काही होत नाही असं बघून हळूहळू काही माणसं धीर करून बाहेर आली होती आणि केंद्राबाहेरून यानाकडे बघत उभी राहिली होती. अनेक वृत्तवाहिन्यांचे प्रतिनिधीही आपापले कॅमेरे रोखून उभे होते.

असा बराच वेळ गेला. अनेक राष्ट्रप्रमुखांनी एकमेकांशी अनेकदा चर्चा

केली. पण काय करावं हे मात्र कुणालाच सुचवता येत नव्हतं. पण एका मुद्यावर मात्र सर्वांचं एकमत होतं, 'काहीही झालं तरी युद्ध होऊ देऊ नये. युद्धामुळे होणारी जीवित-वित्त हानी, सर्वसामान्यांचे होणारे प्रचंड हाल हे काहीही करून टाळावंच.'

भारताच्या पंतप्रधानांनी सर्व राष्ट्रप्रमुखांचं हे मत सैन्यदलप्रमुखांना सांगितलं. तेव्हा स्थलसेनापती उसळून म्हणाले, "सर, 'काहीही करून' म्हणजे काय म्हणायचं आहे आपल्याला? आपली भूमी देऊनसुद्धा युद्ध टाळावं?"

"ते आपली भूमी घ्यायला आले आहेत असं आपण का समजावं?" पंतप्रधानांनी शांतपणे विचारलं.

"मग कशासाठी आले आहेत? काहीतरी हेतू असल्याखेरीज ते अंतराळ प्रवास करून नक्कीच आलेले नाहीत."

"कदाचित... ते आपल्याशी मैत्री करायला आले असतील."

"आणि तसं नसलं तर? आपण प्राणपणानं लढायला..."

"तुम्ही एक महत्त्वाची गोष्ट विसरत आहात, जनरल," हवाईदलप्रमुख म्हणाले, "कुणाशीही प्राणपणानं लढण्याच्या स्थितीत आपलं सैन्य नाही. मोठ्या प्रमाणावर सैन्य-कपात झालेली आहे. युद्धाचा सराव हल्ली फारसा केला जात नाही. आणि... सर्वांत महत्त्वाचं म्हणजे आपल्या सैनिकांमधली लढाऊ वृत्ती, जोश, जिंकण्याची ईर्षा, हे गुण हळूहळू लोप पावत आले आहेत. अशा परिस्थितीत आपण कशाच्या बळावर लढणार आहोत?"

हवाईदल प्रमुखांच्या या म्हणण्यावर एकदम शांतता पसरली. ते म्हणत होते, ते खरंच होतं. सर्वांनाच हे कधीपासून जाणवलेलं होतं. सर्व राष्ट्रांमध्ये थोड्याफार फरकानं हीच स्थिती होती.

पण हे असं का झालं होतं? आणि जे घडत असल्याचं जाणवत होतं ते थांबवण्याचा प्रयत्न आपण का केला नाही? असा प्रयत्न करावा असं आपल्याला का वाटलं नाही?

प्रत्येक जण स्वतःच्या विचारात बुडून गप्प राहिला. आणखी काही वेळ तसाच तणावपूर्ण गेल्यावर भारताच्या पंतप्रधानांनी परत एकदा इतर राष्ट्रप्रमुखांशी चर्चा केली आणि एकच कृती करण्याचं सर्वांनुमते निश्चित झालं.

एव्हाना संध्याकाळ झाली होती. लोक हळूहळू घरी परतू लागले होते. अशा वेळी संरक्षण केंद्राचा मुख्य दरवाजा उघडला आणि तिन्ही सैन्यदलप्रमुख हातात पांढरे ध्वज घेऊन ताठ मानेनं मार्चिंग करत, यानाच्या समोर जाऊन उभे राहिले.

अभेद्य असलेल्या आणि अपारदर्शक वाटणाऱ्या, त्या निळसर-चंदेरी यानातले तीन पायांचे मानवसदृश प्राणी बाहेरच्या हालचालींवर बारीक लक्ष ठेवून होते.

आतल्या बाजूनं बाहेरचं सगळं स्पष्ट दिसत होतं. हातात पांढरे ध्वज घेऊन तीन माणसं यानासमोर येऊन उभी राहिलेली बघून, यानप्रमुख समाधानानं हसला. पांढऱ्या झेंड्याचा अर्थ त्याला माहीत होता.

न लढताच माणसानं शरणागती पत्करली होती. त्याचे अंदाज, आडाखे बरोबर ठरले होते आणि प्रयत्नांना यश आलं होतं. त्यांना सर्वांना आपला ग्रह सोडून दुसरीकडे वसाहत करणं निकडीचं होऊन दहा-पंधरा वर्षं झाली होती. आता ते ज्या ग्रहावर उतरले होते, त्या ग्रहाची निवडही त्यांनी पूर्वीच करून ठेवली होती. कधीमधी इथल्या प्रगत द्विपाद सजीवांचं अपहरण करून इथल्या संस्कृतीची माहितीही त्यांनी करून घेतली होती.

पण इथे येऊन वस्ती करण्यात एक मोठी अडचण होती. इथला प्रगत द्विपाद फार संघर्षशील होता. प्रत्येक लहानसहान गोष्टींवरून तो लढायला तयार होत असे. परग्रहावरच्या सजीवांना त्यानं इथे वस्ती नक्कीच करू दिली नसती.

आणि म्हणून त्या प्रमुखानं आणि त्याच्या सहकाऱ्यांनी इथल्या द्विपादांची संघर्षवृत्ती खच्ची करण्याचं ठरवलं होतं. इथली भूमी वेगवेगळ्या तुकड्यांमध्ये वाटली गेलेली होती. त्या सगळ्या भागांमधल्या द्विपादांची वृत्ती बदलण्यासाठी त्यांच्या रोजच्या अन्नातच बदल व्हायला हवा होता.

मोठी जोखीम पत्करून त्यांनी ग्रहाच्या सर्व भागांमध्ये मुद्दाम विकसित केलेलं सूक्ष्म बियाणं उधळून दिलं होतं. आणि ते वाट बघत बसले होते. ग्रहाभोवती फिरणाऱ्या हजारो उपग्रहांच्या निरीक्षणकक्षेबाहेर त्यांनी आपली निरीक्षण-यंत्रणा सज्ज ठेवली होती. आणि आपल्या उपायाचा पुरेसा परिणाम झाला आहे, असं बघून त्यांनी या ग्रहावरच्या महत्त्वाच्या ठिकाणी आपली यानं उतरवली होती.

आणि एका दिवसातच इथल्या प्रगत, बुद्धिमान सजीवानं शरणागती पत्करली होती. त्यानं आपली विजिगिषु वृत्ती गमावली होती. युद्ध त्याला अगदी नकोसं झालं होतं. आणि युद्ध टाळण्याचा सर्वोत्तम मार्ग म्हणजे सतत युद्धसज्ज असणं, हेही तो विसरला होता.

आता पुढचं सगळं सोपं होतं. इथला सजीव तसा पुष्कळच प्रगत होता. त्यामुळे त्याचा बराच वापर करून घेता आला असता.

पृथ्वीवर उतरलेल्या इतर यानप्रमुखांशी त्यानं संपर्क साधला आणि आपल्या ग्रहावरच्या सजातीयांचं मोठ्या प्रमाणावर स्थलांतर सुरू करण्याचा संदेश पाठवण्याचं ठरवलं.

बहुतेक वेळा रात्री प्रवास करत, थांबत, लपत, असा जवळजवळ महिनाभरानं मार्कंडेय मुंबईजवळ पोहोचला. त्याच्या संघटनेच्या सभासदांनी मुंबईत एकत्र व्हायचं

ठरवलं होतं. परकीय यानं पृथ्वीवर उतरल्यावर तातडीनं एकमेकांशी संपर्क साधल्यामुळे त्यांना एवढं ठरवणं तरी शक्य झालं होतं. नंतर सगळ्या संपर्क-यंत्रणा बंद पडल्या होत्या आणि नंतर सगळाच कारभार त्रिपादांच्या हातात गेला होता.

आता जिकडे-तिकडे त्रिपाद अधिकारी आणि निमूटपणे त्यांच्या हाताखाली राबणारी माणसं असं दृश्य दिसत होतं आणि मार्कंडेयाला ते सहन होत नव्हतं. हळूहळू माणूस गुलाम बनत चालला. या भूमीचा स्वामी दुसऱ्याचा दास बनत होता.

पण मार्कंडेय असं होऊ देणार नव्हता. तो आणि त्याचे सहकारी विरोध करणार होते. माणसातली झुंजार वृत्ती जागवणार होते. मातृभूमीसाठी लढायला माणसांना परत एकदा प्रवृत्त करणार होते. मग त्यासाठी कितीही काळ लढावं लागलं, तरी त्यांची तयारी होती.

माणसातली झुंजार वृत्ती, लढाऊ बाणा, स्वत्वासाठी प्राणपणानं लढण्याची इच्छा आणि तयारी या गोष्टी नाहीशा नक्कीच झालेल्या नव्हत्या. फक्त त्या दडपल्या गेल्या होत्या. सुप्तावस्थेत गेल्या होत्या. त्यांना परत जागृत करायला हवं होतं. हे काम ते करणार होते. आकाशातून पडलेलं अरिष्टाचं पीक उपटून टाकणार होते. आपल्याला यश येईल, अशी मार्कंडेयाची खात्री होती. कारण सत्यसंकल्पाचा दाता परमेश्वर असतो. प्रयत्न मात्र करावे लागतात.

(धनंजय - दीपावली २००६)

◆

## हुकलेली संधी

सुनिताला जाग आली, तेव्हा मंदार फोनवर बोलत होता. एवढ्या सकाळी कुणाचा फोन असावा, असा विचार ती करत असतानाच मंदारनं फोन खाली ठेवला.

"कुणाचा फोन होता?" तिनं विचारलं.

"अगं, घोट्याचा फोन होता. तो म्हणतो आहे हिमोफिलियावरच्या आपल्या नव्या औषधाचा चांगला उपयोग होतो आहे. या गोष्टीला आपण प्रसिद्धी द्यायला पाहिजे."

"इतक्यात? आपलं औषध अजून प्रयोगावस्थेत आहे. आपण त्याचं नावसुद्धा अजून ठरवलेलं नाही. एक्स-९ म्हणतो आपण त्याला. शिवाय सगळ्या केसेसमध्ये ते उपयोगी पडत नाही असंही आपल्या लक्षात आलं आहे. घोटवडेकर पत्रकार आहे म्हणून बातमीची घाई करतो आहे का?"

"तो म्हणतो आहे, की एवढंसुद्धा यश अजून कुणाला मिळालेलं नाही आणि शिवाय..."

"पण आपले प्रयोगही पूर्णपणे यशस्वी झालेले नाहीत. आताशी कुठे वीस-पंचवीस टक्के यश आपल्याला मिळालं आहे. शिवाय, आपले उपचार, आपण आतापर्यंत फक्त बारा लोकांवर केले आहेत. यश मिळालं आहे असा दावा करण्यासाठी हेच प्रायोगिक उपचार खूप मोठ्या संख्येवर करायला हवेत आणि त्यासाठी व्यवस्थित क्लिनिकल ट्रायल्स घ्यायला हव्यात. तुलनेसाठी दुसरा गट हवा. प्रयोगात सामील होणाऱ्यांमध्ये काय समानत्व आहे. काय फरक आहेत याच्या नोंदी व्हायला हव्यात. त्यांच्या परिणामस्वरूप..."

"सुनु, हे सगळं मला माहीत नाही का?" तिच्याजवळ बसत मंदार म्हणाला, "हे सगळं आपल्याला करायचंच आहे आणि आपण ते करूच. पण त्यासाठी

केवढातरी पैसा खर्च होणार आहे. एवढा पैसा आपण कसा उभा करणार आहोत? आपल्या संशोधनाला जर प्रसिद्धी मिळाली तर पैशाची मदत करायला काही संस्था पुढे येतील. कदाचित काही श्रीमंत रुग्णही मदतीचा हात पुढे करतील.''

सुनिता विचारात पडली. मंदार म्हणत होता, ते खरं होतं. संशोधनासाठी खूप पैसा हवा होता. वैद्यकीय क्षेत्रात प्रस्थापित अशा शास्त्रशुद्ध पद्धतीनं संशोधन करण्यासाठी खूप पैशांची गरज होती. आतापर्यंत त्यांनी कसंबसं रेटून नेलं होतं; पण त्यामुळेच गेल्या पाच वर्षांत ते फक्त बारा जणांवर प्रयोग करू शकले होते. त्यांचं दोघांचं मिळून एक हॉस्पिटल आणि दोघांचे स्वतंत्र दवाखाने चांगले चालत असल्यामुळे एवढंतरी करणं शक्य झालं होतं.

पण ते पुरेसं नव्हतं. अजून खूप काम करायला हवं होतं. हिमोफिलियावर उपाय शोधून काढण्यासाठी, हॉस्पिटलच्या शेजारीच त्यांनी एक प्रयोगशाळा बांधून घेतली होती. एक मदतनीस नेमला होता आणि कामाला सुरुवात केली होती. तेव्हा यश मिळेल अशी खात्री त्यांना नव्हती. पण आशा मात्र होती. जोडीला जिद्द आणि चिकाटीही होती. यश मिळेपर्यंत काम चालू ठेवायचं, त्यासाठी कितीही वेळ लागला तरी हरकत नाही, अशा निश्चयानंच ते कामाला लागले होते.

कारण सुनिता स्वत: हिमोफिलिया कॅरीअर होती आणि त्यामुळे तिला होणाऱ्या मुलांना तो आजार होण्याची खूप शक्यता होती. हिमोफिलिया झालेल्या व्यक्तीचं आणि त्याच्या जिव्हाळ्याच्या माणसाचंही आयुष्य कसं सतत काळजी करण्यात आणि त्या व्यक्तीला जपण्यात जातं, हे तिनं प्रत्यक्ष पाहिलं होतं. अनुभवलं होतं.

तिचा भाऊ हिमोफिलिक होता. त्याचं रक्त गोठत नसे. त्यामुळे कुठे एखादी बारीकशी जखम झाली, नुसतं खरचटलं तरी डॉक्टरांकडे धाव घ्यावी लागत असे. बरेच दिवस औषधपाणी करून केव्हातरी जखमेतून होणारा रक्तस्राव थांबत असे. पण रक्तस्राव थांबेलच असं खात्रीनं सांगता येत नसे. कारण हिमोफिलियावर औषध नव्हतं.

हिमोफिलिया हे आनुवंशिक दुखणं असतं. पण स्त्रिया या दुखण्याच्या फक्त वाहक, कॅरीअर असतात आणि पुरुष संततीला मात्र प्रत्यक्ष दुखण्याचा प्रसाद मिळतो. अशा लोकांनी स्वत:ला जपायला हवं, दुखापत होणार नाही अशी काळजी घ्यायला हवी, हे सगळं तिला बालपणीच माहीत झालं होतं. तिच्या एकुलत्या एका धाकट्या भावाला, सुधीरला हिमोफिलिया असल्यामुळे तिचे आई-वडील, आजी-आजोबा, अशी सगळी मोठी माणसं त्याच्यावर लक्ष ठेवून असत. त्याला कुठल्याही मैदानी खेळात भाग घेऊ देत नसत. एवढंच काय आसपासच्या लहान मुलांचं भांडण झालं आणि सुधीर त्यात असला, तर

त्याला ओढून बाजूला काढलं जात असे. कारण भांडणातून गुद्दागुद्दी, मारामारी असं काही झालं आणि तो त्यात असला, तर एखादी बारीकशी जखम, ओरखडा असं काहीतरी व्हायची शक्यता असायची आणि तसं होऊन चालणारं नव्हतं. घरातून केव्हाही बाहेर जायचं असलं तर त्याला मोजे, शूज आणि लांब बाह्यांचा शर्ट, फुल पँट असा पूर्ण पोषाख करूनच बाहेर पडायची परवानगी मिळायची. त्याच्या दुखण्यासंबंधी शाळेतल्या शिक्षकांना सांगून ठेवलेलं होतं. त्यामुळे तेही त्याच्यावर लक्ष ठेवत असत. शाळेच्या गणवेषात हाफ पँट घालायची असे. पण सुधीरला फुल पँट घालायची खास परवानगी देण्यात आली होती. या सगळ्या बंधनांना तो लहान पोर कंटाळून जायचा. ही सगळी बंधनं आपल्या सुरक्षिततेसाठी आहेत, हे माहीत होतं. पण तरीसुद्धा, कधीकधी तो त्या सगळ्याला विटायचा आणि मुलांच्या दंगामस्तीत भाग घ्यायचा. पळापळी करायचा. कोणी अडवलं तर रडून, भांडून त्रागा करायचा. त्याची समजूत घालता-घालता घरच्यांची पुरेवाट व्हायची. सुधीर रडू ओरडू लागला, की आईच्या डोळ्यांतही पाणी यायचं. हे सगळं सुनिता बघत असायची आणि त्याचा खोल ठसा तिच्या मनावर उमटत राहायचा.

सर्व प्रकारची काळजी घेऊनसुद्धा आठवीत असताना सुधीर एकदा ठेच लागून पडला आणि त्याच्या डोक्याला खोक पडली. भळाभळा रक्त वाहू लागलं. त्या वेळी तो शाळेत होता आणि मधली सुट्टी सुरू होती. तो पडताच त्याच्या मित्रांनी पळत जाऊन त्यांच्या बाईंना सांगितलं. बाईंनी त्याच्या घरी कळवलं. घरी तेव्हा फक्त आई आणि आजी होत्या. सुधीरला खोक पडणं या गोष्टीचं गांभीर्य दोघींनाही चांगलंच माहीत असल्यामुळे आई लगेच टॅक्सी घेऊन शाळेत गेली आणि सुधीरला टॅक्सीत घालून तडक हॉस्पिटलमध्ये गेली. ठेच लागून पडल्यापासून अर्ध्या तासाच्या आत तो हॉस्पिटलमध्ये पोहोचला होता.

पण या सगळ्या तातडीचा काहीही उपयोग न होता, सुधीर नवव्या दिवशी देवाघरी गेला. जखमेतून वाहणारा रक्तप्रवाह थांबलाच नाही.

त्याच्या मृत्यूमुळे उद्ध्वस्त झालेली आई, खचून गेलेले वडील आणि दैवाला बोल लावून हळहळणारे आजी-आजोबा या सर्वांना सावरण्याचा प्रयत्न चौदा-पंधरा वर्षांच्या सुनिताला करावा लागला होता. आपण डॉक्टर व्हायचं आणि हिमोफिलियावर उपाय शोधून काढायचा, असा निर्धार तिच्या मनानं आपोआपच तेव्हा केला होता.

ठरवल्याप्रमाणे ती डॉक्टर झाली होती आणि पुढे सहा महिन्यांतच डॉक्टर मंदारशी तिचं लग्न झालं होतं. हिमोफिलियावर संशोधन करण्याचा आपला निश्चय तिनं लग्नापूर्वीच त्याला सांगितला होता. संशोधनाला त्याची हरकत तर

नव्हतीच, उलट पाठिंबा होता. लग्नानंतर थोड्याच दिवसांत दोघांनी मिळून हॉस्पिटल आणि संशोधनशाळा उभी केली होती.

शरीरात असताना रक्तवाहिन्यांमधून रक्त सारखं वाहत असतं. पण काही कारणानं जर ते बाहेर आलं तर ते आपोआप घट्ट होऊ लागतं. त्याची गुठळी तयार होते. ही गुठळी जखमेच्या जागी बसते आणि त्यामुळे रक्तवाहिनीला बूच बसल्यासारखं होऊन रक्त वाहायचं थांबतं. रक्त गोठण्याची ही क्रिया घडण्यासाठी आवश्यक अशा घटकांपैकी अत्यंत महत्त्वाच्या अशा घटकाला ए.एच.एफ. 'ॲन्टी हिमोफिलिक फॅक्टर' असं म्हणतात. ज्या व्यक्तींच्या रक्तात हा घटक मुळीच नसतो किंवा आवश्यकतेएवढा नसतो, त्यांना हिमोफिलिया असतो.

ए.एच.एफ. या घटकाचं रक्तातलं प्रमाण वाढवण्याचं ध्येय डोळ्यांसमोर ठेवून सुनिता आणि मंदारनं काम सुरू केलं आणि त्यांच्यासमोर पहिली मोठी अडचण निर्माण झाली, ती म्हणजे प्रयोगासाठी त्यांना हिमोफिलिक रक्त मिळेना.

हिमोफिलियावरची उपलब्ध असलेली माहिती मिळवून, तिचा अभ्यास करण्यात त्यांचे पहिले काही महिने गेले. त्या अभ्यासावर आधारित अशी प्रयोगाची रुपरेषा त्यांनी ठरवली आणि ओळखीच्या सर्व डॉक्टर्सना आपला बेत सांगितला. पण कोणाही डॉक्टरकडून एकही हिमोफिलिक व्यक्ती किंवा नुसती कॅरीअर असलेली व्यक्तीही त्यांच्याकडे आली नाही. कारण हिमोफिलिया असणाऱ्याच नव्हे, तर कॅरीअर असणाऱ्या व्यक्तीही सतत धास्तावलेल्या मन:स्थितीत असत. प्रयोगामध्ये आपल्याला काही झालं, नुसती इंजेक्शनची सुई टोचली आणि त्या बारीकशा भोकातून रक्त वाहू लागलं आणि थांबलंच नाही तर? किंवा आपल्या रक्तात असलेला ए.एच.एफ. प्रयोगामुळे वाढण्याऐवजी कमी झाला तर? अशा प्रकारच्या शंका मनात आल्यामुळे कोणी रुग्ण प्रयोगात भाग घ्यायला तयार होत नव्हते. उगाच धोका कशाला पत्करा? असा साधा विचार ते करत होते.

शिवाय हिमोफिलिया हा तसा क्वचित आढळणारा आजार असल्यामुळे मुळातच असे रुग्ण कमी असायचे.

शेवटी, आपण करत असलेल्या संशोधनाची माहिती, त्याची रूपरेषा सुनितानं राष्ट्रीय हिमोफिलिक संस्थेला कळवली आणि त्यांना मदतीसाठी विनंती केली. त्यानंतर परिस्थिती सुधारली. संस्थेनं हिमोफिलिया कॅरीअर असणाऱ्यांचं रक्त त्यांना उपलब्ध करून दिलं आणि पुढच्या तीन वर्षांमध्ये एकूण बारा रुग्णांनाही त्यांच्याकडे पाठवलं.

त्यांच्यापैकी तिघांच्या रक्तातला ए.एच.एफ. वाढल्याचं दिसून आलं होतं. जमलेल्या सगळ्या माहितीची काटेकोर तपासणी आणि छाननी केल्यानंतर, ही वाढ

१५%, १७% आणि २५% असल्याचं आणि ज्या रुग्णांच्या रक्तात थोड्याफार प्रमाणात ए.एच.एफ. होता, त्यांच्यापैकी एकाचाही तो घटक कमी झाला नसल्याचं आढळलं होतं.

माहिती आणि आकडेवारीच्या छाननीचं काम आदल्या संध्याकाळीच पुरं झालं होतं आणि आपण योग्य दिशेनं काम करतो आहोत, अशी सुनिता आणि मंदारची खात्री झाली होती. त्या आनंदात त्यांनी खास अशा तिघा मित्रांना बोलावून पार्टी केली होती. त्या तिघांमध्ये घोटवडेकर-घोट्या होता. तो मंदारचा खास मित्र होता. तसाच पत्राकारही होता आणि तो आता प्रयोगाला प्रसिद्धी द्यावी, म्हणून आग्रह करत होता.

प्रसिद्धीमुळे त्यांना आवश्यक तो पैसा उभा राहिला असता आणि त्यांच्या प्रयोगाविषयी रुग्णांना विश्वास वाटला असता. दोन्ही गोष्टींची त्यांना नितांत गरज होती.

"तू म्हणतोस ते बरोबर आहे मंदार. आपल्याला प्रसिद्धीची गरज आहे. बातमी कशी द्यायची, कुणाकडे पाठवायची वगैरे सगळं घोट्यालाच बघायला सांगू या, नाही का?"

पलंगावरून उठत सुनिता म्हणाली. आता रोजचं रुटीन सुरू करायलाच हवं होतं.

प्रयोगाची बातमी प्रसिद्ध झाली आणि तिला अपेक्षेपेक्षा जास्त प्रतिसाद मिळाला. पुढच्या आठवड्यात रोज हिमोफिलिक रुग्ण आणि कॅरीअर संशोधन-केंद्रात येऊन नाव नोंदवू लागले. बहुतेक सर्व जण आपल्या डॉक्टरांचा सल्ला घेऊन आले होते. पण काही जण तसेच आले होते.

आलेल्या रुग्णांपैकी दहाजणांना मंदार आणि सुनितानं प्रयोगासाठी दाखल करून घेतलं. त्यात वेगवेगळ्या वयाचे रुग्ण असतील, अशी काळजी त्यांनी घेतली. तीन वर्षांचा छोटा केतन सर्वात लहान रुग्ण होता. तर पंचावन्न-साठ वर्षांचा सुनंदन आचार्य सर्वांत वयस्क रुग्ण होता. कॅरीअर असलेल्या दहा स्त्रियांचीही त्यांनी नोंद करून घेतली. त्यांच्यापैकी आठ जणी आपापल्या मुलांबरोबर आलेल्या होत्या, तर दोघी स्वतंत्रपणे आल्या होत्या. केतनची आई आणि सात वर्षांच्या राहुलची आई, या दोघी जणी आपल्या मुलांना सोडून जायला तयार नव्हत्या. त्यामुळे त्या दोघींना त्यांच्या मुलांबरोबर संशोधन-केंद्रात राहण्याची परवानगी देण्यात आली. बाकीच्या स्त्रियांच्या रक्ताचे नमुने घेऊन, त्यांना घरी पाठवण्यात आलं.

संशोधन-केंद्र हॉस्पिटलच्या शेजारी असलं तरी त्याची सगळी व्यवस्था आणि कारभार पूर्णपणे स्वतंत्र होता. हॉस्पिटलमधल्या रुग्णांशी प्रयोगातल्या रुग्णांचा

काही संबंध येऊ नये यासाठी ही दक्षता घेण्यात आली होती. केंद्र सुरू करण्यात आलं तेव्हाच डॉ. शिरीष देवधरची नेमणूक संशोधन 'साहायक' म्हणून करण्यात आलेली होती. आता त्याच्या जोडीला क्षिप्रा सावंतलाही 'उपसहायक' म्हणून नेमण्यात आलं. ती आयुर्वेद कॉलेजमध्ये शेवटच्या वर्षाला शिकत होती. हिमोफिलियावर औषध शोधून काढण्यात आपल्याला आयुर्वेदाची मदत होऊ शकेल, असा एक विचार मंदारच्या डोक्यात होता. त्यांच्या प्रयत्नांना अंशत: यश आलेलंच होतं. निदान तसं वाटत तरी होतं. तेव्हा पुढचं संशोधन अधिक विस्तृत व्हावं आणि जलदही व्हावं, म्हणून आयुर्वेदाच्या उपचारपद्धतींची माहिती असलेल्या क्षिप्राला त्यांनी कामावर नेमलं.

सर्व रुग्णांची आणि वाहक स्त्रियांची नोंदणी करून घेणं, त्यांच्या प्राथमिक तपासण्या करणं, त्यांना त्यांच्या राहायच्या जागा नेमून देणं वगैरे गोष्टींमध्ये पहिले तीन चार दिवस निघून गेले. दहा रुग्ण, दोघी वाहक स्त्रिया आणि संशोधन-केंद्रात आधी दाखल झालेले आणि अजून केंद्रात असलेले चार जण असे सोळा जण केंद्रात राहू लागले. त्यांच्यासाठी जेवणखाण करणारी, केंद्राची सफाई करणारी, धुणीभांडी करणारी माणसं तिथे वावरू लागली. दूध, भाजी, वर्तमानपत्रं असे रोजचे रतीब घालणारी माणसं येऊ जाऊ लागली आणि केंद्र गजबजून गेलं.

दोन-तीन दिवसांत प्रयोगात सामील झालेल्यांच्या एकमेकांशी ओळखी झाल्या. मंदार आणि सुनिताला सर्वांच्या दुखण्याचा इतिहास सर्वसाधारणपणे माहीत झाला आणि मग त्यांनी बारकाईनं प्रत्येकाच्या दुखण्याच्या स्वरूपाची आणि त्याच्या इतिहासाची छाननी करायला सुरुवात केली.

दहा जणांपैकी तिघांच्या अंगावर लहान-मोठ्या जखमा होत्या आणि लवकर उपाय सापडणं त्यांच्या दृष्टीनं फार महत्त्वाचं होतं. पंधरा वर्षांच्या शेखरच्या कपाळाला उजव्या बाजूला लहानशी जखम होती. जखम फारशी मोठी नव्हती, पण ती झाल्यापासून म्हणजे पंधरा-सोळा दिवसांपासून ती वाहतच होती. घराच्या पायऱ्या चढताना पाय निसटून, तो वरच्या पायरीवर आपटला होता आणि कपाळाला थोडंसं लागलं होतं. त्याच्या डॉक्टरांनी लगेच उपचार सुरू केले होते. जंतुसंसर्ग होऊ नये म्हणून काळजी घेतली होती पण तेव्हापासून कपाळावर बँडेज मात्र सतत होतं. त्याला एकदा रक्तही देऊन झालं होतं.

सुनंदन आचार्य या वयस्क गृहस्थाच्या कपाळावर मध्यभागी पट्टी बांधलेली होती. कपाळावरची जखम कधी, कशी झाली ते त्याला नीट सांगता येत नव्हतं. पण त्याच्या म्हणण्याप्रमाणे कित्येक वर्षांपासून ती जखम होतीच आणि ती सतत वाहतच होती. प्रथम काही वर्षं त्यांनी जखमेवर अनेक वेगवेगळे उपाय करून पाहिले होते; पण काही उपयोग झाला नव्हता. शेवटी त्यानं कंटाळून उपचार करणं

सोडूनच दिलं होतं आणि त्यामुळे त्याचा कोणी नेहमीचा डॉक्टरही नव्हता. डॉक्टरच्या शिफारशीशिवाय तो बातमी वाचून आपणहून आला होता.

शांतारामचाही कोणी डॉक्टर नव्हता. एका लहान खेड्यातला, तो शेतकऱ्याचा मुलगा होता. शेतात काम करत असताना त्याच्या गुडघ्याला खरचटलं होतं. या गोष्टीला तीन महिने होऊन गेले होते आणि तेव्हापासून त्या शुल्लक जखमेतून सारखं रक्त वाहत होतं. शांतारामचं अंग चिडकं आहे. त्याची जखम लवकर बरी होत नाही हे त्याच्या घरच्या सर्वांना माहीत होतं आणि त्यामुळे त्याला कुठे काही लागू नये, अशी काळजी सर्व जण घेत. सुनिता-मंदारच्या प्रयोगांची बातमी वाचून त्याचे वडील त्याला घेऊन आले होते. बातमीत ज्या दुखण्याचं नाव दिलेलं आहे, तेच आपल्या मुलाला झालेलं असावं अशी शंका त्यांना आली होती. शांतारामला खरचटल्यापासून रोज त्याची आई त्याच्या जखमेवर हळद दडपत होती आणि स्वच्छ पट्टी बांधत होती. पण तरीही जखम हळूहळू पिकू लागली होती.

ते तिघं जण वगळता बाकी सगळेजण निरोगी, कुठलीही जखम किंवा ओरखडासुद्धा नसलेले होते. मात्र सगळे कपडे बंद होते आणि मनातून धास्तावलेले होते.

धास्तावलेला नव्हता तो फक्त केतन. तीन वर्षांच्या त्या एवढ्याशा मुलाला स्वतःच्या दुखण्याचं नावसुद्धा नीट उच्चारता येत नव्हतं आणि त्याचं गांभीर्य तर मुळीच कळत नव्हतं. खेळावं, हुंदडावं, भूक लागली की खावं आणि आईच्या कुशीत झोपून जावं, एवढंच त्याला कळत होतं. अंगभर घातलेल्या कपड्यांना तो सरावलेला असला, तरी अधूनमधून त्या बांधीलपणाला कंटाळत असे आणि मग कोणी बघत नाही असं बघून बूट, मोजे, फुल पँट भराभर काढून फेकत असे. कोणी रागावू नये म्हणून मग तो तिथून पळूनच जात असे.

त्याची आई सारखी त्याच्यावर लक्ष ठेवून असायची. तरीसुद्धा दिवसातून दोन- तीनदा तरी केतनचे मोजे-बूट-पँट इकडे-तिकडे पडलेले सापडायचे. तीन वर्षांच्या खोडकर, खट्याळ मुलावर सतत लक्ष ठेवणं, ही जवळजवळ अशक्यच गोष्ट होती.

कपडे काढून टाकून, पळून गेलेल्या केतनला शोधून काढून, आईनं परत त्याला ते सगळं घालायला लावलं, की तो खट्याळपणे हसायचा आणि गुपचूप सगळं घालून घ्यायचा. कधी रडायचा किंवा त्रागा करायचा नाही.

आणि मग परत केव्हातरी नको असलेले कपडे, बूट काढून टाकायचा!

त्याची आणि राहुलची पहिल्या दिवशीच गट्टी जमली. त्या दोघांचं खेळणं, थोडाफार दंगा, तोंडानं चालणारी बडबड यामुळे केंद्रात चैतन्य आलं होतं. त्यांच्या गडबडीमुळे इतरांची चांगलीच करमणूक होत असे. केतन तर दोन दिवसांतच सर्वांचा लाडका झाला होता.

प्रयोगातले सगळे सहभागी एकमेकांच्यात चांगले मिसळले. केंद्रातली दैनंदिन जीवनाची घडी चांगली बसली. सगळं ठरल्याप्रमाणे सुरळीत चालू आहे असं सुनिताला आणि मंदारला वाटू लागलं. असं असताना एके दिवशी सकाळी शिरीषनं सुनिताला हॉस्पिटलमध्ये गाठलं. एका रूग्णाला डिस्चार्ज देण्याच्या गडबडीत ती होती. हातातल्या कागदांवर सह्या करून तिनं विचारलं.

"काय रे शिरीष? अचानक इकडे कसा आलास?"

"मॅडम, त्या आचार्य बाबांना आपल्या प्रयोगात सामील करून घेता नाही येणार."

"काय? सामील का नाही... थांब, आधी हे काम पुरं करते." असं म्हणून सुनितानं हातातले कागदपत्र पुरे केले. जाणाऱ्या रुग्णाला काय काय सूचना द्यायच्या ते नर्सला समजावून सांगितलं आणि कागद घेऊन नर्स गेल्यावर ती म्हणाली. "हं. सांग आता. आचार्यांचं काय म्हणत होतास?"

"मॅडम, त्यांना हिमोफिलिया नाही आहे."

"नाही आहे? मग त्यांची जखम... तू नीट तपासणी केलीस का? ए.एच.एफ. ची लेव्हल..."

"मी त्यासाठी दोनदा त्यांच्या रक्ताची तपासणी केली. एकदा सर्वांचं रक्त तपासलं, तेव्हा त्यांच्या रक्ताची तपासणी केली. तेव्हाच त्यांच्या ए.एच.एफ. ची लेव्हल पुरेशी असल्याचं माझ्या लक्षात आलं. पण म्हटलं, आपलं काहीतरी चुकत असेल. म्हणून मी परत एकदा स्वतंत्रपणे तपासणी केली आणि मगच तुम्हाला सांगायला आलो."

"पण मग..."

तेवढ्यात मंदारही तिथे आला. शिरीषला बघून त्यानंही विचारलं, "काय शिरीष? आज सकाळीच इकडे? काही प्रॉब्लेम आहे का?"

शिरीषनं सुनंदन आचार्यांविषयी सांगितल्यावर तो आश्चर्यानं म्हणाला, "असं कसं असेल? ते गृहस्थ तर म्हणतात की गेले कित्येक वर्षं त्यांची जखम तशीच आहे... आणि ते काही तसे अडाणी वाटत नाहीत. म्हणजे, उगाच काहीतरी सांगून आपल्या संशोधनात सामील झाल्यानं त्यांचा काही फायदा होणार नाही, हे त्यांना नक्कीच माहीत असणार."

"हो. पण ते कोणा डॉक्टरच्या शिफारशीनं आलेले नाहीत. आपली बातमी वाचून आले आहेत. इतक्या मोठ्या वयाचा हिमोफिलिक पेशंट मिळतो आहे म्हणून मी त्यांना दाखल करून घेतलं. पण त्यांना जर हे दुखणं नसलंच तर..."

"मला वाटतं, आपण त्यांच्याशीच यासंबंधी बोलायला हवं. म्हणजे सगळा खुलासा होईल आणि आवश्यक तर त्यांना वगळता येईल." मंदार म्हणाला. त्यानं

शिरीषला पुढे पाठवून आचार्यांना बोलावून आणायला सांगितलं आणि तो सुनितासह केंद्राच्या ऑफिसमध्ये गेला. सुनितानं सुनंदन आचार्य या गृहस्थांची फाईल काढली आणि मंदारपुढे ठेवली. प्रयोगासाठी दाखल झालेल्या सगळ्या रुग्णांच्या दुखण्याचा पूर्वेतिहास तिनंच नोंदवून घेतला होता. त्यामुळे तिला त्याची माहिती होती.

मंदारनं फाईल उघडली आणि पहिल्याच पानावर तो अडखळला.

"यांचं वय पंचावन्न-साठ असं मोघम का लिहिलंय?

"त्यांना नक्की माहीत नाही, पण पंचावन-साठपेक्षा जास्त आहे असं ते म्हणाले.'' सुनिता म्हणाली.

"पत्ताही फक्त गोविंदपूर, मध्य प्रदेश, एवढाच दिला आहे आणि व्यवसाय याच्यापुढे नुसतीच रेघ मारली आहे... जवळचे नातेवाईक कुणी नाहीत असं म्हटलं आहे... शिवाय डॉक्टरही कोणी नाही. हे सगळंच जरा संशयास्पद नाही का वाटत?''

"वाटलं रे मलाही तसं. पण तो गृहस्थ नीट मोकळेपणी बोलायला तयारच नव्हता. असतात काही माणसं अशी. कोणापाशी ती कधी मोकळेपणानं बोललेलीच नसतात. कमी बोलायची, मनातल्या गोष्टी मनात ठेवायची, त्यांना सवयच झालेली असते. हळूहळू इथल्या वातावरणानं आणि अधिक परिचयानं ते मोकळे होतील आणि मग आपण सविस्तर सगळं माहीत करून घेऊ अशा विचारानं मी त्यांची नोंदणी करून घेतली... शिवाय, खरं सांगू का?''

मंदारनं तिच्याकडे प्रश्नार्थक नजरेनं पाहिलं, तशी ती पुढे म्हणाली, "तो गृहस्थ इतका हताश आणि उद्विग्न दिसत होता, की आपण त्याला शक्य तेवढी मदत केलीच पाहिजे असं मला वाटलं.''

"अगं पण...'' असं मंदार म्हणत असतानाच शिरीष आणि त्याच्या पाठोपाठ सुनंदन आचार्य आत आले.

मळखाऊ पांढरं धोतर, तशाच रंगाचा कुडता, खांद्यावर एक पंचा टाकलेला आणि पायांत चामड्याच्या जाड वहाणा अशा खेडवळ पोषाखावरून हा कोणीतरी अडाणी किंवा निदान अर्धशिक्षित खेडवळ माणूस आहे अशी बघणाऱ्याची समजूत झाली असती. पण चेहऱ्याकडे लक्ष गेल्यावर मात्र ही समजूत तत्काळ दूर झाली असती. साधे, मळखाऊ कपडे घातलेल्या सुनंदनची दाढी आणि मिशा वाढलेल्या होत्या. केसही वाढलेले होते आणि त्या वाढलेल्या केसांची त्यानं बुचड्यासारखी एक गाठ मारली होती. डोक्यावरचे केस आणि कपाळ यांच्या सीमारेषेवर, मध्यभागी रुंद बँडेज होतं. या सगळ्यांतून त्याचा लालसर-गोरा वर्ण आणि उग्र, तेजस्वी डोळे उठून दिसत होते. बघणाऱ्यावर छाप पाडत होते.

"बसा नं." मंदार म्हणाला. काही न बोलता सुनंदन त्याच्या टेबलासमोर बसला आणि स्थिर नजरेनं त्याच्याकडे पाहू लागला.

"मी मुद्दाम बोलावून घेतलं याचं कारण म्हणजे तुमच्या रक्ततपासणीवरून रक्तातली ए.एच.एफ. पातळी योग्य तेवढी आहे असं दिसून आलं आहे. तुम्हाला हिमोफिलिया नाही आहे."

यावर सुनंदन काहीच बोलला नाही. तेव्हा मंदारच पुढे म्हणाला.

"हिमोफिलिया हा फार वाईट आजार असतो. जन्मभर त्याची काळजी घ्यावी लागते. असलं वाईट दुखणं तुम्हाला नाही आहे हे सांगायला मला आनंद होतो आहे."

यावरही सुनंदनची काहीच प्रतिक्रिया नाही हे बघून तो पुढे म्हणाला,

"आपल्याला हिमोफिलिया झाला आहे असं तुम्हाला का वाटतं आहे?"

किंचित कडवट हसत सुनंदन म्हणाला, "कारण माझ्या डोक्यावरची जखम. ती कधी भरतच नाही. वर्षानुवर्षं सतत वाहतेच आहे आणि अशी सतत वाहणारी जखम असली तर ती हिमोफिलियाची असू शकते असं तुमच्या बातमीत म्हटलं होतं."

"ते बरोबर आहे. पण हिमोफिलियाचं नक्की निदान रक्ततपासणीनंतरच होऊ शकतं आणि त्याप्रमाणे तुम्हाला हिमोफिलिया नाही आहे."

जरा थांबून मंदारच पुढे म्हणाला, "त्यामुळे आमच्या प्रयोगात आम्ही तुम्हाला सहभागी करू शकणार नाही."

"म्हणजे?"

"या संशोधन-केंद्रात फक्त प्रयोगात सामील झालेल्यांनाच राहता येतं. तुम्ही प्रयोगात सामील होऊ शकत नसल्यामुळे.."

"म्हणजे तुम्ही मला निघून जायला सांगता आहात!" सुनंदन रागीट आवाजात म्हणाला.

"त्याला आमचा नाइलाज आहे."

"नाइलाज आहे म्हणे! डॉक्टर आहात नं तुम्ही? मग उपचार करणं हे तुमचं कर्तव्य नाही? माझी जखम बरी करणं, त्यासाठी प्रयत्न करणं हे तुमचं काम नाही?" सुनंदन चांगलाच रागावला होता.

"त्यासाठी दुसऱ्या डॉक्टरकडे जायला हवं. दुसरे उपचार करायला हवेत. पाहिजे तर आमच्या हॉस्पिटलमध्ये आम्ही तुम्हाला दाखल करून घेऊ. पण या संशोधन-केंद्रात मात्र..."

"खड्ड्यात गेले ते दुसरे उपाय. खूप उपाय करून पाहिले. खूप डॉक्टर-वैद्य झाले. सगळे जण आधी आशा दाखवतात आणि मग जमत नाही म्हणतात. तुम्ही काहीतरी नवीन औषध शोधून काढलं आहे असं कळलं म्हणून मी इथे आलो आणि आता तुम्ही मला जायला सांगता आहात..."

''अहो, पण त्या औषधांचा तुम्हाला उपयोग होणार नाही. ती औषधं फक्त...'' मंदारही आता रागावला होता.

''तुम्ही आधी माझ्यावर त्याचा प्रयोग तर करून पहा. तसं न करता आधीच..''

''तुम्हाला ही जखम कधी झाली काका?'' वातावरण जरा शांत करण्यासाठी सुनितानं मध्येच विचारलं.

''कधी झाली याचं वेळापत्रक मी लक्षात ठेवलेलं नाही. शतकानुशतकं ही जखम माझ्या कपाळावर आहेच. अशीच आणखी किती शतकं..'' बोलता-बोलता सुनंदन एकदम थांबला आणि त्यानं समोरच्या तिघांवर नजर फिरवली. चकित होऊन तिघंही त्याच्याकडे बघत होते.

''कधीपासून जखम आहे म्हणालात?'' मंदारनं विचारलं.

''इथे कुणी हिशोब ठेवला आहे वर्षांचा?... खूप वर्षांपासून आहे ही जखम. शतकं झालीत असं वाटतं मला. तर कधी कधी...''

''पण निदान... जखम बालपणापासून आहे की तरुणपणापासून आहे, हे तर लक्षात असेल...''

''तरुणपणापासूनच असेल.''

''आता किती वय आहे तुमचं?''

''तुम्ही माझी उलटतपासणी घेत आहात का? मी काही कोणी गुन्हेगार नाही आहे.'' सुनंदनचा रागाचा पारा आणखी चढू लागला.

''नाही. तसं नाही. पण उपचार करायचे म्हणजे वय माहीत असावं लागतं.''

''असेल सत्तर-ऐंशी च्या पुढे.'' मंदारकडे संशयानं बघत, सुनंदननं सांगितलं.

सुनिता चमकून त्याच्याकडे बघू लागली. तिला त्यानं त्याचं वय पंचावन-साठ च्या पुढे असल्याचं सांगितलं होतं. तो खरा केवढा होता?

सुनिता निरखून त्याच्याकडे बघू लागली आणि तिच्या लक्षात आलं, की आपल्याला त्याच्या वयाचा अंदाजच करता येत नाही आहे. तो साठ वर्षांचा असेल किंवा ऐंशीचा असेल किंवा त्याहूनही मोठा असेल. खूप अनुभव घेऊन थकल्यासारखा त्याचा चेहरा दिसतो आहे. पण तो म्हातारा काही वाटत नाही.

''तुमची जखम चाळीस-पन्नास वर्षं जुनी आहे असं म्हणताय तुम्ही?'' मंदारनं आश्चर्यानं विचारलं. मग तो पुढे म्हणाला, ''इतक्या वर्षांत जखमेत पू वगैरे झाला नाही? इन्फेक्शन न होता...''

''पू-रक्त... ठणका... वर्षांनुवर्ष हे सगळं मी सहन करतो आहे. म्हणून तर तुमच्याकडे आलो आहे. तुमच्या नवीन औषधानं तरी बरं वाटेल असं...''

''पण आमचं औषध आणि इतर उपचार फक्त...''

''मी तुमचं औषध घेतल्याशिवाय इथून जाणार नाही. तुम्ही उपचार करूनसुद्धा

उपयोग झाला नाही तरच मी जाईन.'' असं रागानं म्हणून, खर्रकन् खुर्ची सरकवून सुनंदन उठून उभा राहिला आणि ताड्ताड पावलं टाकत निघून गेला.

तो गेला आणि क्षिप्रा आत आली.

''हे काय? तू केव्हा आलीस?'' सुनीतानं विचारलं.

''झाला थोडा वेळ. तुमचं बोलणं चाललं होतं, म्हणून मी बाहेरच थांबले होते. हे आचार्य काका जरा विचित्रच आहेत नाही का?''

''म्हणजे काय?''

''त्यांची जखम पूर्ण पिकली आहे. अगदी घाण वास येतो ड्रेसिंग करताना. पण तरीसुद्धा ते कुठलंही मलम लावू देत नाहीत. त्यांच्याजवळ कसलीतरी एक पावडर आहे, मातकट रंगाची. तीच जखमेवर लावून बँडेज बांधायला सांगतात. तिच्यामुळे त्यांची जखम रोज थोडीशी भरते म्हणतात.''

''तू सांगितलं नाहीस आम्हाला हे?'' जरा रागावून सुनिता म्हणाली.

''अजून आपल्या प्राथमिक तपासण्या चालू आहेत, उपचारांना सुरुवात झालेली नाही. म्हणून म्हटलं की थोडे दिवस त्यांच्या मनाप्रमाणे होऊ द्यावं. शिवाय....''

''शिवाय काय?''

''आपल्या देशात खूप उपयोगी अशा वनौषधी आहेत. पण त्यांची माहिती मात्र आता फारशी कोणाला राहिलेली नाही. आचार्यांच्या कलाकलानं घेऊन, त्यांच्याकडून त्या औषधी पावडरची माहिती करून घ्यावी, असंही माझ्या मनात होतं.''

''ती पावडर तुला ओळखता येत नाही आहे का?''

''नाही नं. त्याचा रंग, वास यावरून काहीच कळत नाही आहे. चव मात्र मी बघितली नाही बाई.''

''ते बरं केलंस.'' मंदार म्हणाला, ''असली कुठलीतरी पावडर पोटात गेली आणि तुला काही व्हायला लागलं तर काय करावं तेसुद्धा आम्हाला कळायचं नाही.''

एवढं बोलून मंदार खुर्चीतून उठला. तो आता हॉस्पिटलच्या व्यापात बुडून जाईल, हे लक्षात येऊन शिरीषनं विचारलं.

''मग त्या आचार्यांच काय करायचं?''

''काय म्हणजे? त्यांना जायला सांगायचं.''

''पण ते तर जायला तयार नाहीत.'' सुनिता म्हणाली.

''तयार नाहीत म्हणजे? जावंच लागेल त्यांना. इतकी पिकलेली जखम असलेला माणूस इथे असून चालायचंच नाही.'' मंदार रागानं म्हणाला.

''मंदार, अरे रागावू नकोस. आपण त्यांना परत एकदा नीट समजावून सांगू.''

पण समजावून सांगण्याचा प्रसंग आलाच नाही. कारण त्या दिवशी दुपारपासून

सुनंदन आचार्य ह्या रागीट व्यक्तीचा विषय मागे पडला आणि एक नवीनच चिंता डॉक्टर मंडळींच्या मागे लागली.

चिंतेचा विषय केतन होता आणि चिंतेचं कारणही तोच होता.

राहुलशी खेळता-खेळता तो पायरीवरून पडला. डोकं नेमकं पायरीच्या कडेवर आपटलं. डोक्याला खोक पडली. त्यातून भळाभळा रक्त वाहू लागलं आणि तो बेशुद्ध पडला.

हे इतक्या झटपट झालं की केतनवर लक्ष ठेवून बसलेली आई उठून त्याच्या जवळ धावून जाईपर्यंत तो बेशुद्धही पडला होता.

सगळं संशोधन-केंद्र काळजीत बुडून गेलं. सुनिताची तर झोपच उडाली. तिला सारखा सुधीरच डोळ्यांसमोर दिसू लागला. सुधीरपेक्षाही केतनची परिस्थिती अधिक गंभीर होती. कारण त्याच्या रक्तात ए.एच.एफ. मुळीच नव्हता आणि शिवाय त्याचा रक्तगट बी- निगेटिव्ह होता.

केतनला उचलून आणून, पलंगावर झोपवल्यावर मंदारनं आधी रक्तपेढीशी संपर्क साधला. त्याच्या अपेक्षेप्रमाणेच त्यांच्याकडे बी- निगेटिव्ह रक्त नव्हतं. गावात आणखीही एक रक्तपेढी होती आणि त्यांच्याकडेही बी- निगेटिव्ह रक्त नव्हतं.

म्हणजे बाहेरून रक्त आणायला हवं होतं. मुंबईतल्या रक्तपेढ्यांमध्ये हवं ते रक्त असण्याची शक्यता पुष्कळ होती. त्यांच्याशी संपर्क साधण्याच्या खटपटीला मंदारनं सुरुवात केली.

केतनच्या उशाशी बसलेली त्याची आई सारखी अधूनमधून डोळे पुसत होती आणि अखंड देवाचा धावा करत होती. केंद्रातले इतर लोक तिच्या सोबतीला आळीपाळीनं येऊन बसत होते. सर्वांचे चेहेरे ओढलेले आणि चिंताक्रांत होते. आपलं भवितव्य हेच तर नाही ना, या आशंकेनं प्रयोगात भाग घेणाऱ्या रुग्णांचे चेहरे काळवंडले होते.

सुनिता, मंदार, शिरीष, क्षिप्रा सगळे केतनसाठी झटत होते. पण त्याच्या जखमेतून होणारा रक्तस्त्राव काही कमी होत नव्हता. त्याच्या चेहऱ्यावर, पायांवर सूज येऊ लागली होती. रात्री नऊच्या सुमारास केतनच्या चेहऱ्यावर निळसर झाक येऊ लागली, तशी त्याच्यावर लक्ष ठेवून शेजारी बसलेली सुनीता उठली आणि तिनं घाईनं मंदारला गाठलं.

"मंदार आपण केतनला आपलं नवीन औषध, एक्स-९ द्यायला सुरुवात करू या का? त्याचं ब्लिडिंग कमी होत नाहीये. चेहरा मात्र निळसर व्हायला लागला आहे. तातडीनं काही केलं नाही तर..."

"आपलं एक्स-९ अजून प्रयोगावस्थेत आहे सुनिता. त्याचे सगळे परिणाम आपल्याला अजून माहीत नाहीत. शिवाय त्याचा डोसही आपण अजून नक्की

केलेला नाही. अशा परिस्थितीत एवढ्या लहान मुलाला आपण ते दिलं आणि त्याचा काही विपरीत परिणाम झाला तर?''

''अरे, पण दुसरं काहीच आपल्या हातात नाहीये. करायचे ते सगळे उपाय करून झाले आहेत. प्लाझ्मा आणि सलाईन तर सतत चालू आहे. तरीसुद्धा केतनची कंडिशन आणखी बिघडते आहे... अरे, रक्ताचं काय झालं? मिळतं आहे का कुठून बी-निगेटिव्ह?''

''मुंबईच्या एका रक्तपेढीत उपलब्ध आहे आपल्याला हवं असलेलं रक्त, ते तातडीनं पाठवताहेत चार बाटल्या, पण तरी ते आपल्यापर्यंत पोहोचायला आणखी चोवीस तास तरी लागतील.''

''पण तोपर्यंत केतन..'' सुनिताचा कंठ दाटून आला. ''आपण काहीच केलं नाही तर त्याचं मरण निश्चित आहे रे आणि एक्स-९ चे दुष्परिणाम आतापर्यंत तरी काही दिसलेले नाहीत.''

तिचं म्हणणं मंदारलाही पटत होतं. अजून प्रयोगावस्थेत असलेलं औषध केतनसारख्या लहान मुलाला देण्याचा धीर त्याला होत नव्हता; पण दुसरा उपाय तरी त्यांच्याजवळ काय होता?

औषध दिलं तर तो वाचण्याची थोडी तरी शक्यता होती.

''चल, केतनला एक्स-९ देऊन बघू या. शिरीषला म्हणावं सगळी तयारी कर.'' मंदारनं सांगितलं आणि तो सुनिताबरोबर प्रयोगशाळेकडे निघाला. केतनसाठी औषधाचा डोस काळजीपूर्वक ठरवायला हवा होता.

थोड्याच वेळात एक्स-९ ची बाटली घेऊन दोघं केतनच्या खोलीकडे गेले.

खोलीच्या दारातच उभा असलेला सुनंदन त्यांना दिसला आणि मंदारच्या कपाळाला आठ्या पडल्या. सुनंदनची त्यांच्याकडे पाठ होती, त्यामुळे ते आल्याचं त्याला कळलं नाही. तो त्यांच्यादेखतच खोलीत शिरला, तशी मंदार भराभरा पुढे झाला आणि सुनंदनच्या पाठोपाठ खोलीत शिरला. कपाळावर वाहती, पिकलेली जखम असलेला सुनंदन केतनच्या खोलीत जाणं केतनच्या दृष्टीनं धोक्याचं होतं.

केतनच्या पलंगाजवळ उभा राहून सुनंदन केतनच्या आईशी काहीतरी बोलत होता. खोलीत दुसरं कोणी नव्हतं.

''हे काय चाललंय?'' मंदारनं जोरात विचारलं.

केतनची आई आणि सुनंदन, दोघांनीही दचकून त्याच्याकडे पाहिलं. सुनंदनकडे बघत मंदार पुढे म्हणाला, ''तुम्ही इथे का आलात? केतनच्या नाजूक स्थितीत त्याच्याजवळ जाऊ नये एवढं तुम्हाला कळत नाही? आणि मी तुम्हाला केंद्रातून निघून जायला सांगितलं आहे ना? तुमच्यावर इथे इलाज होणार नाही. तुम्ही ताबडतोब इथून निघून जा. मला परत-परत सांगायला लावू नका.''

“डॉक्टर, ते नुसती चौकशी करत होते. त्यांच्याजवळ काहीतरी औषध आहे..” केतनची आई सांगू लागली. पण मंदार ऐकण्याच्या मन:स्थितीत नव्हता.

“तुम्ही जाता की नाही इथून?” तो रागानं म्हणाला.

“डॉक्टर, केतनच्या जखमेवर उपयोगी पडेल असं एक चूर्ण माझ्याजवळ आहे. त्याच्यामुळे रक्त वाहायचं नक्की बंद होईल. निदान कमी तरी नक्कीच होईल...” सुनंदनचं बोलणं मध्येच तोडत मंदार म्हणाला,

“मी तुम्हाला शेवटचं सांगतो आहे, तुम्ही ताबडतोब इथून गेला नाहीत तर वॉचमनला बोलावून धक्के मारून घालवून द्यावं लागेल.”

सुनंदनचे उग्र डोळे रागानं आणखीच उग्र झाले आणि तो म्हणाला,

“तुम्ही माझ्यावरचा राग या बालजीवावर काढू नका. त्याच्यासाठी माझ्याजवळ प्रभावी उपाय आहे. रामबाण औषध आहे. ते वापरण्यात तुमचा अहंकार आडवा येतो आहे. पण केतनचा जीव वाचवणं हे तुमचं कर्तव्य आहे, हे विसरू नका.”

त्याच्या बोलण्याकडे दुर्लक्ष करून मंदार खोलीतून बाहेर पडला आणि पुढे जाऊन त्यानं वॉचमनला जोरात हाक मारली,

“काशीराम, ए काशीराम.”

मंदारच्या पाठोपाठ खोलीत आलेली सुनीता इतका वेळ नुसतीच बघत उभी होती. ती आता मध्ये पडली. तिनं सुनंदनला म्हटलं,

“काका, कृपा करून तुम्ही आता इथून जा. प्लीज. इथे केतनच्या खोलीत हे भांडण, हा आरडाओरडा नको आहे.”

आपले उग्र डोळे तिच्यावर रोखत; पण आवाज खाली आणत तो म्हणाला,

“बाई, तुम्ही माझ्या मुलीसारख्या आहात. मी तुम्हाला खोटं सांगणार नाही. माझ्याजवळ खरंच चांगलं औषध आहे.”

“असं औषध तुमच्याजवळ आहे तर ते तुम्ही स्वत:च्या जखमेवर का वापरत नाही?” सुनितानं विचारलं.

सुनंदनचा चेहरा पडला. तो हताश सुरात म्हणाला,

“वापरतो. रोज वापरतो. पण माझी जखम कुठल्याही औषधानं बरी होणारी नाही. म्हणून तर मी तुमच्याकडे आशेनं आलो होतो. पण नाही. इथेही निराशाच झाली. पण केतनसारख्या निष्पाप जिवाची गोष्ट वेगळी आहे... तुम्ही एकदा वापरून तर पाहा माझं चूर्ण.”

“नाही काका. केतनच्या या नाजूक अवस्थेत अपरिचित असं कुठलंही औषध आम्ही वापरणार नाही.”

“त्यानं कसलाही अपाय होणार नाही बाई. माझी एवढी विनंती मान्य करा.” आता सुनंदनचा कंठ भरून आला आणि तो स्वत:शीच बोलल्यासारखा पुढे म्हणाला,

"बालहत्येचं पाप शिरावर घेऊन मी भटकतो आहे... एका बालजिवाला वाचवलं तर पाप थोडं कमी होईल... क्लेश थोडे कमी होतील... पण नाही... असं होणार नाही.."

मग पुढे कोणी काही म्हणण्यापूर्वीच, तो खाली मान घालून खेदानं डोकं हलवत आणि पुटपुटत खोलीबाहेर पडला. वॉचमनला घेऊन खोलीकडे आलेल्या मंदारकडे त्याचं लक्षसुद्धा गेलं नाही. स्वत:शी पुटपुटत तो त्याच्या खोलीच्या दिशेनं निघून गेला.

मान खाली घालून, पुटपुटत जाणाऱ्या सुनंदनकडे मंदार आश्चर्यानं बघत राहिला. आतापर्यंत भांडणाच्या पवित्र्यात असलेला सुनंदन एकदम इतका हताश दिसू लागलेला पाहून आणि त्याचं आपल्याकडे लक्षसुद्धा गेलं नाही, हे जाणवून मंदार चकित झाला होता. शिवाय तो जे पुटपुटत होता, तेही त्याच्या कानांवर पडलं होतं.

"काय झालं? ते आचार्य इतक्या सुधेपणानं गेले कसे?" त्यानं खोलीत येताच विचारलं. सुनितानं त्याला एकंदर हकिकत सांगितल्यावर तो म्हणाला, "आणि ते जाताना काहीतरी चमत्कारिक पुटपुटत होते... काहीतरी शाप असा नाहीसा होत नसतो.. कशाला आलास इथे आशेनं... माणसांचा सहवास नको... बरी होणार नाही जखम... कसं काहीतरी पुटपुटत होते."

केतनजवळ बसलेली त्याची आई एकदम उठली आणि मंदारजवळ जात म्हणाली, "डॉक्टर, त्यांना बोलवा. त्यांना परत बोलवा. ते... तो अश्वत्थामा आहे. नक्कीच तो अश्वत्थामा आहे. त्याच्याजवळ माझ्या बाळासाठी नक्कीच औषध आहे. ते द्यायलाच तर तो आला होता. त्याला बोलवा हो. नाहीतर रक्त वाहून वाहून..." पुढे तिला बोलवेना.

"काय म्हणताय तुम्ही? कोण अश्वत्थामा?" मंदारनं गोंधळून विचारलं.

"महाभारतातला अश्वत्थामा. द्रोणाचार्यांचा मुलगा. त्याच्या डोक्यावरचा दिव्यमणी काढून घेतल्यामुळे त्याला जखम झालेली आहे आणि ती सतत वाहत असते. तसा शापच आहे त्याला. चिरंजीव आहे तो. त्याला बोलवा. प्लीज."

"असं काय करताय केतनच्या आई?" सुनिता म्हणाली, "असं कोणी चिरंजीव होत नसतं. कथा आहेत या नुसत्या आणि त्यांनी स्वत: तरी आपण अश्वत्थामा असल्याचं म्हटलं का? महाकाव्यातल्या सगळ्या कथा आपण खऱ्या धरून चालायच्या नसतात आणि केतनला आम्ही आता नवीन औषध देतोय. त्याचा उपयोग नक्की होईल. तुम्ही धीर सोडू नका."

"पण नुसतं..."

केतनच्या आईकडे दुर्लक्ष करून, मंदार आणि सुनितानं एक्स-९ इंजेक्शनच्या सुईमध्ये भरून घेतलं आणि देवाचं नाव घेऊन केतनच्या दंडाच्या शिरेत टोचलं.

आता वाट पाहणं आणि प्रार्थना करणं एवढंच त्यांच्या हातात होतं.

ॲन्टी-हिमोफिलिक - फॅक्टर रक्तात मुळीच नसल्यास औषधाचा उपयोग होईल की नाही आणि इतक्या लहान वयाच्या व्यक्तीवर त्याचा काय परिणाम होईल, या दोन्ही गोष्टी त्यांना माहीत नव्हत्या.

औषधाचा उपयोग झाला तरी त्याचे परिणाम लगेच दिसणार नव्हते. अंगावरची सूज आणि निळसर-काळसर झाक जाणार नव्हती. वाहून गेलेल्या रक्ताची पूर्तता अंशत: तरी झाल्यावरच तो परत पूर्वीसारखा दिसू लागणार होता आणि त्यानंतर तो शुद्धीवर येणार होता.

म्हणजे त्याच्या रक्तगटाचं रक्त त्याला मिळू लागल्यावरच त्याच्या स्थितीत सुधारणा होणार होती. तोपर्यंत त्याची स्थिती अधिक बिघडून हाताबाहेर जाऊ नये म्हणून एक्स -९ चा उपयोग होणार होता.

तोही झाला तर!

केतनच्या जखमेवरचं बँडेज तासा-तासाला बदलावं लागत होतं. आता जरा जास्त वेळ जाऊ लागला. जखमेवर बांधलेलं जाडजूड बँडेज रक्तानं भरायला जवळजवळ सव्वा तास लागू लागला. असं दोनदा झालं आणि केतनच्या भोवती जमलेल्या सर्वांच्या आशा पल्लवित झाल्या. मंदारनं केतनला नवीन औषध दिल्याची बातमी केंद्रातल्या सर्वांना कळली होती. त्यामुळे त्याचा परिणाम काय होतोय ते बघण्यासाठी सर्व जण आसपास घोटाळत होते.

त्या औषधावर त्यांचंही भवितव्य अवलंबून होतं.

औषधामुळे केतनचा रक्तस्राव कमी होत असल्याचं कळल्यावर बाकी सर्वांचे चेहरे फुलले, तरी मंदार आणि सुनिता मात्र गंभीरच होते. कारण रक्त वाहणं थांबलं नव्हतं. फक्त कमी झालं होतं. बी-निगेटिव्ह रक्त येऊन पोहोचेपर्यंत केतन तग धरणार होता का? कठीण वाटत होतं.

पहाटे चारच्या सुमारास त्याची स्थिती आणखी बिघडू लागली. शरीरावरची काळी-निळी झाक वाढू लागली. हातापायांची बोटं तर अगदी काळी पडली. केतनची आई आता हुंदके देऊन रडू लागली. मंदारनं एक्स-९ चा आणखी एक डोस केतनला टोचला. परिणाम काय होईल ते त्यालाही माहीत नव्हतं.

हुंदके देता-देता केतनची आई मध्येच एकदम उठली आणि कोणी काही म्हणायच्या आत तीरासारखी खोलीबाहेर धावली. चकित होऊन सगळे जण बघत राहिले. मग मंदार म्हणाला,

''सुनिता, बघ कुठे गेल्या आहेत त्या. दु:खानं त्यांचा तोल गेलासा वाटतो आहे.''

त्याचं बोलणं पूर्ण होण्याआधीच सुनिता खोलीबाहेर पडली. बाहेर अजून काळोख होता. आवारातल्या दिव्यांचा प्रकाश ठिकठिकाणी सांडला होता,

तेवढाच उजेड होता. केतनच्या आईला कुठे शोधायचं असा विचार करत आसपास बघत सुनिता मिनिटभर उभी राहिली आणि मग केंद्रातल्या निवासी खोल्यांकडे जाऊ लागली. पण ती तिथे पोहोचण्यापूर्वीच समोरून धावत-पळत येणारी केतनची आई तिला दिसली. आईनं सुनिताला गाठलं आणि पळत-पळतच तिला म्हणाली,

"डॉक्टर, लवकर चला. नाहीतर उशीर व्हायचा."

हिच्या डोक्यावर परिणाम झाला की काय? असं सुनिताच्या मनात आलं, तरी ती केतनच्या आईबरोबर पळू लागली. आईच्या अशा मन:स्थितीत तिला एकटीला सोडून चालणार नव्हतं.

धापा टाकतच केतनची आई आणि तिच्या पाठोपाठ सुनिता केतनच्या खोलीत शिरली. आईनं मंदारचा हात पकडून त्याच्या हातात एक कागदाची पुडी ठेवली आणि ती म्हणाली,

"डॉक्टर, हे औषध लावा माझ्या केतनच्या जखमेवर. नाही म्हणू नका. तुमच्या पाया पडते."

"हे. हे काय आहे? असं काहीतरी..."

"काहीतरी नाही हो! हे त्या आचार्यांनी दिलं आहे. मी आता त्यांच्याकडेच गेले होते. ते म्हणाले की ते माझी वाटच बघत होते म्हणून. त्यांना माहीत होतं, की माझा जीव राहणार नाही. केतनसाठी मी त्यांच्याकडे जाईन म्हणूनच ते थांबले होते. नाहीतर केव्हाच निघून जाणार होते. प्लीज, डॉक्टर हे एवढं औषध लावून तरी बघा. मी जन्मभर तुमचे उपकार विसरणार नाही."

केतनच्या आईची आर्जवं, तिचं दु:ख, तिच्या मनात अजून धुगधुगत असलेली आशा या सगळ्यांमुळे सुनिता हेलावून गेली. ती म्हणाली,

"मंदार, आपल्या हातात आता दुसरं काय आहे?.. कदाचित उपयोग होईलही या पावडरचा." मंदार काही बोलला नाही. त्यानं केतनच्या कपाळावरचं बँडेज सोडायला सुरुवात केली. कसल्या तरी गावठी चूर्णाचा काही उपयोग होणार नाही. याची त्याला खात्री होती, पण केतनच्या आईची अवस्था त्याला बघवत नव्हती.

सुनिताच्या मदतीनं त्यानं जखमेवर पुडीतलं चूर्ण घट्ट दाबलं आणि वरून घट्ट बँडेज बांधून टाकलं. उरलेल्या चूर्णाची पुडी केतनच्या आईनं पुढे होऊन ताब्यात घेतली आणि केतनच्या उशाशी बसून त्याच्या डोक्यावरून हलकेच हात फिरवत ती देवाचा धावा करू लागली. या औषधाचा नक्की उपयोग होईल, अशी तिला खात्री होती. कारण तिच्या मते ते तिला अश्वत्थाम्यानं दिलं होतं!

आणि औषधाचा काहीही उपयोग होणार नाही, अशी मंदारची खात्री होती. आता फक्त वाट बघायची होती. असाच तास गेला, दीड तास गेला, दोन तास

गेले. तरी केतनच्या जखमेवरचं बँडेज रक्तानं भिजलं नाही. तेव्हा मात्र मंदार आश्चर्य करू लागला. बँडेज सोडून जखम बघावी असं त्याला वाटू लागलं; पण त्यानं मनाला आवर घातला.

तब्बल चार तासांनी बँडेजचा वरचा भाग रक्ताळलेला दिसू लागला, तेव्हा सुनितानं बँडेज सोडलं. जखमेवर परत चूर्ण दाबलं आणि नवीन बँडेज बांधलं.

आता आशेला जागा होती.

नवीन बांधलेलं बँडेज एकदम दुपारी चार वाजता बदलावं लागलं, तेव्हा मात्र चूर्णाचा चांगलाच उपयोग होतो आहे, हे मंदारनं मनोमन मान्य केलं.

पण हे कसं शक्य होतं? रक्तातला ए.एच.एफ. वाढल्याशिवाय रक्त गोठणं कसं शक्य होतं? चूर्णामुळे तो फॅक्टर वाढत होता का? पण नुसत्या वरून लावलेल्या चूर्णामुळे असं घडू शकेल?

या प्रश्नाचं उत्तर शोधायला हवं होतं. त्यासाठी त्या चूर्णाचा अभ्यास आणि चिकित्सा करायला हवी होती. त्यांचं एक्स-९ आणि चूर्ण यांच्या एकत्रित वापरामुळे केतनचा रक्तस्राव एकदम कमी झाला होता, हे मात्र खरं.

संध्याकाळी सात वाजता बी-निगेटिव्ह रक्त येऊन पोहोचलं आणि केतनच्या जिवाचा धोका टळल्याची निश्चिती झाली.

रात्री साडेनऊच्या सुमारास केतननं डोळे उघडले आणि केंद्रातले सर्व जण आनंदून गेले. आईच्या आनंदाला तर पारावार राहिला नाही.

शिल्लक राहिलेल्या चूर्णाची पुडी मंदारनं ताब्यात घेतली. ते फार मोलाचं ठरलं होतं. ते कसलं चूर्ण आहे, त्याचे घटक कोणते आहेत हे शोधून काढण्याचा निश्चय त्यानं केला होता. पुडी घेऊन मंदार आणि सुनिता प्रयोगशाळेत गेले. लगेच दुसऱ्याच दिवसापासून काम सुरू करण्याचा त्यांचा निश्चय होता.

"बघू रे ते चूर्ण." असं म्हणत सुनितानं त्याच्या हातातली पुडी घेऊन ती सोडली आणि ती बघतच राहिली.

जेमतम अर्धा चमचा चूर्ण शिल्लक होतं! अभ्यास आणि चिकित्सा करण्यासाठी त्यांच्या हातात फक्त अर्धा चमचा औषध होतं!

प्रयोगशाळेच्या दाराशी काहीतरी आवाज झाला, म्हणून दोघांनी चमकून तिकडे पाहिलं.

दारात पंधरा वर्षांचा शेखर उभा होता.

"काय रे शेखर?" सुनितानं विचारलं. शेखर आत आला आणि कपाळाकडे हात नेत म्हणाला, "डॉक्टर, माझ्या जखमेवर लावता का ते औषध? कालपासून फार दुखते आहे."

त्यांच्याकडे आशेनं बघणाऱ्या शेखरकडे बघत मंदार आणि सुनिता काही क्षण

तशीच उभी राहिली. मग मंदारनं पुढे होऊन शेखरच्या कपाळावरचं बँडेज सोडलं. सुनितानं जखमेवर चूर्ण दाबलं आणि तेच बँडेज परत घट्ट बांधून टाकलं.

"थँक यू, थँक यू डॉक्टर." असं म्हणून उजळलेल्या चेहऱ्यानं परत जाणाऱ्या शेखरकडे बघत दोघंही सुन्न होऊन उभे राहिले. मग मंदार म्हणाला, "सुनु, ते आचार्य कदाचित अजून असतील. चल बघू या."

दोघं घाईनं जवळजवळ पळतच निवासी विभागाकडे गेले. पण त्यांना फार उशीर झाला होता.

सुनंदनच्या खोलीचं दार सताड उघडं होतं आणि खोली रिकामी होती!

(धनंजय - दीपावली १९९८)

◆

# वरुणास्त्र

सकाळचे साडेआठ वाजले होते. भारताचे पंतप्रधान वृत्तपत्र वाचत दिवाणखान्यातल्या सोफ्यावर आरामात बसले होते. त्यांच्या समोरच्या टीपॉयवर वृत्तपत्रांचा ढिगारा होता. त्यांचा खास साहायकही त्यांच्या जवळच्या खुर्चीवर बसून वृत्तपत्र वाचत होता. पण त्याचं लक्ष काही वाचनात लागत नव्हतं.

खरं म्हणजे वृत्तपत्र वाचत, आरामात बसून राहण्याची चैन काही पंतप्रधानांच्या धावपळीच्या कार्यक्रमांत बसणारी नव्हती. देशभरची महत्त्वाची वृत्तपत्रं वाचून, त्यातल्या महत्त्वाच्या बातम्या संकलित करून त्यांना सांगण्यासाठी खास माणसं नेमलेली होती. एखादाच विशेष लेख ते स्वत: वाचत असत; पण सध्या ते रजेवर होते. पाचगणीच्या आपल्या आवडत्या बंगल्यात दहा दिवस आराम करण्यासाठी ते आले होते आणि सकाळची न्याहरी उरकून वृत्तपत्र वाचण्यात गढून गेले होते. खूप दिवसांनी त्यांना इतका आराम मिळाला होता. रिटायर्ड कर्नल प्रयाग- त्यांचा खास साहायक मात्र चुळबुळत होता. एक-दोनदा तो कारण नसताना मोठ्यानं खाकरला; पण पंतप्रधानांचं लक्ष त्याच्याकडे गेलं नाही असं बघून तो म्हणाला,

'सर'

'...'

'सर'

'हं?'

"सर, काल मला एक पत्र आलं आहे.

'...'

'पत्र मला आलं असलं तरी मजकूर तुमच्यासाठी आहे... त्यात लिहिलं आहे

की आज सकाळी नऊ ते साडेनऊच्या दरम्यान पाचगणी येथे जोरदार पाऊस पडेल.''

"हं?...'' पंतप्रधानांचं अजूनही त्याच्याकडे फारसं लक्ष नव्हतं.

"त्या माणसानं लिहिलं आहे की तो आज सकाळी नऊ ते साडेनऊच्या दरम्यान इथे जोराचा पाऊस पाडणार आहे.''

"काय म्हणालास?'' आता मात्र पंतप्रधानांचं लक्ष प्रयागच्या बोलण्याकडे वेधलं गेलं. प्रयागनं परत सांगितलं,

"आज नऊ ते साडेनऊच्या दरम्यान इथे जोराचा पाऊस...''

"हॅ. कोणीतरी क्रॅकपॉट दिसतोय नाहीतर एखादा ज्योतिषी', प्रयागचं म्हणणं तोडत ते म्हणाले आणि परत वाचनात गढून गेले; पण आता त्यांचं लक्ष वाचनात लागेना. ते उठून बंगल्याच्या व्हरांड्यात गेले आणि त्यांनी वरती आकाशाकडे पाहिलं. आकाश निरभ्र होतं. मात्र पश्चिमेच्या बाजूला क्षितिजावर एक लहानसा ढग तरंगत होता. त्यांच्या मागोमाग बाहेर आलेल्या प्रयागनंही वर बघितलं आणि क्षितिजावरचा तो छोटासा ढग बघून निराशेनं मान हलवली.

"इथंच बसू या आपण'', पंतप्रधान म्हणाले, त्याबरोबर प्रयागनं आतला वृत्तपत्रांचा गठ्ठा उचलून बाहेरच्या टीपॉयवर ठेवला.

पंतप्रधान वृत्तपत्र वाचू लागले; पण आता त्यांच्या डोक्यात विचारचक्रं सुरू झाली होती.

वेळी-अवेळी पडणारा बेभरवशाचा पाऊस ही त्यांच्या सरकारपुढची फार मोठी डोकेदुखी होती. नुसता पाऊसच नव्हे, तर भारताचं आणि त्याबरोबरच जगाचंही हवामान गेली काही वर्षं झपाट्यानं बदलत होतं आणि ते बदल इतके अनपेक्षित असत, की शेती आणि तिच्यावर अवलंबून असलेले उद्योगधंदे यांची सतत पीछेहाट होत होती. अन्नधान्याचा पुरवठा कमी पडत होता. पोटभर खायला न मिळणाऱ्यांची संख्या दिवसेंदिवस वाढत होती आणि हे कसं थांबवावं, ते कळत नव्हतं. पाऊस-पाण्याची अशी उद्वेगजनक परिस्थिती असताना कुणालातरी त्यांची मस्करी करण्याचं सुचलं होतं.

कडवट स्मित करत, त्यांनी वर्तमानपत्रावरची नजर वर उचलली आणि बाहेर बघितलं.

क्षितिजावरचा ढग आता वर आला होता आणि मोठाही झाला होता. क्षितिजावर आणखीही काळे ढग दिसू लागले. पंतप्रधान जरा सावरून बसले आणि ढगांकडे बघू लागले. त्यांच्या हालचालीमुळे प्रयागचंही लक्ष ढगांकडे वेधलं गेलं. ते दोघंही थोड्या अविश्वासाच्या नजरेनं; पण उत्सुकतेनं बघत राहिले. ढगांचे आकार वाढत होते. संख्या वाढत होती आणि ते आकाशात पुढे पुढे सरकत होते.

पंतप्रधान आणि प्रयाग अचंब्यानं बघत असतानाच, पाऊस कोसळायला सुरुवात झाली. प्रयागनं हातावरच्या घड्याळात बघितलं, नऊ वाजून बारा मिनिटं झाली होती!

जवळजवळ पंधरा-वीस मिनिटं जोरदार पाऊस पडला आणि मग थांबला. पाऊस थांबल्यावर काही क्षण कोणीच काही बोललं नाही. मग पंतप्रधान म्हणाले,

''कावळा बसायला आणि डहाळी मोडायला एकच गाठ पडली म्हणायची.''

''हो, झालं खरं तसंच'' प्रयाग म्हणाला.

त्यानंतर दिवसभराच्या उद्योगातसुद्धा पंतप्रधानांना सकाळचा पाऊस आठवत राहिला. तेवढा पाऊस पडून गेल्यावर आकाश अगदी निरभ्र झालं होतं आणि दिवसभर तसंच राहिलं होतं.

दुसऱ्या दिवशी सकाळी प्रयागनं पंतप्रधानांना सांगितलं ''आज दुपारी सव्वातीन ते साडेतीनच्या दरम्यान पाऊस पडणार असं आर्टीनं लिहिलं आहे.''

सकाळपासूनच दोघंही जण नकळतच सव्वातीन वाजण्याची वाट पाहू लागले. तीनच्या सुमारास आकाशात ढग गोळा झाले आणि सव्वातीन वाजता पाऊस पडायला सुरुवात झाली. पंधरावीस मिनिटांनी पाऊस थांबला आणि आकाश मोकळं झालं.

आता मात्र 'आर्टी' चा गंभीरपणे विचार करायला हवा होता. त्यानं पाठवलेल्या पत्रावर शिक्का पाचगणीचाच होता. म्हणजे सध्यातरी तो तिथेच असावा. त्याचं पत्र ताबडतोब इंटिलेजन्स ब्युरोकडे देऊन तातडीनं त्या माणसाचा शोध करायला पंतप्रधानांनी प्रयागला सांगितलं. त्यावर तो म्हणाला,

''सर, आजच्या पत्रात त्यानं एक फोन नंबर दिला आहे, त्याच्याशी संपर्क साधावा म्हणून.''

पंतप्रधान चकित झाले आणि म्हणाले,

''बराच तयार दिसतो हा माणूस! हा फोन कुणाच्या नावावर आहे, त्याची चौकशी...

''सर, मी आधीच चौकशी केली आहे एक्स्चेंजकडे.''

''मग?''

''हा फोन आर. टी. देशमुखांचा आहे.''

पंतप्रधान विचारात पडले. आर.टी. देशमुख हे नाव तर ओळखीचं वाटत होतं. ते म्हणाले,

''आर. टी. देशमुख म्हणजे?

''प्रसिद्ध हवामानतज्ज्ञ. आधी आपल्या सरकारच्या आणि नंतर आंतरराष्ट्रीय हवामान संस्थेच्या नोकरीत होते ते. हल्ली ते स्वत:च स्वतंत्र संशोधन करतात, असं ऐकलं आहे.''

"असं?" पंतप्रधान आता चांगलेच विचारात पहले. आर्टीसारख्या माणसानं जर हे हुकमी पाऊस पाडले असले तर ते त्याच्या संशोधनातूनच त्याला साध्य झालं असणार. म्हणजे पावसावर म्हणजेच पर्यायानं हवामानावर नियंत्रण ठेवण्याचा मार्ग त्यांना सापडला आहे की काय? एका भारतीय नागरिकाला? म्हणजे आपल्यालाच.

ते एकदम उत्तेजित आणि उत्साहित झाले.

"प्रयाग. या माणसाशी शक्य तितक्या लवकर भेट ठरव." त्यांनी सांगितलं.

"ठीक आहे, शुभस्य शीघ्रम्. आत्ताच मी त्यांना कॉंटॅक्ट करून भेट ठरवतो." प्रयाग म्हणाला आणि टेलिफोनकडे वळला.

आर.टी.देशमुखांनी कॉंप्युटर डिस्प्लेचा स्विच ऑफ केला. यंत्रात घातलेली फ्लॉपी काढून घेतली आणि आधीच तिथे ठेवलेल्या चार फ्लॉपीजच्या गठ्ठ्यात ती पाचवी डिस्कही ठेवली. त्या पाच फ्लॉपीज म्हणजे त्यांच्या आजपर्यंतच्या ज्ञानाचं, अनुभवाचं आणि संशोधनाचं सार होतं. त्या सर्वांचा अर्क होता.

आर. टी. स्टुलावरून उठले. कॉंप्युटरचा मेन स्विच त्यांनी बंद केला आणि हातातल्या फ्लॉपीज घेऊन ते कोपऱ्यातल्या तिजोरीजवळ गेले. त्यांनी ही खास कॉंप्युटर रूम बांधून घेतली, तेव्हाच ही खास तिजोरीही बनवून घेतली होती. ठरावीक क्रमांक ठरलेल्या पद्धतीनं फिरवून त्यांनी तिजोरी उघडली. हातातल्या फ्लॉपीज आत ठेवून, त्यांनी तिजोरी बंद केली नि खोलीबाहेर येऊन खोलीला कुलूप घातलं. आता ते त्यांच्या प्रयोगशाळेत होते.

प्रयोगशाळा चांगली प्रशस्त होती. त्यात अनेक उपकरणं होती. बहुतेक सर्व उपकरणं हवामानशास्त्राशी संबंधित होती. शिवाय अनेक प्रकारचे स्पीकर्स व ध्वनियंत्रणाही तिथे होत्या. ती प्रयोगशाळा म्हणजे आर.टी.च्या जीवनाचा अविभाज्य भाग होता. गेली सात-आठ वर्षं चालू असलेल्या त्यांच्या संशोधनातले बहुतेक सर्व प्रयोग त्या प्रयोगशाळेतल्या उपकरणांमार्फतच घडवले गेले होते. इतकी अद्यावत आणि परिपूर्ण प्रयोगशाळा उभारण्यासाठी आर.टीं.ना प्रचंड पैसा ओतावा लागला होता आणि प्रयोगांवरही बराच खर्च झाला होता. सुदैवानं त्यांची पिढीजात श्रीमंती आणि हवामानतज्ज्ञ म्हणून जगभर असलेला त्यांचा लौकिक यामुळे त्यांना पैशांची कधी कमतरता भासली नव्हती. आधी भारत सरकारच्या आणि नंतर आंतरराष्ट्रीय हवामान संस्थेतल्या त्यांच्या नोकऱ्यांमध्ये त्यांना उत्तम पगार मिळत असे. त्याच्या जोडीला वेगवेगळ्या देशांत त्यांची व्याख्यानं होत असतं आणि त्यात चांगली कमाई होत असे, कारण ते हवामानतज्ज्ञ होते.

एकविसाव्या शतकाच्या तिसऱ्या दशकापासून हवामान, त्याचा अभ्यास, त्यातलं संशोधन या विषयांना प्रचंड महत्त्व प्राप्त झालं होतं, कारण जगाचं हवामान अपरिहार्यरीतीने बदलत आहे आणि होणारे बदल मानवी अस्तित्वालाच धोकादायक

ठरणारे आहेत, हे २०२७ साली अतिशय प्रकर्षानं जाणवलं होतं. त्या वर्षी न्यूयॉर्क, मुंबई, टोकियो, कलकत्ता यांसारखी समुद्रकाठची काही मोठी शहरं जवळ-जवळ एकचतुर्थांश पाण्याखाली गेली होती! त्यापूर्वी आठ-दहा वर्षांपासून समुद्राची पातळी वाढत असल्याचं, तो आणखी आणखी आत घुसत असल्याचं, ठिकठिकाणी जाणवत होतं. त्यासंबंधी तज्ज्ञांमध्ये चर्चाही होत होत्या. समुद्राच्या वाढत्या पातळीचं कारण म्हणजे प्रदूषण आहे हे सर्वमान्य झालं होतं. प्रदूषण कमी करण्याचे प्रयत्नही काही ठिकाणी होत होते. पण २०२७ साली सागरानं एकदम आक्रमक रूप धारण केलं आणि माणूस खडबडून जागा झाला.

समुद्राची पातळी वाढण्याचं कारण म्हणजे उत्तर व दक्षिण ध्रुवावरील बर्फ वितळू लागून समुद्रातला पाणीसाठा वाढू लागला होता आणि बर्फ वितळू लागलं होतं, ते वातावरणाच्या वाढत्या गरमपणामुळे.

पृथ्वीवरचं वातावरण म्हणजे अनेक वायूंचं मिश्रण. या वायूंचा समतोल बिघडला, एखाद्या वायूचं प्रमाण वाढलं किंवा कमी झालं आणि हा बदल पुरेसा मोठा असला की त्याचा परिणाम सगळ्या पर्यावरणावर, एवढंच नव्हे तर हवामानावरही होतो.

आधुनिक जगाच्या झपाट्यानं वाढणाऱ्या औद्योगिकीकरणामुळे वातावरणात अनेक अहितकारक घटक मिसळले जात आहेत नि त्यांच्यावर नियंत्रण ठेवलं नाही तर पर्यावरणात इतके प्रचंड बदल होतील, की त्यामुळे अखिल मानवजातीवरच संकट कोसळेल याचा अंदाज शास्त्रज्ञांना विसाव्या शतकाच्या आठव्या व नवव्या दशकापासूनच आलेला होता. त्यासंबंधी धोक्याच्या सूचनाही जगभरच्या संशोधन संस्थांनी दिलेल्या होत्या. प्रदूषण कमी करण्याचे उपाय सुचवले होते. हवामानाचा तोल एकदा ढळला की तो सावरणं अशक्य होईल असा इशारा दिला होता. भविष्याचं भयाण चित्र रंगवलं होतं.

पण स्वार्थाची ढापणं लावलेल्या माणसाला भविष्य दिसत नव्हतं. पर्यावरणाचा आणि हवामानाचा समतोल सांभाळण्यासाठी जगातल्या सर्व राष्ट्रांची एकजूट होणं अशक्य ठरलं होतं.

औद्योगिकीकरणामुळे वातावरणात सोडल्या जाणाऱ्या कार्बन-डाय-ऑक्साईड, कार्बन-मोनाक्साईड यांचं प्रमाण तर खूप वाढलंच होतं. अत्याधुनिक राहणीसाठी आवश्यक असलेल्या रेफ्रिजरेटर्स, एअर कंडिशनर्स, वेगवेगळे स्प्रे यांमुळे हवेतलं क्लोरो-फ्लुरो-कार्बनचं प्रमाणही झपाट्यानं वाढत होतं. या प्रदूषणाचा दुहेरी परिणाम होत होता.

एक तर पृथ्वीच्या वातावरणात उंचीवर असलेल्या ओझोन वायूचा थर कमी कमी होत शेवटी नष्ट होण्याचा धोका निर्माण झाला होता आणि ओझोन जसजसा

कमी होत होता, तसतसे सूर्यप्रकाशातील अतिनील किरण जास्तीत-जास्त प्रमाणात पृथ्वीवर येऊन पोहोचत होते. वातावरणातून माणसाच्या शरीरात घुसणाऱ्या अतिनील किरणांत सतत वाढ होत होती आणि अतिनील किरण म्हणजे कॅन्सरसारख्या रोगास आमंत्रणच होतं.

दुसरा वाईट परिणाम म्हणजे पृथ्वीभोवतालचं वातावरण एखाद्या हॉटहाऊस-सारखं बनत होतं. सूर्यकिरणांपासून मिळणारी उष्णता शोषून जमीन आणि वातावरण तापतं आणि त्यातली बरीचशी उष्णता परत अवकाशात फेकली गेल्यामुळे ते निवतं. अशा रीतीनं शोषल्या जाणाऱ्या आणि परत बाहेर टाकल्या जाणाऱ्या उष्णतेचा समतोल सतत कायम राहत आला होता; परंतु आधुनिकीकरणाच्या परिणामस्वरूप वातावरणात सोडल्या जाणाऱ्या प्रदूषक वायूमुळे हा समतोल ढळला होता. प्रदूषित वातावरणामुळे बाहेर फेकल्या जाणाऱ्या उष्णतेचं प्रमाण दिवसेंदिवस कमी होत होतं. त्यामुळे उष्णता वातावरणात साठून राहत होती आणि पृथ्वीचं तापमान दिवसेंदिवस अगदी हळूहळू; पण निश्चितपणे वाढत होतं.

वातावरणातला हा बदल मंद गतीचा असला, तरी हळूहळू त्याचा वेग वाढत जाणार होता. उतारावरून ब्रेकशिवाय चाललेल्या गाडीचा वेग सतत वाढत जावा, त्याप्रमाणे होणार होते.

परिस्थितीचं गांभीर्य लक्षात आल्यावर १९८७ मध्ये कॅनडातील माँट्रियल इथे अनेक राष्ट्रांची एक परिषद भरवण्यात आली आणि वातावरणात सोडल्या जाणाऱ्या क्लोरो-फ्लुरो-कार्बन्सचं प्रमाण कमी करण्यासाठी त्यांचं उत्पादन आणि वापर टप्प्या-टप्प्यानं कमी करण्याचं ठरलं. तशा प्रकारचा करार होऊन, त्यावर तीस राष्ट्रांनी सह्याही केल्या.

पण सह्या करणारी राष्ट्रं तीस असली तरी त्या करारात सामील न झालेली शेकडो राष्ट्रं होती. त्यांपैकी कित्येक राष्ट्र अविकसित होती. कित्येक विकसनशील होती, तर काही अतिविकसित होती. अविकसित आणि विकसनशील देशांना विकसित देशांसारखी आधुनिक राहणी म्हणजे फ्रीज, एअर कंडिशनर्स वगैरे हवे होते, तर विकसित देशांपैकी काही देशांमध्ये या उत्पादनांचे प्रचंड मोठाले कारखाने होते. त्यात हजारो कामगार काम करीत होते आणि त्यांना बेकार करणं त्यांना परवडणारं नव्हतं.

एकूण सगळ्यांचा परिणाम एवढाच झाला, की माँट्रियल परिषदेत झालेला ठराव कोणीच फारसा पाळला नाही. प्रदूषण वाढतच राहिलं.

त्याचा पहिला जोरदार झटका बसला, तो २०२७ साली समुद्राच्या झालेल्या आक्रमणाचा.

आर्टी तेव्हा अवघे अकरा वर्षांचे होते. मुंबईत एका गगनचुंबी इमारतीच्या

सतराव्या मजल्यावर त्यांचं कुटुंब राहत असे. त्यांच्या पश्चिमेकडच्या खिडक्यांमधून सतत गरजणारा, उसळणारा समुद्र फार सुरेख दिसायचा. त्यांची इमारत एका मोठ्या रस्त्यावरच होती. रस्त्याचे पलीकडे ठेंगणी बांधाची भिंत, तिच्या पलीकडे पसरलेली वाळू नि त्या वाळूत पुढे-मागे होणारा, हेलावणारा जलनिधी, हे दृश्य ते लहानपणापासून बघत आले होते. समुद्रकिनारा हळूहळू आपल्या जवळ येतो आहे हे त्यांच्या बालमनालाही जाणवलं होतं.

पण २०२७ साली समुद्राचं पाणी इतक्या झपाट्यानं पुढे घुसलं, की समुद्रकिनारी राहणाऱ्या माणसांना घाईघाईनं आपल्या जागा सोडून द्याव्या लागल्या. त्यात झोपडपट्टीवासीय होते, तसंच उत्तुंग इमारतीत राहणारेही होते. समुद्राचं हे आक्रमण कित्येक दिवस चालू राहिलं आणि ते थांबलं, तेव्हा मुंबईचा जवळजवळ एक चतुर्थांश भाग त्यानं गिळंकृत केला होता आणि मुंबईत हाहाकार माजला होता.

कित्येक रस्ते आणि रेल्वेमार्ग पाण्याखाली गेले होते. लाखो माणसं बेघर झाली होती. दळणवळण तुटलं होतं. कित्येक कारखाने, हॉटेलं, बँका पाण्याखाली गेल्या होत्या आणि मुंबईकर हवालदिल झाले होते.

घडलेल्या घटनांचा फार खोल ठसा आर्टींच्या मनावर उमटला होता. पुढचं वर्षभर त्यांच्या कुटुंबाचे राहण्याच्या जागेचे हाल झाले होते. नातेवाइकाकडे काही महिने राहावं लागलं होतं. त्यांच्या शाळेतही पाणी शिरल्यामुळे त्यांना शाळा बदलावी लागली होती. पुष्कळसे मित्र तुटले होते. पण मित्र त्यांना 'आर्टी' म्हणून हाक मारत, ते नाव मात्र कायम राहिलं होतं. त्यांचं पाळण्यातलं नाव 'राजेंद्र' असलं तरी ते 'आर्टी' नावानंच ओळखले जाऊ लागले होते.

समुद्राच्या या आक्रमणामुळे मानवजात खडबडून जागी झाली होती. अगदी अविकसित राष्ट्रांमध्येसुद्धा हवामान, त्यातले बदल, प्रदूषण या विषयाची चर्चा होऊ लागली होती. हवामानशास्त्राच्या अभ्यासाला आणि त्यातल्या संशोधनाला प्रचंड महत्त्व आलं होतं.

आर्टी शाळा संपवून कॉलेजात गेले, ते हवामान-तज्ज्ञ होण्याचं ध्येय समोर ठेवूनच. बुद्धी आणि आर्थिक परिस्थिती उत्तम असल्याने ते भराभर एकेक पायरी चढत गेले आणि हवामान शास्त्रातली 'डॉक्टरेट' त्यांनी मिळवली. भारत सरकारकडे 'हवामानतज्ज्ञ' म्हणून त्यांनी काही वर्षं नोकरी केली आणि नंतर ते आंतरराष्ट्रीय हवामान संस्थेत रुजू झाले.

त्या संस्थेचा आवाका खूप मोठा होता. जगभरच्या हवामानाचा, प्रदूषणाचा, पर्यावरणाचा अभ्यास आणि संशोधन तिथे होत होतं. आर्टींच्या बुद्धिमत्तेला आणि चिकित्सक वृत्तीला तिथे चांगला वाव मिळाला. थोड्याच दिवसांत एक अतिशय 'प्रगल्भ शास्त्रज्ञ आणि संशोधक' म्हणून त्यांची कीर्ती सर्वत्र पसरली.

दरम्यान पर्यावरण आणि हवामान यांचा तोल आणखीच ढळत चालला होता. २०२७ साली बसलेल्या झटक्यानंतर प्रदूषण कमी करण्याचे प्रयत्न जगभर जोरात सुरू झाले होते; पण ते काम इतकं सोपं नव्हतं. वातावरणातील विनाशक बदलांच्या चक्राला मिळालेली गती रोखणं फार कठीण होतं.

आंतरराष्ट्रीय हवामान संस्थेत या विषयावर जारीनं संशोधन सुरू होतं. समुद्राची वाढती पातळी, मोसमी वाऱ्यांचे बदलते आणि अनिश्चित मार्ग, सागरी प्रवाहांच्या बदलत्या दिशा, या सर्वांवर नियंत्रण मिळवण्यासाठी उपाय शोधून काढण्याचा आटोकाट प्रयत्न चालला होता. अनेक ठिकाणी प्रयोग चालले होते. काही ठिकाणी स्थानिक पातळीवर यशही येत होतं. या संशोधनात आर्टींचा वाटा मोठा होता.

हवामान बदलत असल्याने उन्हाळा, हिवाळा आणि पाऊस या तिन्हींच्याविषयी अनिश्चितता निर्माण झाली होती आणि त्यातली सर्वांत जाचक गोष्ट होती, ती म्हणजे पावसाचा अनिश्चितपणा. पाऊस कधी, किती आणि कुठे पडेल याचा अंदाज बांधणं जवळजवळ अशक्य होऊन बसलं होतं आणि बेभरवशाच्या पावसामुळे अन्नधान्याचं उत्पादन दर वर्षी घटत चाललं होतं.

सतत पुढे-पुढे सरकणाऱ्या सागरामुळे पृथ्वीवरच्या भूखंडाचा आकार घटत होता. प्रस्थापित उद्योगधंदे आणि दळणवळण बंद पडत होतं. त्यात अपुऱ्या धान्य-पुरवठ्यामुळे सामान्य जनतेचे हाल रोज वाढत होते. जगातील बहुतांश जनतेला निदान पोटभर जेवायला तरी मिळावं यासाठी काहीही करून अन्नधान्योत्पादन वाढवायला हवं आणि त्यासाठी पावसावर काहीतरी नियंत्रण मिळवणं, निदान काही प्रमाणात तरी पाऊस पडेल, अशी निश्चिती करणं आवश्यक होतं.

खरं म्हणजे आपल्याला हवा तेव्हा आणि हवा तिथे पाऊस पडावा यासाठी माणूस पुरातन काळापासून धडपडत आला होता. अनेक आदिम संस्कृतींमध्ये असलेली वर्षा-नृत्यं, पावसाच्या स्तुतीपर गायली जाणारी गीतं एवढंच नव्हे, तर वेदांमध्ये असलेल्या वरुण-स्तुतीच्या ऋचा, पाऊस पाडणारा देव म्हणून इंद्राचं असलेलं महत्त्व; या गोष्टी म्हणजे त्या-त्या संस्कृतींनी पावसावर काबू मिळवण्यासाठी केलेले प्रयत्नच होते. विसाव्या शतकातही असे प्रयत्न झालेच होते. पावसाळ्यात कित्येकदा भरलेले ढग आकाशात तरंगताना दिसतात; पण पाऊस मात्र पडत नाही. अशा वेळी त्या पाण्याने भरलेल्या ढगांवर विमानातून सिल्व्हर क्लोराईडचे फवारे मारून पाऊस पाडण्याचे प्रयत्न काही वर्षं झाले होते. ते शेवटी सोडून देण्यात आले होते, ते दोन कारणांनी. एक तर अशा प्रयोगात हमखास यश येईलच अशी खात्री नसे आणि त्यावर होणारा खर्च मात्र बराच असे. दुसरं म्हणजे या प्रकारे एखाद्या ठिकाणी पाऊस पाडण्यात यश आलं, तर परिणामी त्या ठिकाणाच्या आसपासच्या प्रदेशात पाऊस कमी होत असे. हे

म्हणजे बाळयाच्या तोंडचा घास काढून बंड्याला देण्यासारखं होतं. त्यामुळे शेवटी हे प्रयत्न थांबवले गेले होते.

आंतरराष्ट्रीय हवामान संस्थेत आर्टींच्या संशोधनाचा विषय, 'पावसाचं नियंत्रण' हाच होता. आपल्याला यश मिळत आहे, नियंत्रणाच्या दिशेनं आपली पावलं योग्य मार्गावर आहेत असं त्यांना वाटू लागलं. त्यांच्या प्रयोगांना यश मिळू लागलं आणि तेव्हाच त्यांना संस्था सोडावी लागली.

संस्थेत कोणत्या कामावर किती पैसा खर्च करावा याबाबत संस्थेच्या विश्वस्तांमध्ये मतभेद सुरू झाले, आर्टींच्या कामासाठी वाढत्या निधीची जरूर होती. तो त्यांना मिळेनासा झाला आणि त्यांचं यश बघून मत्सरग्रस्त झालेल्या त्यांच्या काही सहकाऱ्यांनी त्यांची प्रच्छन्न निंदा करायला आणि त्यांच्या कामाचं महत्त्व कमी करायला सुरुवात केली.

वर्ष-दीडवर्ष तशा वातावरणात काढून शेवटी आर्टी कंटाळले आणि त्यांनी राजीनामा देऊन टाकला. वयाच्या बावन्नाव्या वर्षी ते नोकरीतून मुक्त झाले आणि मग पाचगणीजवळ बोरवाडी या नवीनच झालेल्या लहानशा वस्तीत येऊन राहिले. पावसाच्या वाऱ्यांचा अभ्यास करण्यासाठी ती जागा योग्य होती. तिथे त्यांनी एक सुसज्ज प्रयोगशाळा आणि स्वत:साठी घर बांधलं. त्यांच्या विश्वासातल्या दोन सहकाऱ्यांना त्यांनी आंतरराष्ट्रीय हवामान संस्थेतून बोलावून घेतलं आणि ते संशोधनात बुडून गेले.

जवळजवळ आठ वर्षं संशोधनात घालवल्यावर त्यांना त्यांच्या प्रयत्नात यश मिळालं होतं, म्हणजे पावसाळी ढगांमधून त्यांना हवा त्या वेळी हुकमी पाऊस पाडण्याचं तंत्र साध्य झालं होतं. पण हे यश फक्त स्थानिक पातळीवर होतं. त्यापेक्षा मोठ्या भागासाठी त्या तंत्राचा विकास करायचा तर त्यासाठी खूप पैसा आणि अत्याधुनिक दळणवळण यंत्रणा यांची गरज होती आणि या दोन्ही गोष्टी त्यांच्या एकट्याच्या आवाक्याबाहेरच्या होत्या. खूप विचार करून, शेवटी त्यांनी पंतप्रधानांच्या खास साहायकाला पत्र लिहिलं होतं. दोन दिवस ठरलेल्या वेळी पाऊस पाडून दाखवला होता आणि पंतप्रधानांची भेट मिळवली होती.

हातातल्या फ्लॉपीज तिजोरीत ठेवून, ते आता तिकडेच निघाले होते.

प्रयोगशाळेतून बाहेर येऊन आर्टींनी तिलाही कुलूप लावलं आणि ते आपल्या गाडीच्या दिशेनं चालू लागले. ते गाडीजवळ पोहोचले तोच–

''बाबा, बाबा... बाबा' अशा हाका मारत कोमल पळत आली आणि एकदम त्यांच्या गळ्यात पडली. ही या वेळी घरातून बाहेर कशी पडली आणि राधाबाई काय करतेय?... असा विचार त्यांच्या मनात येतो आहे तोच राधाबाई धापा टाकीत त्यांच्यापाशी येऊन पोहोचली. आर्टींच्या खांद्यावर मान घुसळत उभ्या

असलेल्या कोमलला त्यांच्यापासून वेगळं करण्याचा प्रयत्न करीत ती म्हणाली,

"असं नाही करायचं, बेबी, असं काय बरं? आता साहेबांना कामाला जायचं आहे. चला बरं, मी तुम्हाला खाऊ देणार आहे."

पण कोमल तिला दाद देईना, तेव्हा जरा जोर करून आपल्या गळ्याभोवतालचे तिचे हात सोडवत आर्टी म्हणाले,

"कोमल, जा बरं शहाण्या मुलीसारखी. मला आता कामाला जायचं आहे."

"अं... मी नाही जा. मला तुमच्याशी चेंडू खेळायचा आहे."

"आता नाही, बेटा. आता मला वेळ नाही. मी घरी परत आल्यावर खेळीनं हं तुझ्याशी. घेऊन जा राधाबाई हिला."

आर्टींनी तिला समजावलं आणि तिचे हात गळ्यातून काढले. त्याबरोबर तिनं त्यांच्या कमरेला गच्च मिठी मारली. मग त्यांनी आणि राधाबाईनं मिळून जोर करून तिचे हात सोडवले. राधाबाईनं कसंबसं तिला धरून ठेवलं आणि ते गाडीत बसले. ते बघून कोमलनं भोकाड पसरलं आणि हातपाय झाडत ती रडू लागली.

आर्टींनी तिच्याकडे दुर्लक्ष केलं आणि गाडी सुरू केली. पण त्यांचं मन तिच्याविषयीच्या काळजीनं ग्रासून गेलं. कारण एकोणतीस वर्षांची त्यांची एकुलती एक मुलगी मतिमंद होती. तिचं वय वाढलं असलं, तरी बुद्धी मात्र वाढली नव्हती. तिचं मानसिक वय सहा-सात वर्षांचंच होतं.

आंतरराष्ट्रीय हवामान संस्थेत कामाला लागल्यावर चार महिन्यांनी लंडन इथे तिचा जन्म झाला होता. तिचा गोरापान, आरस्पानी वर्ण आणि रेखीव नाकडोळे बघून, त्यांच्या पत्नीनं मोठ्या हौसेनं तिचं नाव 'कोमल' ठेवलं होतं. तिचं कौतुक करण्यात पाच-सहा महिने मोठ्या आनंदात गेले होते; पण मग हळूहळू तिचा मतिमंदपणा लक्षात येऊ लागला होता. काही दिवस आशा करण्यात घालवल्यावर, आर्टींनी तिची डॉक्टरी तपासणी करून घेतली होती. आधुनिक शास्त्राला अवगत असलेले सर्व उपाय तिच्यावर करून बघितले होते; पण काही उपयोग झाला नव्हता. त्यांची मुलगी मतिमंद होती आणि मतिमंदच राहणार होती.

त्यांच्यापेक्षा त्यांच्या पत्नीला या गोष्टीचा भयंकर धक्का बसला होता. त्यातून ती कधी सावरलीच नाही. शेवटी कोमल अडीच वर्षांची असताना त्यांची पत्नी हृदयविकाराच्या झटक्यानं मृत्युमुखी पडली होती आणि आर्टी एकटे पडले होते; पण त्यांनी कोमलला जिवापाड सांभाळलं होतं. कामानिमित्त बाहेरगावी जाऊन राहावं लागे, तेव्हाही ते तिला बरोबर घेऊन जात, तिच्यासाठी त्यांनी राधाबाईची 'आया' म्हणून कायमची नेमणूक केली होती. बऱ्याच मोठ्या रकमेचा एक ट्रस्ट कोमलसाठी करून त्यांच्या विश्वासातले दोन विश्वस्त नेमले होते. म्हणजे त्यांच्यामागेसुद्धा तिला कधी कशाची ददात पडली नसती.

पण म्हणून त्यांची काळजी मिटली नव्हती; उलट, कोमलबरोबरच ती काळजीही वाढत होती. कारण कोमल रूपानं अप्रतिम सुंदर होती. तिला बुद्धी देताना हात आखडता घेणाऱ्या देवानं रूपाची मात्र दोन्ही हातांनी उधळण केली हेती. तारुण्यात पदार्पण केल्यानंतर तर ती एखाद्या अप्सरेइतकी सुंदर दिसू लागली होती.

आणि त्यामुळे आर्टींच्या डोक्याला काळजीचा भुंगा लागला होता. आता पंतप्रधानांच्या बंगल्याकडे जातानासुद्धा त्यांना कोमलच्या काळजीनं ग्रासून टाकलं.

बंगल्याचं फाटक समोर दिसू लागल्यावर आर्टींनी कोमलचे विचार प्रयत्नपूर्वक डोक्यातून काढून टाकले आणि गाडी फाटकाशी थांबवली. संरक्षणासाठीचे सर्व सोपस्कार होऊन आर्टींना पाचच मिनिटांत पंतप्रधानांपाशी नेण्यात आलं. त्यांनी कोचावरून उठून, अतिशय मोकळं हसत आर्टींचं स्वागत केलं. त्यांच्यासाठी चहा मागवला. आणि चहापाण्याचे सोपस्कार उरकल्यावर सरळ विषयालाच हात घातला.

"तुम्ही पत्रात लिहिल्याप्रमाणे दोन दिवस पडलेला पाऊस खरोखरच तुमच्या प्रयोगामुळे पडला? की पाऊस येणार आहे याचा अचूक अंदाज करून तुम्ही तो आम्हाला कळवला?"

क्षणभर विचार करून आर्टी म्हणाले,

"मी नुसती तोंडी ग्वाही देऊन तुमचा विश्वास बसणं कठीण आहे. त्यापेक्षा आपण असं करू या. तुम्ही मला येत्या आठ दिवसांतली कोणतीही वेळ द्या. त्या दिवशी, त्या वेळी मी पाऊस पाडून दाखवतो."

"येत्या आठ दिवसांतच का?"

"कारण आणखी आठ दिवस मोसमी वारे नैऋत्य पश्चिमेकडून पावसाळी ढग घेऊन येणार आहेत."

"म्हणजे आकाशात पावसाचे ढग असले तरच तुम्ही पाऊस पाडू शकता. असे प्रयोग पूर्वीही झाले होते आणि शेवटी ते सोडून देण्यात आले." पंतप्रधान म्हणाले.

"खरं आहे. पण तेव्हाच्या आणि माझ्या प्रयोगात एक मोठा फरक आहे आणि तो म्हणजे मी निश्चित वेळेला आणि निश्चित ठिकाणी पाऊस पाडू शकतो."

"पण त्यामुळे दुसरीकडचा पाऊस कमी होणारच ना?"

"हो. पण हा कमी होणारा पाऊस अशा भागावरचा असेल, की जो भाग नापिक असेल, माळरान असेल, जिथला पाऊस खेचून घेतल्यानं शेतीचं नुकसान होणार नाही. शिवाय–"

"शिवाय काय?"

"सध्या माझे प्रयोग स्थानिक पातळीवरच आहेत, म्हणजे जेमतेम आठशे-एक हजार चौरस मैलांमध्ये मी असा बदल घडवून आणू शकतो. पण माझी खात्री आहे, की योग्य ती यंत्रणा वापरून मला आणखी प्रयत्न करायला मिळाले तर मी आपल्या

देशातील बहुतेक भागांचा पाण्याचा प्रश्न सोडवू शकेन. म्हणजे पाऊस किती पडायचा यावर आपलं नियंत्रण नसलं तरी तो कुठे पाडावा, हे आपण ठरवू शकू.''

''योग्य ती यंत्रणा म्हणजे काय म्हणायचं आहे तुम्हाला?''

''योग्य त्या यंत्रणेच्या माझ्या कल्पनेत जमिनीवरची अनेक केंद्रं, आकाशातील काही उपग्रह आणि सागराच्या पोटात बसवलेली काही यंत्रं आहेत. त्या सर्वांचे आराखडेही माझ्याकडे तयार आहेत, पण त्यासाठी लागणारं आर्थिक आणि मनुष्यबळ माझ्यापाशी नाही.''

''समजा, हे सगळं तुम्ही म्हणता तसं उभारलं गेलं तर?''

''ही सगळी यंत्रणा उभी राहिली तर त्या नंतरचा एक पावसाळा माझे प्रयोग करून त्यात आवश्यक ते बदल करायला लागतील आणि त्या नंतरच्या पावसाळ्यापासून आपल्याला देशभर या प्रयोगांची फळं मिळतील.''

पंतप्रधान विचारात पडले. आर्टी म्हणत होते, त्याप्रमाणे सर्व उभारणी करायला कमीत कमी एक वर्ष तरी लागलं असतं. कदाचित जास्तही. त्यानंतर प्रत्यक्ष परिणाम दिसायला आणखी दोन वर्षं. म्हणजे बराच काळ गेला असता. मध्यंतरात पीक-पाण्याची परिस्थिती आणखी बिघडत जाईलसं दिसत होतं.

आर्टी म्हणत होते, त्याप्रमाणे सगळं झालं तर तीन वर्षांनी सगळीकडे आबादीआबाद होणार होतं, हेही थोडं नव्हतं. मध्यंतरात काही महत्त्वाच्या ठिकाणी स्थानिक बदल घडवून आणता आले असते.

तीन वर्षांनी का होईना, पण योग्य तेवढा पाऊस पडू लागला नि भरपूर अन्नधान्य उत्पादन झालं तर त्यांचं सरकार परत निवडून येण्याची खूप शक्यता होती, म्हणजेच ते पंतप्रधान होण्याची!

नाही तर दिवसेंदिवस वाढणाऱ्या अभावाला तोंड देत सत्ता टिकवणं कठीण होतं. त्यांनी निर्णय घेऊन टाकला,

''ठीक आहे. तुम्ही याबाबत माझ्या खास सहायकांशी सविस्तर बोला. सगळ्या कामाचा आराखडा मला सादर करा नि एकदा खर्चाचा अंदाज घेतला की कामालाच सुरुवात करा.''

पंतप्रधानांचा निरोप घेऊन आर्टी बाहेर पडले, ते हवेवर तरंगतच. त्यांच्या आयुष्यभराच्या अभ्यासाचं आणि श्रमाचं आता चीज होणार होतं!

आर्टींनी दिलेल्या आराखड्याप्रमाणे आणि त्यांच्या देखरेखीखाली पुढली कामं भराभर होऊ लागली. जमिनीवर पंधरा, समुद्रात सात आणि अवकाशातल्या भारतीय उपग्रहांपैकी पाच उपग्रहांवर पाच अशा एकूणा सत्तावीस प्रयोगशाळा अथवा नियंत्रण केंद्रं उभारली गेली. अत्याधुनिक यंत्रसामग्रीनं सुसज्ज झाली. त्यांपैकी गंधर्व उपग्रहावरचं केंद्र हे या सर्व जाळ्याचं प्रमुख केंद्र होतं. सर्व माहिती एकत्र संकलित करणं आणि

ठरलेल्या योजनेबरहुकूम सर्व केंद्रांना सूचना देणं, या गोष्टी तिथून व्हायच्या होत्या. ही कामं करणारा मास्टर कॉम्प्युटर 'गंधर्व'वर होता. हवामान नियंत्रणाचे सगळे प्रयोग अत्यंत गुप्ततेत पार पाडायचे असल्याने या सर्व केंद्रांची सुरक्षा-व्यवस्था संरक्षण खात्याकडे सोपवण्यात आली.

पावसाळा आला. ठरल्याप्रमाणे प्रयोग सुरू झाले आणि जवळ-जवळ सत्तर टक्के प्रयोग यशस्वी झाले. यंदा पाऊस फार चांगला झाला. पिकं चांगली येतील, असं जो तो म्हणू लागला आणि आर्टींना धन्य झाल्यासारखं वाटलं. भुकेल्या जिवांच्या पोटात अन्नाचा घास घालण्यात त्यांच्या योजनेचा वाटा मोठा होता.

पाऊस चांगला पडल्यामुळेच की काय, पण थंडी आणि उन्हाळा हे दोन ऋतूही फार चांगले गेले. धान्योत्पादनात लक्षणीय वाढ झाली.

सत्ताधारी पक्ष या गोष्टीचं श्रेय अर्थातच स्वतःकडे घेत होता. आपण राबवलेल्या विविध योजना, वेळोवेळी केलेली मदत यामुळेच इतकं धान्योत्पादन झालं, असा त्याचा दावा होता. तसा प्रचार रेडिओ, टी.व्ही., वृत्तपत्रे या सर्व प्रसारमाध्यमांतून होऊ लागला. कार्यक्षम सरकारचा कार्यक्षम नेता म्हणून पंतप्रधानांची मोठ्ठाली छायाचित्रं जिकडे-तिकडे झळकू लागली.

पुन्हा पावसाळा आला. या वर्षी तर पाऊस इतका वेळेवर नि बरोबर हवा तेवढाच पडला, की इतका चांगला पावसाळा आपल्या हयातीत तरी आपण पाहिला नाही, असं म्हातारी-कोतारी माणसं सांगू लागली.

इतकं झाल्यावर आर्टींचं मन आणखी पुढे झेप घेऊ लागलं. भारतापुरता त्यांचा प्रयोग यशस्वी झाला होता असं म्हणायला आता हरकत नव्हती. भारतात इतकं चांगलं पीक-पाणी येतं, याविषयी बाहेरच्या देशांमध्ये आता चर्चा सुरू झाली होती. आता इतर देशांमध्येही आपलं तंत्रज्ञान वापरून पाऊस-नियंत्रणाचे प्रयोग करावेत. धान्योत्पादन वाढवून तिथल्याही लोकांच्या पोटात अन्नाचा घास पडण्यासाठी प्रयत्न करावेत असं त्यांना वाटू लागलं. अर्थात ही गोष्ट त्यांना एकट्यानं करणं शक्यच नव्हतं.

त्यांनी आपली कल्पना पंतप्रधानांना सांगितली. त्यांनाही ती फार आवडली.

बाहेर देशांमध्ये नियंत्रित पाऊस पाडण्याच्या बदल्यात त्या देशांमध्येही आपली सत्ता प्रस्थापित करता येईल, असा विचार त्याक्षणीच त्यांच्या डोक्यात चमकून गेला.

पण त्यासाठी नीट योजना आखायला हवी होती.

"तुमची कल्पना चांगली आहे. मी त्याच्यावर विचार करतो, मग आपण परत बोलू." असं त्यांनी आर्टींना सांगितलं. आर्टी जाताच त्यांनी तातडीनं प्रयागला बोलावून घेतलं. तो त्यांचा सर्वांत विश्वासू माणूस होता. त्या दोघांनी दिवसभर बसून खल केला आणि एक गुप्त योजना तयार केली.

भारताशी मैत्रीचे संबंध असलेली पाच गरीब आणि छोटी, तसंच भौगोलिकदृष्ट्या भारताला जवळ असणारी राष्ट्रं त्यांनी निवडली. या राष्ट्रांचं भारतासह एक फेडरेशन स्थापन करायचं आणि नियंत्रित पाऊस पाडण्याच्या बदल्यात या फेडरेशनचं अध्यक्षपद पंतप्रधानांना द्यायचं, अशी थोडक्यात योजना होती. अर्थात, आर्टी म्हणजे या योजनेतली सर्वांत महत्त्वाची व्यक्ती होती. त्यांच्या हाताखाली शेकडो माणसं शिकून तयार झालेली असली तरी सर्व तंत्राचं त्यांच्याइतकं ज्ञान कोणालाच नव्हतं.

दुसऱ्या दिवशी खास विमानानं प्रयाग त्याच्या खास कामगिरीवर निघून गेला. सरकारातल्याचं काय, पण त्यांच्या पक्षातल्याही कोणा माणसाला या कामगिरीची बित्तंबातमी लागू देण्यात आली नव्हती.

प्रयाग गेला आणि आर्टींच्या घरावर पहारा बसला! तशी त्यांच्या सुरक्षेसाठी सरकारीरीत्या व्यवस्था करण्यात आलेलीच होती, पण आता त्यांच्याभोवती कडक पहारा ठेवला गेला.

हे काय चाललं आहे, तेच आर्टींना कळेना. त्यांनी पंतप्रधानांशी संपर्क साधण्याचा प्रयत्न केला असता, ते एका मीटिंगमध्ये असल्याचं सांगण्यात आलं. परत थोड्या वेळाने फोन केला, तेव्हा ते कुठल्याशा समारंभाला गेल्याचं कळलं. आणि रात्री त्यांना फोन केला, तेव्हा ते झोपल्याचं सांगण्यात आलं.

तीन दिवस सतत प्रयत्न करूनही जेव्हा पंतप्रधानांशी भेट होण्याचं चिन्ह दिसेना, तेव्हा ते विचारात पडले. काहीतरी वेगळं घडतं आहे हे त्यांना जाणवलं. त्या दिवशी मग ते घराबाहेर पडलेच नाहीत. लहान मुलाच्या खेळण्याशी निरागसपणे खेळणाऱ्या आपल्या बत्तीस-तेहतीस वर्षांच्या सुंदर मुलीकडे बघत विचार करत घरातच बसून राहिले.

दुसऱ्या दिवशी सकाळीच 'गंधर्व'वर गेले. गंधर्वचे सगळे रिमोट कंट्रोल्स दिल्लीजवळच्या त्यांच्या केंद्रात होते. गंधर्ववरचं कामकाज बघण्यासाठी त्याच्यावर चार तंत्रज्ञांची एक टीम नेहमीच राहत असे. शिवाय तिथे जाण्यासाठी अवकाशयान वापरावं लागत असे आणि प्रवासात खूप वेळ मोडत असे, त्यामुळे महिन्यातून एकदाच ते तिथे जात. पण आज त्यांनी मुद्दाम सकाळीच अवकाशयान तयार ठेवण्याची सूचना दिली आणि तिजोरीत अतिशय जपून ठेवलेल्या पाच फ्लॉपीज घेऊन ते 'गंधर्व'वर गेले. तिथे गेल्यावर त्यांनी मास्टर कॉम्प्युटर आपल्या ताब्यात घेतला आणि मग दोन दिवस ते त्यावर काम करत राहिले.

तिसऱ्या दिवशी अतिशय थकलेल्या अवस्थेत ते घरी परतले आणि घराच्या दारातच त्यांची प्रयागशी गाठ पडली.

खरं म्हणजे प्रयागला त्यांनी आधी ओळखलंच नाही. तो संपूर्ण लष्करी गणवेशात होता आणि अस्वस्थपणे त्यांची वाट बघत येरझारा घालत होता.

प्रयाग रिटायर्ड कर्नल आहे, हे त्यांना एकदम आठवलं. त्याच्या त्या गणवेशाकडे बघत ते पुटपुटले,

"कर्नल प्रयाग."

"कर्नल प्रयाग नव्हे, आर्टी. जनरल प्रयाग ॲट युवर सर्व्हिस." खाड्कन बुटांच्या टाचा जुळवून नाटकीपणे कमरेत वाकत तो म्हणाला,

"जनरल प्रयाग? पण–"

"येस. जनरल प्रयाग. जनरल हा हुद्दा मी कालच स्वतःला बहाल केला आहे."

"म्हणजे?"

"म्हणजे आपल्या देशात राज्यक्रांती झाली असून सैन्यानं सत्ता ताब्यात घेतली आहे आणि मला त्यांनी फेडरेशनचा अध्यक्ष निवडलं आहे."

"फेडरेशन? कसलं फेडरेशन?"

"आपण नि आपल्या शेजारच्या तीन देशांचं मिळून एक नवीन फेडरेशन निर्माण झालं आहे. फेडरेशनमधल्या सर्वच देशांना आपल्या हवामानाच्या तंत्रज्ञानाचा फायदा मिळणार आहे आणि ज्या देशांनी फेडरेशनमध्ये सामील व्हायला नकार दिला त्यांना अद्दल घडणार आहे."

"कसली अद्दल?"

"पावसाचं आपलं तंत्रज्ञान चांगलं विकसित झालं आहे. त्याचा उपयोग करून आपण हवं तेव्हा, हवं तिथे वादळ, अगदी चक्रीवादळसुद्धा निर्माण करू शकू. आपल्याला विरोध करणाऱ्यांना–!"

आर्टी किंचित हसले आणि म्हणाले,

"प्रयाग, आपण आता बसून बोलू या का? मी फार थकलो आहे."

"ठीक आहे– पण तुमचं घर आणि मुलगी माझ्या माणसांनी ताब्यात घेतली आहे हे लक्षात ठेवा.

आर्टींच्या डोक्यात संतापाचा स्फोट झाला. एक क्षणभरच त्यांचे डोळे लाल झाले, पण दुसऱ्याच क्षणी त्यांनी स्वतःवर ताबा मिळवला आणि ते अगदी सौम्य स्वरात म्हणाले,

"हरकत नाही. तुझ्या ताब्यात म्हणजे माझ्याच ताब्यात असल्यासारखं आहे, पण आपण आधी चहा तर घेऊ या."

दोघं जण आत गेले आणि मग चहा पिता-पिता त्यांनी त्याच्या हुशारीची, धाडसीपणाची, दूरदर्शीपणाची तारीफ करत-करत सगळी माहिती काढून घेतली.

पंतप्रधानांचा निरोप घेऊन प्रयाग परदेशी गेला होता. वेगवेगळ्या राष्ट्रप्रमुखांना भेटला होता, फेडरेशनचा निरोप त्यानं त्यांना पोहोचवला होता, पण तो पंतप्रधानांचा म्हणून नव्हे, तर स्वतःचा म्हणून. भारतातलं सरकार उलथून पाडून लष्करी सत्ता

प्रस्थापित करण्याचा डाव सैन्यातल्या काही अधिकाऱ्यांच्या संगनमतानं पूर्वीपासूनच शिजला होता. ती कारवाई करायला आत्ताची वेळ योग्य होती. तीन परराष्ट्रप्रमुख त्याच्या बेतात सामील झाले होते. उरलेल्या देशांना अद्दल घडवायचं ठरवूनच तो परतला होता आणि त्यानं सैन्याचा उठाव घडवून आणला होता. त्या गोंधळात पंतप्रधान आणि इतर काही जणांचे बळी पडले होते. पण त्याला त्याचा नाइलाज होता.

"इतकी वर्षं पंतप्रधानांबरोबर काढल्यावर त्यांचा असा बळी देताना तुला काही वाटलं नाही?" आर्टींनी जरा रागातच विचारलं.

"हं:, त्या मूर्ख माणसाबद्दल काय वाईट वाटायचं आहे? हवामानावर, पावसावर नियंत्रण ठेवण्यासारखं प्रभावी अस्त्र वापरून तो कुठल्याकुठे पोहोचू शकतो, सगळ्या जगावर सत्ता गाजवू शकतो हेसुद्धा त्याला कळलं नव्हतं, इतका तो बिनडोक होता. त्याला फक्त भाषणबाजी करता येत होती."

"पण तू थोडाच इतका मूर्ख आहेस? तू बरोबर सत्ता मिळवशील." आर्टी उपरोधानं म्हणाले, "पण हे सगळं कधी घडलं? मला कळलं कसं नाही?"

"ही सगळी उलथापालथ कालच झाली. तुम्ही गंधर्ववर गेला होतात हे आमच्या पथ्यावरच पडलं."

"आणि मी सहकार्य दिलं नाही तर?'

"तुम्ही सहकार्य द्याल याची मला खात्री आहे. कारण तुमची कोमल आमच्या ताब्यात आहे, हे विसरू नका. इतक्या सुंदर, कोमल मुलीला माझ्या खूपशा सैनिकांनी पाहिलेलंही नसेल. त्यांना जर ती..."

"बस्, बस्– तुला काय हवं ते मी करीन!" प्रयाग हसला आणि म्हणाला,

"सध्या तरी मला तुमच्या त्या मास्टर फ्लॉपीज पाहिजेत."

आर्टी जरा वेळ गप्प बसले. मग त्यांनी खिशातून त्या पाच फ्लॉपीज काढल्या. त्या म्हणजे त्यांच्या जीवनाचं सार होत्या. पण कोमलपुढे त्यांना जीवनाचीही पर्वा नव्हती तर त्या फ्लॉपीजची काय कथा? त्यांनी नि:शब्दपणे त्या प्रयागजळ दिल्या आणि ते म्हणाले,

"कोमल कुठे आहे?"

"अंहं, इतकी घाई करू नका", प्रयाग म्हणाला. "या त्याच फ्लॉपीज आहेत याची मी आधी खात्री करून घेईन आणि मग तुम्हाला तिला भेटता येईल."

प्रयाग फ्लॉपीज् घेऊन गेला आणि आर्टी प्रयोगशाळेत गेले. त्यांच्यावर पहारा होताच; पण त्यांना तिथे जायला कोणी अटकाव केला नाही.

साधारण दोन तासांनी एक सैनिक आर्टींपाशी आला आणि त्यांना त्यानं कोमलला ठेवलेल्या खोलीत नेलं. त्यांना खोलीत सोडून त्यानं दरवाजा लावून घेतला.

कोमल एका यांत्रिक माकडाशी खेळत होती. तिचे डोळे रडून-रडून सुजलेले दिसत होते. घाबरलेली राधाबाई कोपऱ्यातल्या खुर्चीत निमूट बसून होती.

त्यांना बघताच कोमल एकदम परत रडायला लागली आणि रडत-रडत त्यांना बिलगली. तिला थोपटत ते म्हणाले.

"उगी, उगी, रडू नको राणी. हे बघ मी तुझ्यासाठी काय आणलं आहे."

त्यांनी खिशातून रंगीत कागदात गुंडाळलेली वस्तू काढली, त्याबरोबर 'चॉकोलेट, चॉकोलेट' असं म्हणत ती टाळ्या पिटू लागली. तिनं त्यांच्या हातातून ते चॉकलेट हिसकावून घेतलं आणि घाईघाईनं कागद सोडून तोंडात टाकलं. त्याबरोबर आर्टींच्या डोळ्यांतून घळाघळा पाणी वाहू लागलं. इतका वेळ सगळं बघत कोपऱ्यात बसलेली राधाबाई झपाट्यानं पुढं आली आणि म्हणाली "साहेब, हे तुम्ही..."

"दुसरा काही मार्ग नाही, राधाबाई." दुसरं चॉकलेट स्वतःच्या तोंडात टाकत तिच्याकडे स्थिर नजरेनं बघत आर्टीं म्हणाले.

राधाबाई काही क्षण विचलित झालेली दिसली आणि मग ठामपणे म्हणाली, "साहेब, मलाही एक चॉकलेट द्या."

काही न बोलता आर्टींनी तिच्या हातावरही चॉकलेट ठेवलं.

दुसऱ्या दिवशी पहाटे प्रयागला त्याच्या नोकरानं जागं केलं आणि म्हणाला, "साहेब, 'गंधर्व'वरून अर्जंट मेसेज आहे."

प्रयागनं धडपडत उठून फोन घेतला आणि विचारलं, "काय आहे? मी प्रेसिडेंट प्रयाग बोलतोय."

"सर.. एक मोठी अडचण आली आहे."

"कसली अडचण?'

"सर, मास्टर कॉँप्युटर काम करत नाही आहे."

"म्हणजे?"

"म्हणजे तो काम करतो आहे, पण त्यात भरलेला सगळा डेटा नष्ट झाला आहे. त्यातले सगळे प्रोग्रॅम्स नाहीसे झाले आहेत."

"काय? असं कसं होईल?"

"सर, व्हायरस..."

"मूर्खासारखं बोलू नकोस. त्या कॉँप्युटरवर फक्त तूच काम करतोस..."

"नाही सर, आर्टींपण करतात. कालच ते इथून परत गेले. दोन दिवस ते इथेच होते."

"आर्टीं!" प्रयागच्या डोक्यात प्रकाश पडला आणि त्याच्या रागाचा पारा वर चढू लागला.

"सर... सर..."

“आता काय आणखी?”

“कॉंप्युटरच्या डिस्प्लेवर एक मेसेज मात्र मिळतोय. तो मी वाचून दाखवतो, मला...”

“ओह शट् अप. मला त्याच्याशी काय...”

“प्लीज, सर, मेसेज असा आहे– काहीतरी वाईट अमंगळ घडणार आहे याची जाणीव मला झाली आहे. ते कसं घडेल, कुठून येईल याची कल्पना मला नाही. पण हवामान संशोधनातल्या माझ्या तपश्चर्येचा आणि त्यातून निर्माण झालेल्या शक्तीचा उपयोग माणसाला गांजण्यासाठी कोणीतरी करेल अशी भीती मला काही दिवसांपासून वाटत आली आहे. अशा सत्तापिपासू माणसाच्या हातात हे अस्त्र पडू नये म्हणून मी माझा ज्ञानाचा साठा, स्वतःच्या हातानं नष्ट करत आहे. गेले दोन दिवस बसून माझ्या पाच फ्लॉपीज्मध्येही मी अनेक बारीकसारीक बदल, अनेक ठिकाणी करून ठेवले आहेत. त्यांच्यावरचे प्रोग्रॅम्स व्यवस्थित चालले तरी त्यातून पाऊस-नियंत्रण साधणार नाही.

दर चोवीस तासांनी ठरावीक कोडमधला माझा संदेश न मिळाल्यास गंधर्ववरचा मास्टर कॉम्प्युटर रिकामा होईल.

वातावरणाचा समतोल परत साधण्याचं काम मी निसर्गाच्या भरवशावर सोडत आहे. कोणाही सत्तापिपासू माणसापेक्षा माझा त्याच्यावर अधिक विश्वास आहे... मेसेज संपला.”

“साला...” अशी सणसणीत शिवी हासडून, प्रयाग धडपडत उठला आणि गाडी घेऊन सुसाट वेगानं आर्टींच्या बंगल्यात आला.

दारावरच्या शिपायानं त्याला बघून सलाम ठोकला आणि अदबीनं दार उघडलं. प्रयागनं आत पाऊल टाकलं आणि स्तंभित होऊन तो बघत उभा राहिला.

खोलीतले तीन मृतदेह त्याला जणू वाकुल्या दाखवीत होते.

(सृष्टीज्ञान - नोव्हेंबर-डिसेंबर १९८९)

◆

# निरंकुश

आजपासून मी एक स्वतंत्र, स्वतःची अशी दैनंदिनी लिहायचं ठरवलं आहे. तशी खरं तर ऑफिसमधल्या लॉगबुकमध्ये सॅट्विलमध्ये घडणाऱ्या रोजच्या महत्त्वाच्या घटनांची नोंद केली जाते. पण त्या त्रोटक नोंदीवरून सर्व घटनांची कल्पना येऊ शकत नाही. आणि इथे घडत असलेल्या गोष्टींची सविस्तर माहिती भविष्यकाळात कदाचित, फार महत्त्वाची ठरणार आहे. म्हणून हा रोज दैनंदिनी लिहिण्याचा प्रपंच.

दैनंदिनी लिहिण्याचं आणखी एक महत्त्वाचं कारण म्हणजे ज्या काही घटना घडताहेत त्यांचं कारण मला कळत नाही आहे. स्वतंत्रपणे एकेक घटना घेतली तर ती सामान्य वाटण्याजोगी आहे. पण गेल्या सात-आठ दिवसांतल्या एकेक गोष्टी एकामागून एक आठवल्या की लक्षात येतं, की काहीतरी वेगळं घडतं आहे. आणि जे घडतं आहे त्यावर आपलं नियंत्रण नाही.

आणि हीच भावना मला अत्यंत बेचैन करते! या सॅट्विलवर चालणाऱ्या प्रत्येक गोष्टीवर माझं नियंत्रण असलंच पाहिजे, कारण या छोट्याशा ग्रहावरच्या मानवी वसाहतीचा मी प्रमुख आहे.

बरोबर तीन आठवड्यांपूर्वी ही प्रमुखपदाची सूत्रं माझ्याकडे आली. आणि तेव्हापासून नाही, तरी त्यानंतर दहा-बारा दिवसांपासून इथल्या परिस्थितीत हळूहळू फरक पडत चालला आहे. परिस्थितीत म्हणण्यापेक्षा इथल्या काम करणाऱ्या कामगारांच्यात फरक पडत चालला आहे.

पृथ्वीपासून अब्जावधी योजनं दूर असलेल्या या ग्रहावर - सॅट्विलवर - सध्या आम्ही बावन्न जण आहोत. पैकी मी आणि परेरा मानव आहोत आणि उरलेले पन्नास विमानव आहेत.

पृथ्वीपासून इतक्या दूर असलेल्या या लहानशा ग्रहावर ही छोटीशी वसाहत उभी करण्याचं एकमेव कारण म्हणजे इथे सापडणारं टफिन हे खनिज. पृथ्वीवर बनवल्या जाणाऱ्या कोणत्याही प्रकारच्या स्टीलच्या निदान तीनपट तरी टणक आणि पुठ्ठ्याइतकं हलकं असं 'टफिन' जवळजवळ पंधरा वर्षांपूर्वी इथे सापडलं. हे गुणधर्म असलेल्या धातूचा जीवनाच्या वेगवेगळ्या क्षेत्रांमध्ये इतका प्रचंड उपयोग होणार होता, की 'टफिन' सापडल्यावर लगेचच त्याच्या उत्पादनासाठी प्रयत्न सुरू झाले. अफाट पैसा आणि जगातील सर्वोत्तम शास्त्रज्ञांच्या अविरत प्रयत्नांनंतर म्हणजे जवळजवळ बारा वर्षांपूर्वी सॅट्‌विलवरची ही छोटीशी वसाहत उभी राहिली आणि उत्खननाचं काम सुरू झालं. इथलं हवामान फार उष्ण नसलं, तरी अत्यंत कोरडं आहे. जमिनीच्या पोटात पाण्याचे साठे आहेत. पण भूपृष्ठावर मातीचा थर पातळ आहे. शिवाय या मातीत खनिजाचं प्रमाण इतकं मोठं आहे आणि त्यात नत्राचं प्रमाण इतकं कमी आहे, की इथे वनस्पती फारशा वाढत नाहीत. काही शेवाळासारख्या वनस्पती, काही खुरटी झुडपं, काही सरपटणारे प्राणी आणि त्यावर जगणारे फुलपाखरापासून कावळ्यापर्यंतच्या आकाराचे रंगीबेरंगी पक्षी; एवढीच इथली जीवसृष्टी आहे.

पृथ्वीवरून इथे मुद्दाम लागवडीसाठी आणलेल्या जवळजवळ दोन-एकशे वनस्पतींपैकी जेमतेम दहा-बारा वनस्पती इथे तगल्या आहेत. त्याही बदललेल्या स्वरूपात. सुदैवानं, तांदूळ, डाळी, सोयाबीन अशी काही धान्यं इथे रुजल्यामुळे आवश्यक ते अन्नधान्य आम्ही इथेच उत्पन्न करू शकतो. त्याखेरीज लागणारे मसाले, दूध पावडर, काही चैनीचे खाद्यपदार्थ या गोष्टी पृथ्वीवरून आणाव्या लागतात. दर आठ महिन्यांनी पृथ्वीवरून एक यान आम्हांला लागणाऱ्या गरजेच्या वस्तू, कपडे औषधं वगैरे सामान घेऊन येतं आणि खाणीमध्ये उत्पादित जेवढं टफिन असेल तेवढं घेऊन जातं.

खाणीमध्ये काम करण्यासाठी इथे जे विमानव पाठवले आहेत, त्यांच्याकडे नुसतं बघितलं तरी छातीत धडकी भरेल असं त्यांचं रूप आहे. जवळजवळ दहा फूट उंची, अंगभर जाड लव, शरीराच्या मानानं बरंच लहान असणारं डोकं आणि अंगावरच्या कपड्यांमधूनसुद्धा जाणवणारे दणकट स्नायू यांमुळे ते राक्षसासारखे दिसतात.

पण असे राक्षसासारखे दिसणारे हे विमानव स्वभावानं मात्र अत्यंत मवाळ, गरीब आणि आज्ञाधारक आहेत. कारण प्रचंड शारीरिक ताकद आणि अत्यंत गरीब स्वभाव या गोष्टी त्यांना जन्माला घालतानाच त्यांच्या घडणीत अंतर्भूत करण्यात आल्या आहेत. आनुवंशिकता शास्त्रात-जेनेटिक्समध्ये गेल्या शतकात जी प्रचंड प्रगती झाली, तिच्यामुळेच हे शक्य झालं. गुणसूत्रांमधील जीन्सची ओळख,

कोणत्या जीन्समुळे कोणते गुणधर्म निर्माण होतात, याची निश्चित माहिती मिळवण्यात आणि त्या जीन्सचं हव्या त्या गुणसूत्रात आरोपण करण्यात शास्त्रज्ञ आता इतके तरबेज झाले आहेत की, गरजेनुरूप हव्या त्या गुणधर्माचा गर्भ प्रयोगशाळेत तयार करता येऊ लागलेला आहे. अंतरिक्ष संशोधन आणि अंतरिक्ष-प्रवास या क्षेत्रात त्यामुळे प्रचंड प्रगती झाली आहे.

इथे असणारे पन्नास विमानव हे असेच मुद्दाम प्रयोगशाळेत तयार केलेले आहेत. शिवाय त्याच्या जोडीला त्यांच्यावर शस्त्रक्रिया करून, त्यांच्या अवयवांमध्ये हाडांच्या व स्नायूंच्या जोडीला स्टीलच्या पट्ट्या, मजबूत नायलॉनचे मुद्दाम तयार केलेले धागे असंही काही बसवलेलं आहे. त्यामुळे त्यांची ताकद प्रचंड आहे आणि ते कधी आजारीही पडत नाहीत.

हे विमानव निदान चार-पाचशे वर्षं तरी जगतील असा अंदाज आहे. नक्की आज काहीच सांगता येत नाही. कारण या प्रकारचे ते पहिलेच विमानव आहेत.

या पन्नास जणांपैकी दोघं जण सर्वांसाठी स्वयंपाक करणं, राहत्या जागेची साफसफाई, कपडे धुणं आणि एकदंरीत सर्व विमानवांची व्यवस्था बघणं या कामावर आहेत. उरलेले अठ्ठेचाळीस जण चार पाळ्यांमध्ये खाणीमध्ये काम करतात. इथला दिवस तीस तासांचा आहे. त्याचे भाग पाडून एकेका भागात बारा जणांची एक तुकडी, याप्रमाणे चार पाळ्यांमध्ये काम चालतं. त्याखेरीज प्रत्येकाला आठ तास शेतीचं काम करावं लागतं. उरलेला वेळ मोकळा असतो. सर्व कामं यंत्रांच्या मदतीनं होत असल्यामुळे सोपी असतात. फक्त खाणीतलं काम मात्र फार मेहनतीचं, दमवून टाकणारं असतं.

पन्नास जणांच्या या कामगार-वर्गासाठी चार अधिकारी असतात. दोन व्यवस्थापक आणि दोन डॉक्टर्स. कॅप्टन संघवी हे आमच्या वसाहतीचे मुख्याधिकारी किंवा मुख्य व्यवस्थापक आणि मी त्यांचा साहायक. डॉक्टर पहेलवी हे मुख्य डॉक्टर आणि डॉ. परेरा हा त्यांचा साहायक, असे आम्ही चार अधिकारी आणि पन्नास कामगार मिळून चौपन्न जण होतो.

तीन आठवड्यांपूर्वी अकस्मात आमची संख्या घटून बावन्न झाली. कॅ. संघवी आणि डॉ. पहेलवी यांचं एका चमत्कारिक अपघातात निधन झालं आणि आम्ही बावन्न जण उरलो.

त्याचं असं झालं. तीन आठवड्यांपूर्वी आमच्यासाठी आवश्यक त्या वस्तू आणि औषधं घेऊन येणारं यान सॅट्‌विलवर येऊन पोहोचलं. यानाला उतरण्यासाठी बांधलेला तळ आमच्या वसाहतीपासून साडेचार-पाच कि. मी. दूर आहे. यानाची येण्याची निश्चित वेळ आणि दिवस निश्चित माहीत असल्याने खाणीतून काढलेल्या टफिनचे आमच्या छोट्या वर्कशॉपमध्ये तयार केलेले ठोकळे आधीच तळावर नेऊन

व्यवस्थित रचून ठेवलेले होते आणि ते यानात चढविण्यासाठी दोन विमानव तिथे तयारीत उभे होते. यान उतरताना दिसलं, तशी कॅ. संघवी आणि डॉ. पहेलवी हे एक मोठा ट्रक घेऊन यानतळावर गेले. त्यांनी स्वत:च्या देखरेखीत टफीन यानात चढवून घेतलं आणि यानातून आलेल्या वस्तू ट्रकमध्ये भरून घेतल्या. यानचालकासाठी त्यांनी काही फराळाचं साहित्य आणि चहा वगैरे बरोबर नेला होता. त्याचं खाणंपिणं आटोपल्यावर त्यांनी त्याचा निरोप घेतला. त्याच्या यानातली सर्व यंत्रणा सुरळीत सुरू होत आहे असं बघून त्यांनी त्या दोन विमानवांना ट्रकमध्ये घेतलं आणि ते वसाहतीत परत यायला निघाले.

वसाहत आणि यानतळ यांच्यामध्ये एक टेकडी आहे. टेकडी फारशी उंच नाही; पण रस्ता तिथे चढ-उताराचा आहे. सावकाश गप्पा मारत संघवी आणि पहेलवी ट्रक घेऊन वसाहतीकडे येत होते. तळावरून ते निघाल्यावर चार-पाच मिनिटांतच यान आकाशात झेपावलेलं त्यांनी बघितलं. वसाहत आली होती. समोरची टेकडी ओलांडली, की आमच्या राहत्या इमारती दिसू लागत. त्यांचा ट्रक टेकडीवरच्या वळणावळणाच्या रस्त्याला लागला अन् एक उल्का येऊन त्यांच्या ट्रकवर आदळली!

उल्कापातामुळे एखाद्या अपघात होणं ही घटना इतकी दुर्मिळपणे घडणारी आहे, की अपघाताच्या कारणांपैकी एक कारण उल्कापात हे असू शकेल अशी कल्पनाही कुणाच्या मनात येत नाही. पण अशक्य कोटीतली वाटणारी ही घटना घडली आणि डॉ. पहेलवी आणि कॅप्टन संघवी यांचे प्राण घेऊन गेली.

त्या उल्केच्या धक्क्यानं ट्रक रस्त्यावरून बाजूला फेकला गेला. दुर्दैवानं तो तेव्हा चाळीस-पन्नास फुटांवर होती. त्या उंचीवरून तो गडगडत खाली गेला आणि त्यानं पेट घेतला. ते दोन विमानव कसेबसे धडपडत बाहेर पडले. कॅ. संघवी आणि डॉ. पहेलवींना ओढून बाहेर काढण्याचा प्रयत्न त्यांनी केला. पण ट्रकमधल्या सामानानं चांगलाच पेट घेतला होता. त्या दोघांनाही आगीच्या ज्वाळा वेढू लागल्या, तेव्हा अडकलेल्या दोघांना बाहेर काढण्याचा प्रयत्न त्यांनी सोडून दिला. संघवी आणि पहेलवी दोघेही बेशुद्ध झाले होते, कदाचित मेलेलेही असावेत. कारण आग वाढू लागली तरी त्या उष्णतेनंसुद्धा त्यांची काहीच हालचाल दिसेना. शेवटी त्या दोघांना तसंच सोडून ते विमानव वसाहतीत परतले. वसाहतीतून मदत-पथक अपघातस्थळी जाऊन पोहोचेपर्यंत ट्रक संपूर्ण जळून त्याचा धातूचा सांगाडा तेवढा उरला होता आणि त्या सांगाड्यात अडकलेले दोन जळलेले मृतदेह.

त्या दोन विमानवांना बऱ्याच जखमा झाल्या होत्या. पण त्यांच्या निरोगी, बळकट शरीरांच्या जखमा भरून यायला फारसा वेळ लागला नाही. कॅ. संघवी आणि डॉ. पहेलवी मात्र गेले.

आमच्यासाठी यानातून आलेलं सर्व सामानही जळून गेलं होतं. कपडे, मसाले, औषधं वगैरे सगळ्या गोष्टी नष्ट झाल्यामुळे आमची चांगलीच अडचण होणार होती; पण आठ महिन्यांनी दुसरं यान येईपर्यंत वेळ काढणं अशक्य नव्हतं. आमच्यासाठी अत्यावश्यक ते अन्नधान्य आम्ही पिकवत होतो. औषधांचे जुने साठे अजून संपले नव्हते आणि टफिनच्या उत्पादनासाठीची सगळी यंत्रसामग्री सुरक्षित होती.

डॉ. पहेलवी आणि कॅ. संघवी गेल्यामुळे माझ्यावर आणि डॉ. परेरावर कामाचा ताण मात्र बराच वाढणार होता. पण आमच्या कार्यक्रमात थोडाफार फेरबदल करून ही जबाबदारी पार पाडणं अशक्य नव्हतं.

थोडक्यात म्हणजे अपघातामुळे आमचे कष्ट बरेच वाढणार असले तरी चिंता करण्याचं काही कारण नव्हतं.

असं मला तेव्हा वाटलं होतं!

पण आता मात्र तसं वाटत नाही. उलट, चिंतेनं मला घेरून टाकलं आहे. कारण माझ्या हाताखाली असलेल्या विमानवांच्या स्वभावात फरक पडत चालला आहे.

हा फरक प्रथम माझ्या लक्षात आला, त्याला बारा-तेरा दिवस झाले.

त्या दिवशी दुपारी मी आमच्या दोन नंबरच्या खाणीच्या ऑफिसमध्ये काही कागदपत्रं पाहत होतो. अचानक खाणीच्या प्रवेशद्वाराशी काहीतरी आरडा-ओरडा ऐकू येऊ लागला. असं सहसा घडत नाही. इथले विमानव शांतपणे काम करत असतात.

असेल काहीतरी आपसांतला वाद म्हणून त्या आरडा-ओरड्याकडे मी थोडा वेळ दुर्लक्ष केलं. पण आवाज कमी होण्याऐवजी वाढतच चालला. शेवटी मी उठून बाहेर आलो आणि समोरचं दृश्य बघून थक्कच झालो.

दोन विमानव एकमेकांवर धडका घेत होते!

गेली साडेतीन वर्षं मी सॅट्विलवर आहे; पण असं दृश्य मी कधीच पाहिलेलं नव्हतं!

धडका घेणाऱ्या त्या दोघांभोवती गोळा झालेले विमानव त्या दोघांना अडवण्याचा प्रयत्न तर करत नव्हतेच, उलट तेही आपसांत भांडत होते, बघता-बघता त्या बघणाऱ्यांपैकी दोघांनी आपसांत मारामारी सुरू केली!

मी धावत जाऊन त्यांच्यामध्ये पडलो. माझा चढलेला आवाज ऐकून त्यांनी मारामारी थांबवली. धडका घेणाऱ्या दोघांनाही मी हळूहळू शांत केलं. सर्वांनाच रागावलो आणि भांडणाच्या कारणाची चौकशी करू लागलो, तेव्हा मला कळलेलं कारण इतकं क्षुल्लक होतं, की तेवढ्यावरून त्यांनी भांडणं करावं याचं मला आश्चर्य वाटलं.

खाणीतल्या कामाची पहिली पाळी संपून दुसरी सुरू होण्याची वेळ होती. ते सगळे विमानव दुसऱ्या पाळीतले कामगार होते. पाळी सुरू होण्यापूर्वी घरचे कपडे बदलून युनिफॉर्म चढवण्यासाठी म्हणून त्यांच्या विश्रामगृहात जाण्यासाठी ते फाटकातून आत शिरत असताना त्यांचा एकमेकांना धक्का लागला होता. तेवढ्यावरून त्यांचं भांडण लागलं होतं आणि मारामारी सुरू झाली होती.

त्यांचं भांडण अनपेक्षित असलं तरी प्रसंग तसा क्षुल्लक होता. त्यामुळे मी ती गोष्ट विसरूनही गेलो होतो. पण सगळ्या गोष्टींची, सगळ्या गोंधळाची ती नुसती सुरुवात होती!

त्यानंतर दोनच दिवसांनी भोजनगृहात जेवणाऱ्या बारा-चौदा विमानवांनी, त्यांना त्या दिवशीचा स्वयंपाक आवडला नाही म्हणून गोंधळ घातला. ताटांमधलं अन्न फेकून दिलं. ताटं, वाट्या भिरकावून दिली आणि स्वयंपाकघरात घुसून त्यांना आवडलेले पदार्थ हिसकावून घेऊन बकाबका खाल्ले. त्यांना अडवण्याचा प्रयत्न करणाऱ्या स्वयंपाक्यांशी त्यांनी मारामारी केली. या गोष्टीची बातमी कळून मी तिथे जाईपर्यंत बरीच नासधूस झालेली होती.

तेव्हापासून जवळजवळ रोजच अशी काहीतरी घटना घडू लागली आहे.

भांडणं, मारामाऱ्या, नासधूस, याबरोबरच कामगारांमध्ये कामाचा आळस आणि सुस्ती वाढू लागली आहे. परवाच्या दिवशी झालेल्या मारामारीत भांडणाऱ्या दोघांनी एकमेकांचे लचके तोडले, तेव्हा मात्र मी हादरलो!

हे काय चाललं आहे ते मला कळेना. इतकी वर्षं शांतपणे काम करणारे, कुठलाही त्रास न देणारे विमानव एकाएकी इतके भांडखोर, संतापी, हिंस्र का झाले आहेत?

कॅ. संघवी आणि डॉ. पहेलवी अपघातात गेल्याचा तर हा परिणाम नाही?

पण त्या दोघांचं अपघातात निधन झालं म्हणून विमानवांवर इतका परिणाम होण्याचं काय कारण? त्यांचे या विमानवांशी विशेष जिव्हाळ्याचे संबंध होते, असंही नाही. मग असा फरक होण्याचं काय कारण?

आणि मुख्य म्हणजे या सगळ्याला आवर कसा घालायचा?

डॉ. परेराशी याबाबत मी चर्चा केली. घडणाऱ्या घटनांनी तोही काळजीत पडला होता. बरीच चर्चा करून शेवटी आम्ही ठरवलं, की सगळ्या विमानवांना थोडं शांत करण्यासाठी त्यांना ट्रान्क्विलायझर देऊ लागायचं आणि त्यांच्याविषयी आमच्या दप्तरी असलेल्या सर्व माहितीचा सखोल अभ्यास करून, त्यांच्या स्वभावात पडणाऱ्या फरकाचं कारण शोधून काढायचं.

ठरल्याप्रमाणे आम्ही कामाला लागलो आहोत. पन्नास जणांच्या फाइलींचा अभ्यास करण्यात एक-दोन दिवस तरी नक्कीच जाणार आहेत. त्याचबरोबर इथं

काय घडतं आहे, ते नोंदवणं महत्त्वाचं आहे असं वाटल्यावरून आतापर्यंतची हकिकत थोडक्यात लिहिली आहे. सॅट्विल, वर्षाच्या- सातव्या महिन्याच्या, तेराव्या दिवशी ही पहिली नोंद असली तरी पहिल्या दिवसापासूनच परिस्थिती बिघडायला लागली. असं म्हणायला हरकत नाही.

सॅट्विल ७-१३

एव्हाना, माझ्या निम्म्यापेक्षा जास्त फाइल्स बघून झाल्या आहेत. एकाही विमानवाच्या भूतकाळात विशेष असं काही आढळलं नाही. हे सर्व जण एका सरकारी जननकेंद्रात जन्मलेले, सरकारी देखरेखीखाली वाढलेले आणि अतिशय निरोगी आहेत हे परत एकदा जाणवलं, एवढंच.

या सर्वांची माहिती आमच्या दप्तरात आहे, तशी त्यांच्याविषयीची जैविक आणि वैद्यकीय माहिती आमच्या वैद्यकीय केंद्रात स्वतंत्रपणे ठेवलेली असेल का? मी परेराला त्यासंबंधी विचारलं, तेव्हा तो थोडा विचारात पडला आणि मग म्हणाला,

"डॉ. पहेलवींच्या ऑफिसमध्ये एक भिंतीत बसवलेलं कपाट आहे. त्याच्या किल्ल्या ते नेहमी स्वतःजवळ ठेवत. त्यात काय आहे याविषयी मी त्यांना कधी विचारलं नाही आणि त्यांनी कधी सांगितलं नाही. ते गेल्यावर मी ते कपाट उघडून बघितलं. त्यात खूप कागदपत्रं गठ्ठे बांधून ठेवलेली आहेत. मी काही गठ्ठे सोडून बघितले. त्यात काही औषधांची माहिती, काही वैद्यकीय उपकरणांची माहिती, त्यांच्या दुरुस्तीसंबंधी सूचना वगैरे आढळलं. म्हणून मी बाकीचे गठ्ठे काही सोडले नाहीत, पण आता सोडून बघणं भाग आहे.''

उद्या त्यानं वैद्यकीय कागदपत्रं बघायचं आणि मी उरलेले आमच्या ऑफिसातली कागदपत्रं बघायचं असं आम्ही ठरवलं आहे.

आज, यापूर्वी कधीही न घडलेली अशी घटना घडली. ती म्हणजे विमानव कामावर गैरहजर राहिले. तेही प्रकृती अस्वास्थ्यामुळे नव्हे तर केवळ आळशीपणामुळे!

आज दुपारच्या पाळीत चौघं जण गैरहजर असल्याचं सांगितलं, तेव्हा मी बुचकळ्यात पडलो. त्यांच्या गैरहजरीचं कारण काही माझ्या लक्षात येईना. शेवटी घरी परत गेल्यावर चौकशी करण्याचं ठरवून मी काम करत राहिलो.

संध्याकाळी ऑफिसमधून घरी जाताना रस्त्याच्या उजवीकडे एका मोठ्याशा झुडपाखाली ते चौघं जण मला दिसले.

त्यांपैकी दोघं जण डाराडूर झोपले होते, एक जण नुसताच लोळत होता, तर एक जण त्या छोट्याशा झाडाच्या बुंध्यावर चक्क आपली पाठ घासत होता, सर्वांच्या अंगावर खाणीचा गणवेश होता.

म्हणजे मंडळी कामावरून पळून आली होती तर!

**निरंकुश । २३३**

"काय रे, काय करताय तुम्ही सगळे इथे? कामावर जायचं नाही का?''

माझा आवाज ऐकून त्या पाठ खाजवणाऱ्यानं आपली हालचाल थांबवली, लोळत असलेला विमानव अर्धवट उठून बसला, पण झोपलेले दोघे जागे झाले नाहीत.

"मी काय म्हणतोय कळतंय का शुंभांनो तुम्हाला? काम सोडून खुशाल येऊन लोळताय तुम्ही इथे? चला, उठा, खाणीत दाखल व्हा ताबडतोब.''

मी परत ओरडलो. त्याबरोबर झोपलेले दोघे जागे झाले आणि उठून बसले. पण त्यांच्यापैकी बोललं कोणीही नाही. चौघं जण माझ्याकडे नुसते रोखून पाहत राहिले. आता मात्र मी चांगलाच रागावलो.

"काय रे, डोक्यात शिरतंय का तुमच्या मी काय म्हणतोय ते? उठा, हला तिथून. नाहीतर एकेकाला असा धडा शिकवीन की...''

पण माझं वाक्य अर्धवटच राहिले. कारण ते चौघंही माझ्याकडे रोखून बघत हळूहळू पुढे सरकू लागले आणि त्यांचं तसं ते गुडघ्यावर पुढे सरकणं आणि रोखलेल्या नजरा बघून माझ्या मनात भीतीची एक लहर उठली!

हे चौघं एकदम माझ्यावर चालून आले तर?

खरं सांगतो, या विचारानं माझी अगदी गाळण उडाली.

"ठीक आहे, आजच्या दिवस माफ करतो तुम्हाला.'' असं कसंबसं म्हणून मी तिथून काढता पाय घेतला!

रात्रीच्या जेवणाच्या वेळी परत भोजनगृहात जोरदार भांडण, मारामारी झाली असावी. कारण चढलेले आवाज आणि खुर्च्या-टेबलांची आदळ-आपट माझ्या कानावर पडत होती. पण मी त्या बाजूला फिरकलोच नाही. कारण रागावलेले विमानव रागाच्या भरात काही भलतं-सलतं करणार नाहीत याची मला खात्री वाटेना.

माझ्याजवळची बिस्किटं आणि कॉफी यांवर मी भूक भागवली. उद्यापासून मी माझा स्वयंपाक, माझ्या घरात स्वत: करायचं ठरवलं. म्हणजे भोजनगृहात जाण्याचा प्रसंगच येणार नाही.

सगळी दारं-खिडक्या मी व्यवस्थित लावून घेतली आहेत आणि माझं पिस्तूलही जवळ ठेवलं आहे.

बिघडत चाललेल्या या महाकाय विमानवांची मला जरा जरा भीतीच वाटू लागली आहे.

सॅट्विल् ७-१४

आज खाणीच्या ऑफिसमध्ये जाताना, एखादा विमानव पाठीमागून पळत येऊन माझ्यावर हल्ला तर करणार नाही ना या विचारात मी ग्रस्त होतो. चालताना सारखा मागे वळून बघत होतो. ऑफिसमध्ये पोहोचून मी आधी घटाघट पाणी प्यालो

आणि स्वस्थ बसलो. थोडा वेळ असं स्वस्थ बसल्यावर माझ्या घाबरण्याचं मलाच आश्चर्य वाटू लागलं.

विमानवांना मी घाबरण्याचं कारणच काय? कालसुद्धा झाडाखाली बसलेले ते चौघं माझ्यावर हल्ला करतील अशी शंका घेणं म्हणजे केवळ माझ्या मनाचाच तर खेळ नव्हता ना?

सुस्तावून ते चौघं झाडाखाली पसरले होते. ते कदाचित आम्ही सुरू केलेल्या ट्रान्क्विलायझरच्या गोळ्यांमुळे असेल.

मनाची अशी समजूत घालून मी काम करू लागलो. जवळ-जवळ दोन तास मी विमानवांच्या फाइल्स वाचत होतो. आता चार-पाचच फाइल्स बघायच्या बाकी होत्या आणि तेवढ्यात डॉ. परेराचा फोन आला.

मी फोन उचलून 'हॅलो' म्हटलं. माझा आवाज ऐकून तो म्हणाला, "तू ताबडतोब इकडे निघून ये."

"का बरं! काय झालं?" असं मी विचारलं. पण त्यानं काहीच उत्तर न देता फोन ठेवून दिला.

मी हातातली फाईल ठेवून दिली आणि दवाखान्याकडे निघालो. वाटेत मला बरेच विमानव इकडे-तिकडे फिरताना दिसले. ते गणवेशात नव्हते. त्याअर्थी काम सोडून आलेले नव्हते. पण ते सगळे हिंस्र नजरेनं माझ्याकडे बघताहेत असं माझ्या लक्षात आलं आणि मी माझ्या चालण्याचा वेग वाढवला. जवळजवळ पळतच मी दवाखान्यात शिरलो आणि दरवाजा घट्ट लावून घेतला.

ऑफिसच्या खोलीत डॉ. परेरा माझी वाटच पाहत होता.

"काय झालं रे? मला इतक्या घाईनं का बोलावलं?" मी विचारलं. त्यावर तो म्हणाला,

"आपल्याकडे सर्वांत दणकट आणि सर्वात सुरक्षित असं वाहन कोणतं आहे?"

मी विचारात पडलो. सर्वांत दणकट आणि सुरक्षित...

"मला वाटतं, आपण खाणीत पहिल्या टप्प्यापर्यंत वापरतो तो पिवळी ट्रक सगळ्यांत मजबूत आणि नवीन इंजीन बसवलेला आहे. पण का? कशासाठी?

"आपल्याला पळून जाण्यासाठी."

"पळून जाण्यासाठी? पण का? का पळून जायचं आपण? आणि कुठे जायचं?" मी त्याला धसकून विचारलं.

"या विमानवापासून दूर पळून जायचं. कारण आता त्यांच्यावर नियंत्रण ठेवणं आपल्याला शक्य नाही.

"म्हणजे"

“आज मी डॉ. पहेलवींच्या स्टीलच्या कपाटातले ते सगळे कागद काढून वाचले आणि त्यात मला जे आढळलं ते महाभयंकर आहे. हे सगळे विमानव मुद्दाम निर्माण केलेले आहेत हे आपल्याला माहीत आहेच. त्यांना निर्माण करताना त्यांच्यात हवी ती ताकद, चापल्य वगैरे गुण येण्यासाठी अनेक हिंस्र पशू, कीटक वगैरेंच्या जीन्सचा संकर मानवी गुणसूत्रांशी घडवण्यात आला आहे. त्यामुळे...”

“हे सगळं मला माहीत आहे आणि ते प्रथमपासूनच तसे आहेत, त्यात नवीन ते काय आहे?”

“नवीन असं आहे की त्यांच्यावर नियंत्रण ठेवण्यासाठी वापरण्यात येणाऱ्या रसायनांचा साठा आता संपत आला आहे.”

“रसायन?”

“रोज जेवताना त्यांच्या ताटात जेवणाबरोबरच त्यांना दिल्या जाणाऱ्या दोन गोळ्या म्हणजे त्यांची नियंत्रक रसायनं आहेत.”

“मी तर समजत होतो की त्या जीवनसत्त्वांच्या गोळ्या आहेत म्हणून.”

“मलाही तसंच वाटत होतं, पण तसं नाही. त्या गोळ्या म्हणजे औषधांचं असं मिश्रण आहे, की ज्यामुळे त्यांच्यातील गुणधर्मांच्या प्रकटीकरणावर नियंत्रण राहतं. रोज दोन वेळच्या जेवणाबरोबर ती औषधं पोटात गेल्यामुळे त्यांचं कार्य सुरळीत चालू राहतं. दर आठ महिन्यांनी येणारं यान इतर वस्तूंबरोबर गोळ्यांचे साठेही घेऊन येतं. या वेळच्या यानातून आलेल्या सर्वच गोष्टी अपघातात नष्ट झाल्यामुळे आता फार थोड्या गोळ्या शिल्लक आहेत. व्हिटॅमिन्सच्या गोळ्यांचा साठा कमी पडणार आहे, हे लक्षात आल्यामुळे त्यांना रोज देण्याच्या गोळ्यांचं प्रमाण मी पंधरा दिवसांपूर्वीच कमी केलं होतं. निम्म्यावर आणलं होतं. त्याचा परिणाम आपण बघतोच आहोत. आणखी दोन दिवसांनी ह्या गोळ्या पूर्णपणे बंद झाल्यावर काय होईल याची कल्पनाच करता येत नाही. म्हणून या सगळ्यांपासून दूर पळून जाणं आणि पुढचं यान आठ महिन्यांनी येईपर्यंत लपून राहणं एवढाच मार्ग आपल्यापुढे आहे.”

“पण पळून जाऊन आपण जाणार कुठे? इथे दाट जंगल नाही. भूपृष्ठावर कुठे पाणी नाही... आणि आपण खाणार काय? इथे आपण शेती करतो पण...”

“हे बघ, हे सगळे प्रश्न पुढचे आहेत. आधी जीव वाचवणं महत्त्वाचं आहे. आपण ट्रकमध्ये जास्तीत जास्त अन्न, पाणी, औषधं भरून घेऊन इंधनाची पिंपंही घेऊ.”

त्यानं उच्चारलेला ‘औषधं’ हा शब्द ऐकला आणि माझ्या डोक्यात एकदम वीज चमकली. मी एक गोष्ट विसरत होतो.

“परेरा, माझ्याही जेवणात रोज दोन औषधाच्या गोळ्या असायच्या. आता

एकच असते. ती गोळी कसली असते?''

त्यानं माझ्याकडे बघून नुसतेच खांदे उडवले. आणि म्हणाला,

''तू आता घरी जा. आवश्यक ते कपडे आणि इतर सामान घेऊन तयार रहा. रात्र पडली की...''

''माझ्या ताटात असणारी गोळी कसली असते?'' मी त्याला अडवत परत विचारलं.

''व्हिटॅमिन्सची.''

''व्हिटॅमिन्सचीच असते कशावरून? इतर विमानवांसारखी...''

बोलता-बोलता मी थांबलो. मी काय भयंकर बोलणार होतो! 'इतर विमानवांसारखी' असं म्हणणं म्हणजे मी विमानव आहे, असं म्हणण्यासारखं होतं.

ही भयंकर कल्पना माझ्या मनात कशी आली आणि-आणि सत्य काय आहे?

माझीही फाईल या डॉ. परेराजवळ असेल का?

''परेरा, माझी फाईल मला बघायची आहे.''

''हे बघ, आता आपल्याला वेळ घालवून चालायचं नाही.'' माझ्या प्रश्नाचं उत्तर न देता तो पुढे म्हणाला, ''तू आता तुझ्या घरी–''

''मला माझी फाईल बघायची आहे.''

''कसली फाईल?'' तो त्रासून म्हणाला, ''असली काही फाईल माझ्याकडे नाही.''

माझ्या त्याच्यावर विश्वास बसेना.

''मला सगळ्या फाइल्स बघायच्या आहेत.'' कॅप्टन संघवीनंतर मी वसाहतीचा प्रमुख झालो होतो. फाइल्स बघायला मिळणं हा माझा अधिकार होता. पण परेरा एकदम ओरडला,

''तुला कळत कसं नाही सांगितलेलं? आपल्याला ताबडतोब–''

''मला माझी फाईल हवी आहे.'' मी परत ठासून म्हणालो. त्याबरोबर परेरा एकदम धडपडत उठून उभा राहिला. संतापानं त्याचा चेहरा लाल झाला होता.

''माझ्यावर तुझा अधिकार चालवण्याचा प्रयत्न करू नकोस'' तो रागानं म्हणाला, ''मुकाट्यानं घरी जा आणि तयार होऊन राहा.'' रात्र पडली की मी ट्रक घेऊन येईन. खरं म्हणजे तुझ्यासारख्याला बरोबर घेणं म्हणजे– तुला जीव प्यारा असेल तर मी सांगतो तसं कर.''

त्याचं ते संतापून बोलणं आणि रागाचा आविर्भाव पाहून माझ्या छातीत धडकी भरली. पुढे एक अवाक्षरही न बोलता मी तिथून काढता पाय घेतला.

वाटेत एका ठिकाणी चार-पाच विमानव घोळक्यानं उभे होते. त्यांच्या अंगारून मी पुढे गेलो आणि मागे वळून पाहिलं तर तेही हळूहळू माझ्या मागे येताहेत असं

मला वाटलं. त्याबरोबर मी पळतच घर गाठलं आणि आत शिरून दार घट्ट लावून घेतलं.

माझं सगळं सामान आवरून आता मी तयार आहे. पण डोक्यात विचारांनी थैमान घातलं आहे.

इथून पळून जाऊन पुढचे आठ महिने आम्ही कसे काढणार आहोत?

''गोळ्या पूर्ण बंद झाल्यावर हे विमानव कसे वागतील? हिंस्र पशूंसारखे? राक्षसासारखे?

आणि मी कोण आहे? मानव की...?

गेल्या काही दिवसांपासून मला इतकी भीती का वाटते?

परेरा कोण आहे? तो माझ्याशी कसा वागणार आहे?

प्रचंड भीती आणि विचारांचा गोंधळ यांच्या दडपणाखाली मी सुन्न होऊन गेलो आहे; पण तरीही नेटानं आजची हकिकत लिहून ठेवतो आहे. आमचं काहीही झालं, इथल्या वसाहतीचा विध्वंस झाला तरी इथे काय घडलं ते मागून येणाऱ्यांना कळावं म्हणून ही हकिकत लिहून माझ्याकडच्या तिजोरीसारख्या कपाटात ठेवतो आहे.

ती कोणातरी मानवाच्या हाती पडावी एवढीच इच्छा!

(विज्ञान युग - दीपावली १९८८)

◆

www.ingramcontent.com/pod-product-compliance
Lightning Source LLC
LaVergne TN
LVHW092350220825
819400LV00031B/308